AF519707

मनाची पकड घेणारं पुस्तक...

याचं कथानक अत्युत्कृष्ट आहे. अनीसची वाङ्मयीन प्रतिभा आणि शब्दप्रभुत्व यांचा मला हेवा वाटतो.

– के. आर. मीरा

समकालीन भारतीय साहित्यातील अत्यंत उत्कृष्ट कथाकारांपैकी एक

– फोर्ब्स इंडिया

मोठं होणं, बाहेरच्या जगाकडे जाणं पण तरीही कुठंही न पोहोचणं या प्रवासातील छुप्या आनंदाचं आणि नाजूक वेदनेचं आणखी एक इतिवृत्त.

– अंजुम हसन

आमच्या
शहरासारख्या
छोट्या शहरात
एखाद्याचं मरण
नवनवीन गोष्टींना
जन्म देतं.

छोट्या शहराचा दर्या

अनीस सलिम

अनुवाद

सुनीता कट्टी

मेहता पब्लिशिंग हाऊस

Please contact us at **Mehta Publishing House,** Pune.

✆ +91 020-24476924 / 24460313 / Mob. No. 9545000513

Email : production@mehtapublishinghouse.com

Website : www.mehtapublishinghouse.com

- *या पुस्तकातील लेखकाची मते, घटना, वर्णने ही त्या लेखकाची असून त्याच्याशी प्रकाशक सहमत असतीलच असे नाही.*

THE SMALL TOWN SEA by **ANEES SALIM**

Translated into Marathi Language by Sunita Katti

छोट्या शहराचा दर्या / अनुवादित कादंबरी

अनुवाद : सुनीता कट्टी

author@mehtapublishinghouse.com

प्रकाशक : सुनील अनिल मेहता, मेहता पब्लिशिंग हाऊस,
१९४१, सदाशिव पेठ, माडीवाले कॉलनी, पुणे - ४११०३०.

मुद्रक : ट्रिनिटी अ‍ॅकॅडमी फॉर कॉर्पोरेट ट्रेनिंग लिमिटेड,
नऱ्हे इंडस्ट्रिअल एरिया, झील कॉलेज रोड, नऱ्हे, पुणे - ४१.

मुखपृष्ठ : चंद्रमोहन कुलकर्णी

प्रथमावृत्ती : एप्रिल, २०२०

किंमत : ₹ २९५

P Book ISBN 9789353174507

E Book ISBN 9789353174514

E Books available on : amazonkindle Apple Books Google Play Books

---

अर्थातच अदा अनीसला

जेम्स अनविन

अनविन ॲन्ड असोसिएट्स
७५, मॉनमाउथ स्ट्रीट
लंडन
डब्ल्यू सी ७एच ११डीजी

प्रिय श्री. अनविन यांस,

आपणास पत्र लिहिण्याची इच्छा मला वारसाहक्कानं झाली. मी तेरा वर्षं तीन दिवसांचा आणि छोटी दीड वर्षाची असताना माझे वडील – वाप्पा वारले. वाप्पा वारले आणि सगळ्यांनी सुटकेचा श्वास टाकला. त्यांचं शव बोगनव्हिलामधून माझ्या आजीच्या, वाप्पुम्माच्या घरी आणल्यापासून छोटी आपले इवलेसे ओठ मुडपून सारखी मुसमुसत होती. बोगनव्हिला, आमचं डोंगरमाथ्यावर असलेलं भाड्याचं घर होतं. वाप्पुम्माच्या घरी वाप्पांना शेवटची अंघोळ घातली गेली. त्यांचं शरीर नव्याकोऱ्या पॉलिएस्टरच्या पांढऱ्या कपड्यात गुंडाळण्यात आलं. मग त्यांना शेवाळी रंगाच्या वेताच्या पेटाऱ्यात ठेवण्यात आलं आणि तो पेटारा कब्रस्तानमध्ये नेण्यात आला. आदल्या रात्री झालेल्या पावसामुळे तिथली जमीन ओलसरच होती.

शोक व्यक्त करायला आलेल्या लोकांनी छोटीला शांत करण्याचे सुचतील ते उपाय करून पाहिले. एकानं टॅपिओकाच्या पानाचं एक छोटंसं पदक करून ते छोटीच्या छातीपाशी धरलं. एकानं जवळपास फडफडणाऱ्या पतंगाला दोन बोटांच्या चिमटीत पकडून ठेवलं. जीव वाचविण्यासाठी चाललेल्या त्याच्या फडफडीकडे छोटीचं लक्ष वळविण्याचा प्रयत्न केला. आणखी एकानं बोराच्या झाडाला घट्ट

मिठी मारून त्याला गदागदा हलवलं, त्यासरशी झाडावरून थोडी बोरं आणि रात्री पडलेल्या पावसाचे थेंब जमिनीवर टपटप पडले. प्रत्येक प्रयत्नानंतर छोटी थोडा वेळ गप्प राही. त्याची नवलाई ओसरल्यावर परत रडायला सुरुवात करी. त्या कार्टून फिल्ममधल्या बाळासारखी. कोणती? ती हो! आता तिचं नाव नाही आठवत मला. शेवटी तिचं रडणं संध्याकाळी थांबलं. उम्मा खिडकीमागं उभी राहून, वाप्पांचा मृतदेह नेणारा पेटारा रेलरोडनं दूर जाताना पाहत होती. ते दृश्य पाहता पाहता उम्मा अचानक मूर्च्छित होऊन खाली पडली. यास्मिन बुआनं पट्कन छोटीला उचललं, उम्माच्या मांडीवर ठेवलं आणि तिला तिचं दूध प्यायला लावलं. तेव्हा कुठं छोटीचं रडणं बंद झालं.

हं! आत्ता आठवलं. छोटीप्रमाणे सतत रडणाऱ्या कार्टूनमधील त्या बाळाचं नाव होतं युरी की येरील. त्या कार्टून फिल्मचं नाव मला अजूनही माहीत नाही, कारण ती फिल्म एका रशियन चॅनलवर आली होती. रशियन भाषेत होती. चॅनल्स बदलताना एकदमच ती फिल्म चॅनलवर आली. छोटीला ती भलतीच आवडली. युरी की येरील दिसायला थोडीफार छोटीसारखीच होती. विशेषत: ती नॅपी घालून रांगायची, तेव्हा तिच्या अंगावर कपडे म्हणजे फक्त ती नॅपीच असायची. दोघींची भाषाही एकच होती. दोघीही ओठांमधून फुर्रर्रऽऽऽ असा आवाज सारख्या काढायच्या. त्या कार्टून बाळाचं कुटुंब आमच्यासारखंच होतं. आमच्या टी.व्ही.वर आम्ही ती फिल्म पाहिली, तेव्हा त्या बाळाचा भाऊ माझ्याच वयाचा होता. त्या बाळानं काही खोड्या केल्या, तर त्याचे आई-वडीलही उम्मा - वाप्पांप्रमाणेच त्याच्यासमोर बोट हलवून त्याला रागवायचा प्रयत्न करीत. वाप्पा वारले, तेव्हा मला युरी किंवा येरीलच्या वडिलांची खूप आठवण आली. कार्टून फिल्ममधील आई-वडीलही मरत असतील का, हा विचार पहिल्यांदा माझ्या मनात आला. समजा, ते मरत असतील तर त्यांनाही कार्टूनच्या शवपेटीत घालून कार्टूनमधल्या कबरीत नेऊन ठेवलं जात असेल का, हाही विचार माझ्या मनात आला.

वाप्पांना ज्या कब्रस्तानमध्ये नेलेलं होतं, तिथं उभी-आडवी झाडं वाढलेली होती. जमिनीवर पालापाचोळ्याचा दाट थर साचलेला होता. चार वर्षांपूर्वी उप्पुप्पा, माझे आजोबा वारले, तेव्हा मी इथं आलो होतो. त्या वेळेस पाहिलेली काजूची झाडं मला आठवत होती. कब्रस्तानच्या बागेत वाढलेली दाट झुडपं म्हणजे एक छोटेखानी जंगलच होतं. त्या झुडपांवर असंख्य काटे होते. ते जणू जिवंत माणसांपासून, मेलेल्यांची राखण करीत होते. काजूच्या झाडांवर बहरलेल्या नाजूक, पांढऱ्या फुलांचे गुच्छ सोडता तिथं दुसरी कोणतीही फुलं नव्हती. वसंत ऋतू संपता संपता जवळच्या मदरशातील मुलं हळूच कब्रस्तानमध्ये शिरत. मृतांना साथ देणाऱ्या सापांना आणि मुंगसांना घाबरवून पळवून लावण्यासाठी त्या पोरांच्या

हातातल्या काठ्या लवलवत. मग ते बहुतेकदा पिवळ्याधमक किंवा कधीमधी लाल दिसणाऱ्या काजूच्या फळांवर नेम धरून दगड मारीत. इमामच्या नजरेस पडण्यापूर्वी ते काजूची फळं गपकन खाऊन टाकत. मशिदीजवळच्या दुकानात ते काजूच्या बिया विकत आणि त्यांच्या बदल्यात त्यांना हव्या असलेल्या खाण्याच्या वस्तू घेत. एका बीच्या बदल्यात त्यांना लिमलेटच्या दोन गोळ्या मिळत. तीन बिया दिल्या की रबराचा एक चेंडू मिळे. दुकानदाराला कोणी तीनहून जास्त काजू बिया दिल्याचं ऐकिवात नाही.

वाप्पांचं थडगं कब्रस्तानच्या सर्वांत खालच्या बाजूला आहे. मशिदीपासून खूप लांबच्या रांगेत. एका भिंतीजवळ, भिंतीवर डोंगराच्या आकारात दगडफुलं वाढलीयत. त्यांचं दफन तिथं होणार आहे असं त्यांना आधी कोणी सांगितलं असतं, तर त्यांना ती जागा नक्कीच आवडली असती. उप्पुप्पांच्या थडग्याशेजारीच आहे त्यांचं थडगं. शेवटच्या काही महिन्यांत वाप्पा आपल्या वडिलांच्या आठवणी फार आवडीनं काढीत. खरं तर त्या दोघांतील प्रेम, जिव्हाळा खूप आधीच आटला होता. उप्पुप्पांच्या शेवटच्या श्वासापर्यंत त्यांच्यामधील अंतर कमी झालं नव्हतं. उप्पुप्पा वारले, तेव्हाही त्यांच्या कपाळावर पडलेल्या आठीमध्ये तीच नाराजी दडलेली होती. माझ्या आतेभावाचं जुनैदचं थडगं शेजारच्याच ओळीत होतं. या दोन ओळींमध्ये पसरलेला होता वांग्यांच्या रोपांनी घेरलेला जमिनीचा तुकडा. ...तर कब्रस्तानच्या त्या सगळ्यात शांत कोपऱ्यात आमच्या घरातील तीन पिढ्यांमधील तीन माणसं एकमेकांच्या सान्निध्यात पहुडलेली होती. ती शांती दिवसात पाचच वेळा भंग होई. मुअज्जननं नमाजासाठी लोकांना मारलेल्या हाकेनं. किंवा कधी तरी नव्या थडग्यासाठी जमीन खोदली जाई तेव्हा होणाऱ्या कुदळीच्या आवाजानं.

वाप्पा शेवटी बेशुद्धीत गेले होते. बेशुद्ध होण्याआधी ते अधूनमधून जोरात कण्हत. ते जेव्हा-जेव्हा कण्हत, तेव्हा तेव्हा माझ्या मनात ते एक अवजड दार ढकलून एखाद्या खोलीत जात आहेत, असं चित्र उभं राही. ते अशाप्रकारे ज्या ज्या खोलीत प्रवेश करीत, त्या-त्या खोलीत फर्निचरऐवजी त्यांच्या आठवणी पसरल्या आहेत, असं मला वाटे. सुतारानं बनवलेल्या फर्निचरप्रमाणे काही आठवणी चांगल्या असतील, काही वाईट; नाही तर कधीकधी त्यांच्या चेहऱ्यावर दुःखाच्या रेषा आणि कधीकधी समाधानाचं, स्मिताचं चांदणं का बरं फुलत असेल? त्या-त्या क्षणी ते युरी की येरीलच्या वडिलांप्रमाणे दिसत. युरी की येरीलचे वडीलही बहुतेकदा अंड्याच्या बलकाप्रमाणे पिवळ्या रंगाच्या सोफ्यावर झोपत आणि झोपेत विचित्र विचित्र चेहरे करीत.

मरणाच्या एक तास आधी वाप्पा शुद्धीवर आले होते. आजारी पडण्यापूर्वी, आजारानी रोड होण्यापूर्वी ते जसं स्पष्ट बोलत, तसेच त्यावेळेस ते बोलले. त्यांची

आत्ता-आत्ताची शक्ती पाहता ते खूपच वेळ आणि अगदी स्पष्ट बोलले. त्यांचा आवाज ऐकून सगळे त्यांच्या खोलीत धावले. त्यांच्या पलंगाजवळ कोंडाळं करून उभे राहिले. जणू काही ते त्यांचं इच्छापत्र बोलून दाखवणार होते. पण ते जे काही बोलले, त्याचा मला काहीच अर्थ लागला नाही. इतरांना तरी त्यांचं बोलणं कळलं होतं की नाही, हे समजायचा काहीच मार्ग नव्हता. ते जे काही बोलत होते, ते बहुधा खूप आधी घडलेलं असावं. माझ्या जन्माच्या खूप आधी. तेव्हा ते तिथे जमलेल्यांपैकी कोणाशीही बोलत नव्हते. ते त्यांच्या आयुष्यातील फार जुन्या काळातील कोणाशी तरी बोलत होते. त्याबद्दल मी फक्त अंधुकशी कल्पना करू शकत होतो. हा तो काळ असावा जेव्हा फोटोमध्ये झाडं, रस्ते, इमारती, माणसं काळी-पांढरी दिसत. त्या काळची कोणती तरी गोष्ट आणि कोणीतरी माणूस होतं ते.

ते सांगत होते, की सकाळी-सकाळी पोस्टमननं त्यांना एक तपकिरी रंगाचा लिफाफा दिला होता. गेल्या खूप दिवसांपासून ते एका पत्राची खूप आतुरतेनं वाट पाहत होते. असं पत्र, ज्यानं त्यांचं आयुष्य बदलून जाणार होतं. धडधडत्या छातीनं त्यांनी तो लिफाफा उघडला. प्रकाशनासाठी त्यांनी पाठवलेलं साहित्य नाकारलं गेलं होतं. नकारघंटा वाजवणारं त्यांच्या आयुष्यातील ते पहिलं पत्र होतं. त्यावेळेस ते उणेपुरे एकोणीस वर्षांचे होते... त्यांची ही गोष्ट मला माहीत होती. नकारघंटा वाजवणाऱ्या त्या पहिल्या पत्राची गोष्ट. ही गोष्ट ते थोड्याफार अभिमानानंच सांगत. जणू काही त्यांनी मोठा तीरच मारला होता.

"तुम्हाला माहीत नाहीय. अशा नकारानं काळजाला कशी घरं पडतात, ते तुम्हाला दोघांनाही माहीत नाहीय–" वाप्पा म्हणत होते.

म्हणजे मरणाच्या दारी असताना ते दोन माणसांशी बोलत होते. दोन काळी, पांढरी, आकार-रंग-रूप नसलेली माणसं.

"हसू नका." वाप्पांनी दरडावलं. त्यांच्या मृत्युशय्येशी उभ्या असलेल्या माणसांनी एकमेकांकडं पाहिलं, काही तर एकमेकांकडं बघत उदासपणे हसलेही. फक्त यास्मिन बुआनं नाक-डोळे पुसले आणि डोळे गच्च मिटून घेतले. टेलिव्हिजन सिरिअल बघताना अत्यंत दुःखद प्रसंगी बायका करतात तसे.

नंतर वाप्पांनी ओठांवर दोन बोटं ठेवली. लोकांना वाटलं, की त्यांना पूर्ण शांतता हवी आहे. पण त्यांच्या दोन बोटांतील छोटीशी पोकळी कधी दिसत होती, कधी मिटत होती अन् त्याचा अर्थ होता की त्यांना शांतता नाही तर सिगारेट पाहिजे आहे. कल्पनेतच त्यांनी सिगारेटचे काही झुरके घेतले. धुराची खोटी खोटीच वलयं काढली आणि ते परत बोलायला लागले.

"ती मुलगी," ते म्हणाले, "काहीही कल्पना न देता एकदम कुठं तरी निघून गेली." "कोणती मुलगी?" बहुतेक कोणी तरी त्यांना विचारलं. यावर ते चिडून

म्हणाले, ''तुला नाही माहीत, कोणती मुलगी होती ती?''

''तीच रे! रेल्वे क्वार्टर्समध्ये राहायची ती.''

लोकांनी रेल्वे क्वार्टर्सच्या दिशेला नजर टाकली. ही गोष्ट कोणी कधी ऐकलेली नाहीये, हे त्यांच्या नजरांवरून साफ दिसत होतं. मीही याबद्दल कधी काही ऐकलेलं नव्हतं. म्हणून खोलीतील इतरांप्रमाणे मीही कान टवकारून ऐकू लागलो.

...रेल्वे क्वार्टर्सच्या बागेत एक गुलमोहोराचं झाड होतं. त्याच्या समोरील दुमजली घराच्या दुसऱ्या मजल्यावर ही मुलगी राहत होती म्हणे. तिच्या घराच्या खिडक्यांना निळे पारदर्शक पडदे होते. रोज रात्री वाप्पा त्या गुलमोहोरच्या झाडाला टेकून उभे राहायचे. हातात हेअरब्रश घेऊन ती मुलगी खिडकीजवळ कधी येईल, याची वाट पाहत राहायचे. चांदण्या रात्री तिची थोडीशी वाकडीतिकडी झालेली पण तरीही बांधेसूद सावली, फुलांच्या पाकळ्या अंथरलेल्या जमिनीवरील वाप्पांच्या पायांवर पडे. मग ते गुडघ्यात वाकून तिच्या सावलीतल्या गालांना हात लावीत. तिच्या केसांना कुरवाळीत. कुजक्या पानांनी त्यांची बोटं ओली होत. पण ते त्यांचे मुके घेत, कारण त्यांनी त्या बोटांनी तिच्या सावलीला स्पर्श केलेला असे.

यास्मिन बुआनं ओशाळून जाऊन वाप्पुम्माच्या चेहऱ्याकडं पाहिलं. वाप्पुम्मा फुटलेले ओठ मुडपून वाप्पांच्या हडकलेल्या चेहऱ्याकडं हळुवार नजरेनं पाहत होती. मिटलेल्या पापण्यांच्या आत वाप्पांचे डोळे हलले. त्यांनी मोठ्या कष्टानं थुंक गिळली, तेव्हा त्यांच्या गळ्याचं हाड सूक्ष्मपणे हललं. उम्माकडं पाहण्याची अनावर इच्छा होत असली, तरी तिच्याकडं कोणीही नजर वळवली नाही.

ओठांवर दोन बोटं टेकवीत वाप्पांनी आणखी एक सिगारेट देण्याची विनंती केली. मग एखाद्या लहान मुलाला सिगारेटचा धूर बाहेर सोडायला शिकवत असल्याप्रमाणे त्यांनी एक दीर्घ नि:श्वास सोडला. मग ते जोरात म्हणाले, ''रेल्वे क्वार्टरमधली ती मुलगी खिडकी बंद करून कायमची कुठं तरी निघून गेली.''

...आदल्या रात्री वाप्पांनी जवळजवळ पूर्ण रात्र त्या गुलमोहोराच्या झाडाखाली घालवली होती. पूर्ण गाव झोपी गेलेलं होतं, पण रेल्वेगाड्या धडाधडा येत-जात होत्या. तिच्या खिडकीतून उजेड येत होता. निळे पडदे वाऱ्यावर फडफडत होते. रोज संध्याकाळी ती मुलगी एका कुंडीतील फुलं आलेल्या रोपट्याला पाणी घाली. ती कुंडी अजून खिडकीच्या चौकटीतच होती. पण त्या घराभोवती त्याला कोणीतरी मुद्दाम गप्प बसवत असल्यासारखं वातावरण होतं. जणू काही कोणीतरी घरातील सगळ्या लोकांच्या तोंडात बोळे कोंबून त्यांना कोंडून ठेवलं होतं आणि ते तिथून कसंतरी निसटून जाण्याचा प्रयत्न करीत होते. दुसऱ्या दिवशी पोस्टमननं वाप्पांना ते 'साभार परत'चं पत्र दिलं. पोस्टमन येण्याच्या एक तास आधी वाप्पांना कळलं

होतं की, 'त्या' मुलीचं कुटुंब घर रिकामं करून कुठल्या तरी दूरच्या गावी निघून गेलंय. वाप्पांच्या नशिबी एकाच दिवशी दोन नकार आले होते. त्यांच्या हे जिव्हारी लागलं असणार! आणखी एक सुस्कारा सोडून वाप्पा गप्प झाले. नंतर ते एक शब्दही बोलले नाहीत. कायमचे गप्प झाले.

बरीच रात्र झाल्यावर पावसानं परत जोर धरला. पावसाच्या आवाजामुळे समुद्राची गाजही ऐकू येईनाशी झाली. त्या जोरदार पावसामुळे तसंच वाप्पा दुसऱ्या दिवशीचा सूर्योदय पाहू शकणार नाहीत, या आशंकेमुळे त्यांना पाहायला आलेले कोणीही घरी परत गेले नाहीत. काही घराभवतीच्या बुटक्या भिंतीवर बसले. काही तिच्या आधारानं उभे राहिले. व्हरांड्यात उभं राहून, अंगणात धो धो कोसळणाऱ्या पावसाकडे पाहत लोक आपसात काहीबाही कुजबुजत होते. माझ्या कानांवर आलेल्या कुजबुजीतील एका गोष्टीनं माझं लक्ष वेधून घेतलं. कोणी तरी वाप्पांच्या मृत्यूबद्दलची बातमी आणि त्यांची श्रद्धांजली तयार ठेवण्याबद्दल बोलत होतं. दुसरा कोणी तरी त्यांच्या या बातमीला कोणत्या पानावर जागा मिळेल, हे विचारत होता. त्यांनी साहित्यक्षेत्रात मोलाची भर घातली होती, त्यामुळे त्यांच्या मृत्युलेखाला पहिल्याच पानावर जागा मिळायला पाहिजे अशी त्याची अटकळ होती. पण त्यांना ते मानाचं बक्षीस मिळालं, त्याला बराच काळ लोटलेला होता. शिवाय स्वत:च्या मातृभाषेत न लिहिता ते इंग्रजीत लिहायचे. त्यामुळे स्थानिक वर्तमानपत्रं त्यांच्या मृत्यूची बातमी आणि त्यांच्याबद्दलचा मृत्युलेख एखाद्या अधल्यामधल्या पानावर तर टाकणार नाहीत ना, ही शंकाही त्याला होती.

आपण या गोष्टीला लायक असो वा नसो, पण आपला मृत्युलेख वर्तमानपत्राच्या पहिल्या पानावर ठळकपणे छापला जावा, अशी वाप्पांची तीव्र इच्छा होती. त्यांना तो महत्त्वाचा पुरस्कार मिळाल्यावर एका मासिकात त्यांची मुलाखत छापून आली होती. त्या मुलाखतीत वाप्पांनी स्वत:च हे सांगितलं होतं. त्या मुलाखतीत वाप्पांनी आपल्या मृत्युलेखाबद्दल काय सांगितलं होतं, हे त्यांच्या फोटोसह छापून आलं होतं. दुहेरी अवतरण चिन्हांमधील त्यांची ती तीन वाक्यं इतक्या मोठ्या प्रिंटमध्ये छापलेली होती की, त्या शब्दांत जे महत्त्वाचं सांगायचं होतं तेच अंधुक, अस्पष्ट होऊन गेलं होतं. त्या फोटोत वाप्पा दिलखुलासपणे हसत होते. (ते मोठे झाल्यानंतरच्या सगळ्या फोटोंत त्यांच्या चेहऱ्यावर रागावल्याचा भाव असायचा.) ते आजारी पडण्याच्या खूप खूप आधी ही मुलाखत छापून आली होती. पण आजारी पडल्यानंतर ते फारच तीव्र गतीनं मृत्यूच्या जवळ जाऊ लागले होते. मुलाखतीत त्यांनी मृत्यूचा उल्लेख एक प्रेरणा म्हणून केलेला होता. पण त्याची चाहूल लागल्यानंतर तो लगेचच आपला घास घेईल, हे त्यांच्या ध्यानीमनीही नव्हतं.

एका भारतीय नियतकालिकात उमेदवारी करणाऱ्या एका ल्युस फाउंडेशनच्या

विद्वानानं वाप्पांची ती मुलाखत घेतली होती. मी वाप्पांना त्या मुलाखतकाराला सांगताना ऐकलं होतं की, वर्तमानपत्रात आपल्याबद्दलचा एक ठळक मृत्युलेख यावा, हा विचार माझ्या मनात बारा वर्षांचे असताना आला होता. त्याबद्दलची आठवण सांगताना ते म्हणाले होते, एकदा ते शाळेतून एकटेच परत येत होते– तसे ते शाळेला एकटेच जात आणि शाळेतून परत येतानाही एकटेच असत... तर ते त्या वेळेस दुतर्फा घरं असणाऱ्या एका कच्च्या रस्त्यावरून चालले होते. त्यावेळचे भारताचे राष्ट्रपती फक्रुद्दीन अली अहमद यांच्या मृत्यूची बातमी मधल्या सुट्टीच्या काहीच वेळ आधी शाळेत पोहोचली होती. बातमी पोहोचल्यावर थोड्याच वेळात म्हणजे मधल्या सुट्टीच्या थोडा वेळ आधी शाळा सोडण्यात आली होती. शाळेतून घरी परत येताना रस्त्याच्या दोन्ही बाजूच्या घरांमधून येणाऱ्या व्हायोलिनच्या करुण स्वरांनी त्यांना सोबत केली होती. सर्वत्र पसरलेल्या शोककळेचा त्यांच्या मनावर खोलवर परिणाम झाला. एका व्यक्तीबद्दलचा आदर व्यक्त करण्यासाठी देशभरातील लाखो-करोडो रेडिओ एकाच प्रकारचे सूर आळवीत होते. ते करुण असले तरी त्यांच्यात एक प्रकारची भव्यता, उदात्तता होती. त्या सुरांनी त्यांच्या मनात ती आदरणीय मृत व्यक्ती आणि त्यांच्या मृत्यूचा शोक करणाऱ्या लोकांची वेगवेगळी चित्रं उभी केली. शवपेटिका वाहून नेणाऱ्या गाडीवर लोक फुलं उधळीत आहेत, आभाळाकडे तोंड करून उभ्या असलेल्या तोफांचा दणदणाट फक्रुद्दीन अलींना मानवंदना देत आहे. देशातील सर्व राष्ट्रध्वज अर्ध्यावर येऊन फडफडत आहेत वगैरे वगैरे. दु:खी-कष्टी वाप्पांनी स्वत:ला मोरीत कोंडून घेतलं. उंच उड्या मारून स्वत:ला वडिलांच्या दाढीच्या आरशात पाहिलं. त्यांना दु:ख भारताचे राष्ट्रपती गेल्याचं नव्हतं, तर ते स्वत: मेल्यावर त्यांच्या मृत्यूची बातमी आपल्या छोट्याशा शहराच्या सीमेबाहेरही जाणार नाही, या गोष्टीचं होतं. रेडिओत त्यांच्या मृत्यूचा साधा उल्लेखही होणार नव्हता. शहरातील चौकातील दुकानांवर शोक प्रकट करायला कोणी काळे झेंडे फडकवणार नव्हते. कदाचित पोलीस फायरिंगमध्ये ते मेले, तर हे होईलही. ''एक मिनिट हं!'' त्यांनी आपल्या आरशातील प्रतिबिंबाला म्हटलं, ''का बरं मिळणार नाही मला लोकांचा असा आदर? मी कदाचित एखादा सुप्रसिद्ध सिनेस्टार, लेखक, कवी किंवा क्रिकेटरही होईन. मग ऑल इंडिया रेडिओला माझ्या मृत्यूची बातमी गंभीर आवाजात सांगण्याशिवाय दुसरा पर्यायच राहणार नाही. कुणास ठाऊक, मी भारताचा राष्ट्रपतीही होईन!''... वाप्पांच्या निखळ विनोदी वृत्तीचं व आश्चर्यकारक सडेतोडपणाचं कौतुक म्हणून मुलाखतकारानं मोरीतील त्या घटनेची भलावण केली होती. आपली मुलाखत वाचताना वाप्पा लाजेनं लालेलाल झाले होते.

मिस्टर अनविन, याच मुलाखतीत वाप्पांनी तुमच्या पत्राचाही उल्लेख केला

होता. ते म्हणाले होते की, वयाच्या एकोणिसाव्या वर्षी एका मासिकानं पाठवलेल्या नकाराच्या पत्रापेक्षा तुमचं पत्र खूपच चांगलं होतं. अर्थात दोन्ही पत्रांचा मथितार्थ एकच होता. तो म्हणजे वाप्पांचं लेखन प्रकाशित करायला दिलेला नकार. तुमचं पत्र वाचल्यावर त्यांचा संताप झाला नाही. त्यांना आपल्यावर अन्याय झाल्यासारखं वाटलं नाही, हीच काय ती जमेची बाजू होती. कारण तोवर त्यांना अशा प्रकारच्या नकारांची, हार पत्करायची, पचवायची सवयच झाली होती. पण तुमचा नकार त्यांनी मनाला लावून घेतला. आपल्या मूर्ख इच्छेमुळे हे सर्व होत आहे, असं त्यांना वाटलं. एका लहान शहरात जन्म घेतल्याचं त्यांना भयानक दु:ख झालं. त्या लहान शहरात एकच गोष्ट चांगली होती. ती म्हणजे समुद्र!

याच मुलाखतीत वाप्पांनी माझं नाव पहिल्यांदा आणि शेवटचं घेतलं. याआधी कोणत्याही मुलाखतीत त्यांनी आपल्या घरातल्या लोकांचं नाव घेतलेलं नव्हतं. त्यापुढंही ते तसे करणार नव्हते. ते सांगत, की ज्या माणसांमध्ये ते लहानाचे मोठे झाले; ते सर्व एक नंबरचे तुसडे, तिरसट आणि दोष शोधणारे होते. त्यांचा उल्लेख ते फक्त वडील, भाऊ-बहीण, काका-काकू, मामा-मामी, आत्या, मावशी असा करीत. ते त्यांची नावं कधीच कोणाला सांगत नसत. पण त्या विशिष्ट मुलाखतीत त्यांनी माझं नाव घेतलं होतं. माझ्याविषयी उगीचच काहीबाही सांगितलं होतं. काय तर म्हणे, त्याचं मन माझ्यात प्रतिबिंबित झालंय. मी आत्तापासूनच एक पुस्तक लिहिण्याची इच्छा मनात बाळगून आहे. मी एक मोठ्ठी वही ठेवलीय आणि तिच्यात मला भेटलेल्या माणसांविषयी, मी भेटी दिलेल्या स्थळांविषयी, मी पाहिलेल्या विचित्र घटनांविषयी नोंदी करून ठेवतो. त्यांना खात्री होती की, त्यांनी स्वत:साठी निवडलेल्या रस्त्यानंच मी जाणार आहे. त्याच प्रकारच्या अनिश्चिततेत जीवन कंठणार आहे. त्यांच्याप्रमाणेच कणखर होणार आहे. मिस्टर अनविन, मी तुम्हाला आत्ता लिहीत असलेल्या पत्राविषयीही ते त्या वेळी बोलले होते.

...पाऊस कमी झाल्यावर समुद्राची गाज परत ऐकू येऊ लागली. पण लगेचच अंगात आल्याप्रमाणे पावसाची आणखी एक मोठी सर डोंगरमाथ्यावर तडतडू लागली आणि तिच्या कल्लोळात समुद्राची गाज बुडून गेली. यास्मिन बुआच्या छातीला हाताचा रेटा देऊन, छोटी अंगणात पडणाऱ्या पावसाला हात लावण्यासाठी मागे झुकली. पाऊस ओसरल्यावर तिथं येऊन घुमणारी कबुतरं परत वळचणीला गेली होती. पाऊस थांबण्याची वाट पाहणाऱ्या माणसांसारखी, लुकलुकत्या डोळ्यांनी ती वळचणीला बसली होती.

हातात छत्री घेतलेला एक माणूस अंग संकोचून घेत बोगनव्हिलाकडे येणाऱ्या ओल्या रस्त्यावरून आला. पायऱ्यांजवळ रबरी पायपुसण्याला पाय पुसण्यासाठी तो तिथं थोडा थांबला. त्याच्या चेहऱ्यावरील भरगच्च मिश्यांमुळे तो टेलिव्हिजनच्या

पौराणिक धारावाहिकांमध्ये येणाऱ्या हिंदूंच्या मृत्युदेवाप्रमाणे, यमराजाप्रमाणे दिसत होता. बहुतेक त्याला आपल्या या साम्याविषयी कल्पना होती. तसंच थोडाफार खेदही होता, कारण दाराजवळ येऊन तो थोडासा घुटमळला. इकबाल काका, त्याला कधी मुसमुसणाऱ्या तर कधी कुजबुजणाऱ्या घरात घेऊन गेले.

"थोड्या वेळापूर्वी तो तुझ्याशी स्वप्नात बोलत होता." वाप्पुम्मा दाटल्या कंठानं त्या माणसाला म्हणाली. वाप्पुम्मा वाप्पांच्या खोलीबाहेर, जमिनीवर बसली होती. कधी आढ्याकडे तर कधी कौलांकडे बघत होती.

"तू बोललास, तर कदाचित तुला ओळखीलही."

तो माणूस हलकेच वाप्पांच्या छोट्या बेडरूममध्ये गेला. चवड्यांवर चालत वाप्पांच्या उशाशी गेला आणि अत्यंत काळजीपूर्वक गुडघ्यांवर बसला. लोक त्या खोलीच्या खिडक्यांजवळ सरकले. काहीतरी नाट्यपूर्ण किंवा डोळ्यात पाणी आणणारं किंवा थोडंफार गंमतशीर घडेल या आशेनं. त्यांच्या अचानक जाग्या झालेल्या कुतूहलामुळे आणि नवीन कंपू करण्याच्या धडपडीमुळे भिंतीवरील सावल्या हलल्या, त्यामुळे ती खोली आणखीनच लहान दिसायला लागली. त्या माणसानं वाप्पांच्या डोक्यावर आशीर्वाद देत असल्यासारखा हात ठेवला. मग काहीसं घाबरून तो हळुवारपणे म्हणाला, "भाऊ, डोळे उघड. बघ तरी कोण आलंय ते!"

यावर वाप्पांची पापणीही हलली नाही. जणू काही, सडू नये म्हणून मसाला भरून ठेवलेलं मृत शरीरच होतं तं.

"डोळे उघड, भाऊ!" वाप्पांच्या विरळ झालेल्या केसांमधून हात फिरवीत तो परत कुजबुजला, "अरे, मी तुझा जुना मित्र आहे!"

क्षणभर मी कल्पना केली की, वाप्पांनी डोळे उघडून हिंदूंच्या मृत्युदेवतेप्रमाणे दिसणाऱ्या त्या माणसाकडे पाहिलं आणि घाबरून जाऊन अंथरुणातून उठायची धडपड केली. कदाचित हिंदूंचा देव मुसलमानाचं काही वाईट करू शकणार नाही, हे ते विसरून गेले असावेत.

"माझा आवाज ओळखलायस ना तू? डोळे उघड बरं!" हळूहळू त्या माणसाचा आवाज मोठा आणि कर्कश होत गेला, "अरे, तुझा जुना जिवलग मित्र आहे मी!"

एकदमच वाप्पांनी थकल्यासारखा हात उचलला, आपल्या चेहऱ्यापाशी आणला. दोन बोटं ओठांवर ठेवून सिगारेट देण्याचा इशारा केला. त्यांचं लेखन छापण्यासाठी नकार देणारं पत्र आणि रेल्वे क्वार्टर्समध्ये राहणाऱ्या त्या मुलीच्या अचानक कुठं तरी निघून जाण्यानं त्यांना आलेला राग अजूनही त्यांच्या चेहऱ्यावर तसाच होता. नंतर त्यांची बोटं तळहातात मुडपली गेली आणि अंगातलं त्राण गेल्यासारखा त्यांचा हात गळून पडला.

पंधरा

भिंतीवरच्या सावल्या परत इकडंतिकडं सरकल्या. तो उंच माणूस चेहरा पाडून वाप्पांच्या खोलीबाहेर आला. त्याची ओळख वाप्पांना न पटल्यामुळे तो हिरमुसला होता. यास्मिन बुआजवळून जाताना त्यानं क्षणभर छोटीच्या तुळतुळीत डोक्याकडं पाहिलं. मग तो बाहेर जाऊन कंपाउंडच्या बुटक्या भिंतीवर बसला. पावसाच्या सरीकडे पाहून किंचित हसला आणि मग एकाएकी रडायलाच लागला.

सोळा

माझ्या वाप्पांच्या स्मृतीस

विशिष्ट शब्दांची सूची

हे पुस्तक इतर पुस्तकासारखं अजिबात नाहीय. विशिष्ट शब्दांच्या यादीनं हे संपत नाही, तर सुरू होतं.

वाप्पा - वडील
उम्मा - आई
वाप्पुम्मा - वडिलांची आई (आजी)
अम्मुम्मा - आईची आई (आजी)
उप्पुप्पा - वडिलांचे वडील (आजोबा)
संतोख - तिरडी
मैयत - शव, मृताचं पार्थिव शरीर

भाग १

एकामागोमाग एक घडणाऱ्या घटनांचा चरमबिंदू

एक

वाप्पांचा मृत्यू पावसाळी रात्री झाला, तर माझा जन्म लख्ख ऊन असलेल्या दिवशी. अर्थात माझ्या या गोष्टीत हे काही फार महत्त्वाचं नाहीय. महत्त्वाचं आहे, माझ्या जन्मानंतर काही तासांनी वाप्पा मला पाहायला आले, तेव्हा ते काय बोलले ते. माझ्यावर ओणवं होत हळुवारपणे माझ्या लोखंडी पाळण्याची दोरी हलवत त्यांनी माझ्याबद्दलची एक महत्त्वाची गोष्ट जाहीर केली होती. खरं म्हणजे ते एक भविष्यवाणी वदले होते, असं म्हणता येईल. माझ्या डोळ्यांमध्ये खोलवर पाहत ते उम्माला म्हणाले होते, "मोठा झाल्यावर हा एक थोर कथाकार होईल."

त्या वेळी दवाखान्याच्या त्या लहान खोलीत आम्ही फक्त तीनच जण होतो. ॲनेस्थेशियाच्या अमलातून उम्मा नुकतीच कुठं बाहेर पडत होती. त्यामुळे वाप्पांचे शब्द तिला नीटसे ऐकूच आले नसणार. त्यांचा अर्थ समजणं तर फार दूरची गोष्ट. वाप्पांची भविष्यवाणी ऐकून फुशारलेला असा एकटा मीच होतो.

वाप्पांनी केलेल्या त्या भाकिताबद्दल मी उम्माला कधी काही म्हटलं की दरवेळी ती कपाळाला आठ्या घालीत मला रागवायची. जेव्हा म्हणून मी तिला मी ऐकलेले वाप्पांचे शब्द सांगायचो, तेव्हा ती मला म्हणायची, "जन्म झाल्या दिवशी काय काय घडलं, हे कोणाच्याच लक्षात नसतं. हो, तुमच्याकडे काही दैवी शक्ती असतील, तरच कदाचित हे होऊ शकेल." माझा मुद्दाही हाच तर होता. मला खात्री होती की माझ्याकडे काही असाधारण शक्ती आहेत. त्या कदाचित पूर्णपणे अलौकिक, दैवी नसतीलही; आम्हा माय-लेकरांमध्ये वारंवार होणारा हा वाद फक्त वाप्पाच काय ते कायमचा मिटवू शकत होते, पण ते आम्हा दोघांमध्ये कधीच पडायचे नाहीत. ते फक्त एक स्मितहास्य करायचे.

त्यांचं स्मितहास्य नेहमी अर्धमुर्धं असायचं. वाप्पा माझी बाजू घ्यायचे नाहीत, याची मला कधीकधी खूप चीड यायची. कधी वाटायचं, की त्यांनी केलेली भविष्यवाणी खरी होईल की नाही, याबद्दल त्यांना आता शंका होती. म्हणूनच ते त्याबद्दल आता काही बोलायचे नाहीत.

मिस्टर अनविन, मी एका भविष्यवाणीचं ओझं मनावर घेऊनच लहानाचा मोठा झालो, हे आता तुमच्या लक्षात आलंच असेल. म्हणूनच या पत्राचा प्रपंच; ही गोष्ट लिहिण्याची धडपड! मी माझ्या गोष्टीची सुरुवात, मी सध्या जिथं राहतोय, त्या छोट्या शहरापासूनच करतो आहे. म्हणूनच या गोष्टीला हे शीर्षक आणि ही पार्श्वभूमी मी दिलेली आहे.

अमाप जनसंख्या असलेल्या एका फार मोठ्या शहरातून आम्ही या छोट्याशा, उदास शहरात कायमचं राहायला आलो होतो. माझ्या वाप्पांच्या शेवटच्या अनेक इच्छांपैकी एक इच्छा पूर्ण करण्यासाठी. खरं म्हणजे त्यांना प्रिय असणाऱ्या दोन शेवटच्या इच्छा होत्या. एक म्हणजे आयुष्याच्या शेवटच्या टप्प्यात आपल्या मूळ गावी परत राहायला जायचं. कोणे एके काळी त्यांना हे लहान शहर अजिबात आवडेनासं झालं होतं. त्याच्यापासून लवकरात लवकर सुटका व्हावी, असं त्यांना वाटत होतं. पण आता त्यांना आपले शेवटचे दिवस समुद्रकाठी घालवायचे होते. वाप्पांची दुसरी प्रिय इच्छा होती... खरंतर ती आता एक चेष्टेची बाब झाली होती. तर त्यांची दुसरी इच्छा होती, त्यांचं पृथ्वीवरील वास्तव्य संपण्यापूर्वी, वारेमाप प्रसिद्धी मिळालेली मेट्रो ट्रेन सुरू व्हावी. त्यांची ही इच्छा, मेट्रोबद्दलची भावना फक्त त्यांची एकट्याचीच नव्हती. शहरातील तरुणांचीही हीच इच्छा होती. फरक असला तर इतकाच की, तरुण लोक खोटा सुस्कारा टाकून हे विनोदानं म्हणायचे.

मेट्रो सर्व्हिसबद्दलची बोलणी खूप आधीपासून सुरू झाली होती, पण संबंधित अधिकाऱ्यांनी मेट्रो सुरू करण्यासाठी लागणारं बांधकाम फक्त तीन-चार वर्षांपूर्वीच सुरू केलं होतं. मेट्रो लाइनच्या कामामुळे जवळजवळ पूर्ण शहरच एक भलंमोठं मैदान झाल्यासारखं वाटत होतं. रस्त्यावर सतत धुळीचा पारदर्शक पडदा पसरलेला असायचा आणि हवेत लोखंडावर लोखंड आपटल्यावर येणारे 'किरच् किर्र' आवाज घुमत असायचे. हळूहळू मेट्रोचं काम कमालीच्या संथपणे पुढे जाऊ लागलं. लांबणीवर पडू लागलं. कधीकधी रुळांवरून घसरून पडतंय की काय अशी परिस्थिती निर्माण होऊ लागली. मेट्रोचं काम पुरं होणं, ही आमची मरणापूर्वीची अखेरची इच्छा आहे, असं लोक म्हणू लागले.

हळूहळू बाबांच्या मूळ गावी परतण्याच्या इच्छेवर लोक साधकबाधक चर्चा करू लागले. तिथलं अपार्टमेंट विकून लहानशा शहरात राहायला जाण्याच्या

आमच्या बेताला त्यांनी मूर्खात काढलं. त्याचा कडकडून विरोध केला. कारण आम्ही हे अशा वेळेला करत होतो, जेव्हा मेट्रोच्या कामानं वेग घेतला होता. एखाददुसऱ्या वर्षातच मेट्रोच्या पांढऱ्या ट्रेन्स आमच्या घरांच्या खिडक्यांजवळून सुळकन धावू लागल्या असत्या. त्या वेळी आमच्या घरालाही खूपच छान किंमत मिळाली असती. पण या सगळ्या गोष्टींचा बाप्पांवर तसूभरही परिणाम होत नव्हता. जीवनाच्या शेवटच्या टप्प्यासाठी त्यांनी एक जागा निवडली होती. स्थावर मालमत्तेच्या किमतीत पडणाऱ्या प्रचंड फरकानं त्यांना काही फरक पडत नव्हता. उलट कोणाच्या बोलण्यात या गोष्टीचा उल्लेख झाला की त्यांचा संताप अनावर होई. ''ही माझी शेवटची इच्छा आहे. माझी शेवटची प्रिय इच्छा!'' दुसऱ्यांच्या कानांवर सहज जाईल, अशा आवाजात ते स्वत:शीच बोलत.

जमिनीच्या भराभर वाढत जाणाऱ्या किमती आणि माणसाच्या शेवटच्या इच्छेचं मोल यांबद्दलच्या आमच्या कुजबुजीला शेवटी पूर्णविराम मिळाला. खूप मोठं बंदर असलेल्या त्या मोठ्या शहरातून समुद्रकिनाऱ्यावरील छोट्या शहरात आमचा मुक्काम हलवण्याची आमची तयारी अखेर पूर्ण झाली. अर्धवट बांधकाम झालेल्या पुलाकडे तोंड करून उभ्या असलेल्या अपार्टमेंट ब्लॉकमधून आता आम्ही समुद्राकडे तोंड करून बसलेल्या, डोंगरमाथ्यावरच्या छोट्याशा बंगल्यात राहायला जाणार होतो.

आपल्या आवडत्या शहराला सोडून जाता जाता माझ्या मनाला एक वेगळाच छंद जडला. माझ्या मनात आपल्या स्वत:च्या आणि इतरांच्याही शेवटच्या इच्छांचे विचार घोळू लागले. अजूनपर्यंत माझ्या मनात माझ्या अशा कोणत्याच शेवटच्या इच्छेनं आकार घेतला नव्हता. समजा, मी एखाद्या कोसळत्या इमारतीच्या विटांच्या ढिगात किंवा वेगानं येणाऱ्या ट्रकखाली चिरडून मेलो असतो, तर अशी एखादी इच्छा करायला मला वेळच मिळाला नसता. तसं पाहता एखाद्या असाध्य रोगानं पछाडलेले किंवा खूप म्हातारे झालेले लोकच शेवटची इच्छा करतात. माझ्यासारखी मुलं नाही करत. या वयात आम्हाला असंच वाटत असतं, की म्हातारपण हा रोग होण्याआधी आपल्याला तो बरा करायचा उपाय मिळालाही असेल, पण तरीही, काय बरं असेल माझी शेवटची इच्छा? कितीही विचार केला तरी या छोट्याशा शहरात येऊन राहायला लागण्याच्या दिवसापर्यंत मला माझी शेवटची इच्छा काय ते ठरवताच आलं नाही.

आमच्या भाड्याच्या नव्या घरातील, बोगनव्हिलातील शिळी हवा नाकात शिरली आणि त्याच क्षणी मला माझी शेवटची इच्छा सापडली. माझी शेवटची इच्छा होती; मी जिथं मोठा झालो, त्या अपार्टमेंटमध्ये जाऊन तिथल्या अर्धवट बांधकाम झालेल्या मेट्रो पुलाच्या बाजूला असलेल्या आमच्या घराच्या खिडक्या

भडाभड उघडाव्या आणि तिथून तो अवाढव्य खांब पुन्हा एकदा शेवटचा पाहावा. एक पूर्ण दुपार खर्च करून मी आणि शिवननं त्या खांबावर कोळशानं पुन्हा पुन्हा कोरून एक मोठ्ठा बाण रेखाटला होता. तो बाण पावसानं पुसला तर गेला नाहीय ना, हे मला परत एकदा पाहायचं होतं. त्या खांबाचा ३६६ हा नंबर मेट्रोवाल्यांनी बदलला तर नाहीय ना, हेही मला पाहायचं होतं. आमच्या फ्लॅटचा पत्ता सांगताना माझ्या आई-वडिलांना तो ३६६ नंबरचा खांब ही एक महत्त्वाची खूण वाटायची. ती खूण सांगूनही आमच्याकडे येणारे लोक वाट चुकायचेच. त्याचं कारण हे होतं, की मेन रोडसमोरच्या त्या खांबाच्या दोन्ही बाजूंना ३६६ हा आकडा रंगवलेला होता. आमच्या घरी येणारे पाहुणे हमखास आमच्या समोरच्या रस्त्यावरील जास्त उठून दिसणाऱ्या बिल्डिंग ब्लॉकला जात आणि तेथील आमच्या अपार्टमेंट नंबरचा दरवाजा ठोठावत. म्हणूनच मी आमच्या बाजूच्या खांबावर एक बाण काढायचं ठरवलं. त्या न रंगवलेल्या खांबावर कोळशामागून कोळसे घासल्यानं बाण खूपच जास्त गडद आणि मोठा झाला होता. नको त्या लोकांचं लक्ष तो नक्कीच वेधून घेऊ शकत होता. पण तरीही आम्ही आपलं काम मन लावून करतच राहिलो. शेवटी सूर्याचा लाल गोळा बागेमागे बुडाला आणि आम्हाला दटावून घरी बोलावण्यात आलं, तेव्हा कुठं आम्ही हा उद्योग आटोपता घेतला होता. इतकं करूनही माझ्या खिडकीतून तो बाण पुरेसा मोठा दिसतच नव्हता. आमच्या घराच्या तिसऱ्या मजल्यावर राहणारा शिवन तर त्या बाणाबद्दल माझ्याएवढाही विचार करत नव्हता, कारण त्याच्या खिडकीतून तो एखाद्या मोटरच्या एक्झॉस्टनं सोडलेल्या धुराच्या छोट्या काळ्या डागाइतपतच दिसत असे.

एकदा माझ्या मनात विचार आला, वाप्पुम्माची एखादी शेवटची इच्छा असेल का? पण त्याबाबत प्रश्न विचारण्याचं धाडस मी करू शकलो नाही. वाप्पुम्मा चालताना थोडी लंगडायची. पण ते एक सोडलं तर तिची तब्येत एकदम ठणठणीत होती. पण प्रत्येकाला शेवटची इच्छा असलीच पाहिजे, असा एखादा नियम असता तर त्यासाठी तिचं वय अगदी बरोब्बर होतं.

शिवनचं म्हणाल, तर त्याच्या डोक्यात एखादी तरी इच्छा तयारच असे. त्याला विमान चालवायची इच्छा होती. पण त्याची ही इच्छा, शेवटची इच्छा म्हणता आली नसती. ते तर त्याचं स्वप्न होतं. अर्थात आयुष्याच्या संध्याकाळी आपल्या अपुऱ्या राहिलेल्या इच्छा शेवटच्या इच्छा बनून आपल्या आयुष्यात परत येऊ शकतात म्हणा! पूर्ण होणं शक्य नसलेल्या शेवटच्या इच्छा.

त्या अर्धवट बांधकाम झालेल्या मेट्रो पुलामागं एक बाग होती. बागेच्या फाटकाजवळ टीनच्या पत्र्याचं एक लढाऊ विमान होतं. ते लोखंडी दांड्यांच्या आधारानं आकाशाकडं तोंड करून उभं होतं. पहाटे फिरायला जाणारे लोक उंच

उडी मारून त्या विमानाच्या पंखांना हात लावण्याचा प्रयत्न करत; दुपारच्या वेळी मुलं विमानाच्या मुख्य भागाच्या सावलीत खेळत. एकदा शिवनचं प्रगतिपुस्तक पाहिल्यावर त्याची आई त्याच्यावर इतकी भडकली की तिनं त्याचं खेळायला बाहेर जाणंच बंद करून टाकलं. त्यामुळे त्या बागेत मला एकट्यालाच बसावं लागू लागलं. अखेर त्याच्यावरील ती बंदी उठल्यावर तो माझ्याबरोबर बागेतील त्या विमानाखाली आला. मी त्याला गमतीनं म्हटलं, "शिवन, एक दिवस तू खऱ्याखुऱ्या विमानाऐवजी हे खोटं विमानच चालवशील!" खरं म्हणजे मी हे त्याला मनापासून हसविण्यासाठी म्हणालो होतो, पण ते ऐकून का कोण जाणे तो एकदम उठला आणि घराकडे तरातरा निघून गेला. मग काय! लागोपाठ दुसरा आठवडा मला बागेत एकट्यानंच काढावा लागला.

...अखेर एक दिवस आम्हाला आमचं अपार्टमेंट विकत घेणारं एक गिऱ्हाईक मिळालं. त्या दिवशी मी उम्माला विचारलं, "उम्मा, तुझी एखादी शेवटची इच्छा आहे का गं?" त्या वेळी उम्मा खिडकीपाशी उभी राहून हरवलेल्या नजरेनं बागेतल्या झाडांमागे मावळणाऱ्या सूर्याकडे पाहत होती. सूर्यास्त झाल्यावर ती बाग काळोखात बुडून जाणार होती. सी-सॉ, झोपाळे चिडिचूप होणार होते. बागेत रातकिड्यांच्या 'किर्रऽ किर्र'चा आणि बेडकांच्या 'डरावऽ डराव'चा एकच कल्लोळ माजणार होता. त्या संध्याकाळी माझ्या मनात इतकं दुःख दाटून आलं होतं, की धाय मोकलून रडावंसं वाटत होतं. मला जेव्हा-जेव्हा असं विशेष काही कारण नसताना रडावंसं वाटे, तेव्हा-तेव्हा मला सूर्योदयाच्या एक घटका आधी फाशीला जाणाऱ्या कैद्यांच्या गोष्टी आठवायच्या आणि मी त्या काही दुसऱ्या कोणाकडून ऐकलेल्या गोष्टी नव्हत्या. उम्माच्या काकांनी तुरुंग-विभागात काम केलं होतं. काका मुलांना फाशीची शिक्षा झालेल्या कैद्यांच्या आणि त्यांच्या शेवटच्या इच्छांच्या गोष्टी सांगायचे. अशा गोष्टी ऐकत-ऐकतच उम्मा मोठी झाली होती. ती सांगायची, त्यातील बऱ्याच जणांच्या शेवटच्या इच्छा जेवणाबद्दल, खाण्याबद्दलच असत. पण काही जणांना फाशी जाण्याआधी काही वेगळ्याच भुका लागत. जसं एका कैद्याला एक गाणं ऐकायचं होतं. पौर्णिमेच्या पूर्णचंद्राबद्दलचं गाणं त्यानं निवडलं होतं. तुरुंगातील अधिकाऱ्यांनी त्याची ही आगळीवेगळी शेवटची इच्छा पुरवण्यासाठी रस्त्यावरून गाणी गात हिंडणाऱ्या एका गायकाला बोलावून घेतलं. पण तो गायक नीट गाण्याऐवजी, गाण्यातले बरेचसे शब्द गिळूनच टाकीत होता. त्या संगीतप्रेमी कैद्यानं गाण्याच्या काहीच ओळी ऐकल्या आणि आपला अधिकारच असल्याच्या आवेशात त्यानं तट्कन हात उभारला आणि त्या गायकाला गप्प केलं. कदाचित आपल्या आवडत्या गाण्याची विटंबना आठवत त्याला फाशी देणाऱ्या मांगाला सामोरं जायचं नव्हतं.

एकदा एका पक्क्या नास्तिक कैद्यानं, ज्याच्यावर बसून नमाज करत, असा एक गालिचा आणि नमाज कसा करायचा, याबाबत मदत करू शकणारा माणूस मागितला होता. उम्माचे काका त्या तुरुंगातील एकमेव मुसलमान वॉर्डन होते. त्यांनी स्वखुशीनं आपला प्रार्थनेचा गालिचा त्या कैद्याला दिला. एक जुनं वर्तमानपत्र आपला 'मोसल्लाह' (नमाज करण्याचं मोठं पटांगण) म्हणून वापरलं आणि तुरुंगातील गजांच्या चट्टेरी-पट्टेरी छायेतील एका छोट्याशा खोलीत उभं राहून उम्माच्या काकांनी, या जगापलीकडील जगात जायला थोडाच कालावधी राहिला असलेल्या त्या कैद्याला आपल्या धर्माची दीक्षा दिली होती.

उम्माला तिच्या शेवटच्या इच्छेबद्दल विचारत असताना, मी आयुष्यात एकाच वेळी आपला पहिला आणि शेवटचा नमाज करणाऱ्या त्या माणसाबद्दल विचार करत होतो. उम्माला तिच्या शेवटच्या इच्छेबद्दल विचारताना मला वाटलं होतं, की या प्रश्नामुळे तिचे डोळे भरून येतील किंवा ती मला रागवेल तरी. पण खांद्यावरून मागं वळून पाहत तिनं चक्क स्मितहास्य केलं. ज्या घरात कोणी मेलं आहे, त्या घरातील शोक करणारे लोक एकमेकांकडे पाहून करतात तसं उदास स्मितहास्य.

...आकाशात सूर्यप्रकाशाचा लवलेशही उरला नव्हता. आमच्या बिल्डिंगसमोरील बाग ओस पडू लागली होती. आता उम्माचं लक्ष बागेतील फिरत्या फाटकातून लगबगीनं बाहेर पडणाऱ्या लोकांकडे होतं. त्यांच्यावरली नजर काढत तिनं परत एकदा मागं वळून पाहिलं आणि मग ती म्हणाली, "माझी शेवटची इच्छा आहे, छोटीचं लग्न होईपर्यंत मला मरण येऊ नये, ती मोठी झाल्यावर तिनं अनाथ वधू होऊ नये, असं मला वाटतं!"

गंमत म्हणजे आमच्या त्या मोठ्या शहराचा निरोप घेणारे आम्ही एकटेच नव्हतो, हे समजल्यानं आम्हाला कुठं तरी बरं वाटलं. वाप्पांच्या मूळ गावी जाण्याच्या काही दिवस आधी वर्तमानपत्राच्या पहिल्या पानावर, शहरातील सर्वांत जुन्या वास्तूंबद्दल एक लेख आला होता. त्यात लिहिलं होतं की घोड्याच्या नालाच्या आकाराची 'सॅम्स' या नावानं ओळखली जाणारी एक जुनी, उंच इमारत पाडली जाऊन तिथं एक मॉल येणार आहे. केवळ याच गोष्टीमुळे ती इमारत बातमी देण्यायोग्य झालेली होती. तिचा अंतकाळ जवळ आला आहे, या बातमीनं वाप्पांना फारच वाईट वाटलं. बातमीनुसार या इमारतीनं बऱ्याच श्रीमंत व प्रसिद्ध व्यक्तींना त्यांचं नशीब उघडावं यासाठी आश्रय दिलेला होता. त्यांना खायला-प्यायला घातलं होतं. एके काळी ती इमारत होतकरू कलाकारांनी आणि साहित्यिक होण्याची स्वप्नं रंगवत इथं-तिथं हिंडणाऱ्या लेखक-कवींनी गजबजलेली असे.

ती इमारत पाडली जाऊन, ती ढासळलेल्या दगडांची रास बनण्यापूर्वी,

आसपासच्या झाडांच्या पानांवर धुळीचा हलका, काळसर थर चढण्याच्या एक दिवस आधी वाप्पा मला घेऊन तिथे गेले होते. लांबच लांब शांत व्हरांडे आणि वेगवेगळे नंबर असलेले तपकिरी रंगाचे दरवाजेच दरवाजे. एका अंधाऱ्या व्हारांड्यामध्ये 'सॅम्स'च्या संस्थापकाचा गंभीर मुद्रेचा एक फोटो होता. त्या फोटोखाली एक टोकदार नाकाचा म्हातारा माणूस बसलेला होता. बाकी सगळीकडं भयाण शांतता होती. त्या माणसाच्या हातात दोन दिवसांपूर्वीचं वर्तमानपत्र होतं. त्या शहराच्या भूतकाळात त्या इमारतीचं काय महत्त्व होतं आणि लवकरच तीही भूतकाळात कशी जमा होणार होती, याबद्दलचा लेख याच वर्तमानपत्रात छापून आला होता. त्या माणसामागच्या भिंतीवर कितीतरी किल्ल्या टांगलेली एक लाकडी पट्टी होती. कड-कड, कट-कट करणाऱ्या सिलिंग फॅनच्या जोरदार वाऱ्यातही त्या किल्ल्या शांत उभ्या होत्या.

काउंटरवर झुकून वाप्पांनी त्या माणसाला सांगितलं, की मी ही इमारत पाहण्याची परवानगी घेऊन आलेलो आहे. हे ऐकून त्या माणसानं भिंतीवरून एक किल्ली घेतली. आम्हाला घेऊन तो एका जुन्यापुराण्या लिफ्टमध्ये चढला आणि त्यानं लिफ्टचं एक बटण दाबलं. कण्हत, खडखडत लिफ्ट वर जाऊ लागली. एकेका मजल्यावर उतरण्याच्या सात काळोख्या जागा पार करून ती आम्हाला सर्वांत वरच्या मजल्यावर घेऊन आली आणि मग एक गचका देऊन एकदम थांबली. तो म्हातारा माणूस आम्हाला एका विस्तीर्ण गच्चीवर घेऊन गेला. वाप्पांच्या हातात एक किल्ली देऊन तो लिफ्टनं खाली निघून गेला. खाली जाणारी लिफ्ट इतकी जोरजोरात खडखड करत जाता होती की ती इमारत पाडण्याचं काम आत्ताच सुरू झालंय की काय असं वाटत होतं.

सॅम्सच्या गच्चीवर मी जन्मात पहिल्यांदा इंद्रधनुष्य पाहिलं. इंद्रधनुष्य पाहून माझ्या मनात आलं, रंगांचा किती वाईट उपयोग केलेला आहे यात. बालगीतांमध्ये इंद्रधनुष्याच्या सुंदरतेबद्दल एवढं वर्णन केलं जातं, पण त्याच्या निम्म्यानंही सुंदर नाहीय हे.

"याआधी कधी पाहिलयंस तू इंद्रधनुष्य?" वाप्पांनी विचारलं.

"नाही!" मी म्हटलं.

"मीसुद्धा नव्हतं पाहिलं." ते म्हणाले.

तर वयात तीस वर्षांचं अंतर असणारे आम्ही दोघं तिथं उभे होतो. अशा इमारतीच्या गच्चीवर, जिच्या आयुष्याचा तो शेवटचा दिवस होता. अन् तिथं उभं राहून आम्ही दोघं मिळून आपापल्या आयुष्यातील पहिलंवहिलं इंद्रधनुष्य पाहत होतो. वाप्पांनी चव्वेचाळीस वर्षांच्या जीवनात, पुस्तकात व सिनेमात सोडलं तर प्रत्यक्ष डोळ्यांनी एकदाही इंद्रधनुष्य पाहिलं नसेल या गोष्टीवर माझा विश्वासच

बसत नव्हता. निखळता तारा पाहण्याइतकं इंद्रधनुष्य पाहता येणं कठीण होतं का की त्यांनी लेखनातील लक्ष काढून वर पाहताच ते आकाशातून अदृश्य व्हायचं?

आम्ही पाहिलेलं हे इंद्रधनुष्य शहराच्या एका टोकापासून दुसऱ्या टोकापर्यंत एखाद्या मोठ्या हेअरबॅन्डसारखं पसरलेलं होतं. त्याच्या एका बाजूला आकाशाला गवसणी घालणारे बगळे होते, तर दुसऱ्या बाजूला अर्धवट बांधकाम झालेली मेट्रो स्टेशनं आकाशात कोरल्यासारखी उभी होती. इंद्रधनुष्य बराच वेळ आभाळात जसंच्या तसं होतं. त्याला नाहीसं होण्याची थोडीही घाई नव्हती. जणू काही त्याला माहीत होतं, की त्याला पाहायची वाप्पांना मिळालेली ही शेवटची संधी होती.

मग, हलक्या पावलांनी पाऊस आला आणि रिमझिम बरसू लागला.

"पळ," वाप्पा ओरडले आणि ते टाक्यांजवळून पळू लागले. सॅम्स गजबजलेलं होतं, तेव्हा याच टाक्यांनी तिथं राहणाऱ्यांना पाणी पुरवलं होतं. त्यांच्यातील पाणी सुकून आता त्या टाक्या कोरड्या झाल्या होत्या. त्यांच्या तळाला सुकलेली तांबट पानं पसरलेली होती. उंच भिंतीवर शेवाळ्याचा जाड थर चिकटलेला होता. गच्चीच्या टोकाला एक छोटासा पॅसेज होता. त्याच्या दोन बाजूंना दोन दारं होती. तिथं येऊन वाप्पा थांबले. एवढ्याशा धावण्यानं त्यांना अशी धाप लागली होती, जणूकाही ते मैलभर धावले होते. श्वास स्थिर झाल्यावर त्यांनी एका खोलीचं कुलूप उघडलं आणि आम्ही एका रिकाम्या खोलीत शिरलो. खोलीच्या भिंतींना ओल आलेली होती. फरशीवर धुळीचा पातळ थर साचला होता. दमट, कोंदट हवेला लाकडाच्या भुश्शाचा वास होता. एका खिडकीजवळ जाऊन वाप्पांनी ती सताड उघडली. पावसाच्या रिमझिमनं आता जोरदार सरीचं रूप धारण केलं होतं.

खोलीतील एका कोपऱ्याकडे बोट करत वाप्पा म्हणाले, "माझं लिहिण्याचं टेबल इथं असायचं." तिथल्या भिंतीवरील ओल माणसाच्या दाढीसारखी दिसत होती. "जवळच माझी खुर्ची असायची." ते पुढे म्हणाले.

त्यांच्या डोळ्यांसमोर अर्थातच त्यांचं तरुणपणचं रूप असावं. "माझी पहिली तीन पुस्तकं मी याच खोलीत लिहिली." ते म्हणाले, "तिन्ही वेळा हस्तलिखित पूर्ण झाल्यावर मी ते मिस्टर अनविनना पाठवलं. त्यानंतर लागोपाठ कित्येक दिवस दरवाजावर कोणी 'टक टक' केलं की मला वाटायचं बहुतेक तेच आलेले असावेत." आणि ते अनिश्चित मन:स्थितीत असल्यासारखे हसले.

"हे अनविन कोण आहेत?" मी वाप्पांना विचारालं.

"ते एक साहित्यिक एजंट आहेत. त्यांचं काम आहे, लेखकानं लिहिलेलं पुस्तक काही कमिशन घेऊन चांगल्या प्रकाशकाकडे छापून आणणं. पण त्यांनी माझ्या पत्राला कधीच उत्तर दिलं नाही."

तसं मी तुमचं नाव बऱ्याच वेळा ऐकलं होतं. पण वाप्पांच्या त्या दिवशीच्या बोलण्यानं पहिल्यांदाच माझ्या लक्षात आलं, की तुम्ही इतके महत्त्वाचे होता की पत्राचं उत्तर न देऊन तुम्ही लोकांना दु:खी, कष्टी करू शकत होता.

मिस्टर अनविन, मी एका खिडकीशी जाऊन बाहेर पाहिलं. आम्ही आयुष्यात पाहिलेलं पहिलं इंद्रधनुष्य दिसेनासं झालं होतं. त्या रिकाम्या खोलीत आम्ही जवळजवळ वीस मिनिटं थांबलो. वाप्पा त्या खोलीत इकडून तिकडे हिंडत होते. भिंतीना हात लावत होते. खिडक्यांमधून बाहेर पाहत होते. खोलीतील ज्या कोपऱ्यात त्यांची टेबल-खुर्ची असे, तिथं रेंगाळत होते. ते हे सगळं करत होते, तेव्हा मी एका खिडकीच्या चौकटीत बसलेलो होतो. मला कळतच नव्हतं, की एकाच वेळी त्यांच्या चेहऱ्यावर उदासपणा आणि समाधानाचे भाव का होते.

शेवटी ती कधी काळची जुनी लिफ्ट झोकांड्या खात असल्यासारखा आवाज करत वर येऊ लागली, तेव्हा कुठं वाप्पांची तंद्री मोडली. तो धारदार नाकाचा माणूस लांबवर दिसला, तेव्हा आम्ही दोघं पावसात भिजत, पाण्यानं थोड्या भरू लागलेल्या टाक्यांजवळून, अंधुक प्रकाश असणाऱ्या त्या लिफ्टकडे धावलो.

दुसऱ्या दिवशी सकाळी, सॅम्स शहराच्या नकाशावरून पुसलं गेलं होतं. दोन दिवसांनी आमचीही तीच स्थिती झाली. त्या दिवशी आम्ही पावसाचा पाठलाग करत टॅक्सीनं गावं, लहान शहरं, मोठी शहरं पालथी घालत पुढे-पुढे चाललो होतो. पावसानं सगळे रस्ते धुवून काढले होते. झाडांची पानं जास्त हिरवीगार केली होती. विटांच्या घरांना नवीन काळपट रंग दिला होता. एका खेडेगावाच्या लेव्हल क्रॉसिंगजवळ टॅक्सी थांबली असताना मी एका बाईला रस्त्यावरून खाली उतरून भाताच्या शेतात निघून जाताना पाहिलं. तिनं कोनफळाचं रुंद पान असं ऐटीत डोक्यावर धरलं होतं, जसं काय ते पान नसून डौलदार छत्रीच होती. एका लहान शहरातून वेगानं जात असताना मला एका छोट्याशा खोपटीवजा हॉटेलमधून धुराचे लोट बाहेर पडताना दिसले. मोटारीच्या या प्रवासात सगळे जण अधूनमधून पेंगत होते, जागे होत होते. पण मी मात्र पूर्ण प्रवासभर टक्क जागा होतो. शेवटी आम्हाला दूरवर समुद्र फेसाळताना दिसला आणि डोंगराच्या कडेकडेनं प्रवास केल्यावर डोंगरमाथ्यावरचं आमचं नवं घर दिसलं. वाप्पा झोपेतून थोडे रागातच उठले. त्यांनी मरणापूर्वी राहायला निवडलेल्या त्या घराकडे एक कटाक्ष टाकला. घर धुळीच्या, कच्च्या रस्त्यावर होतं; रस्त्याचं नाव होतं 'मॅडम लेन'. लाकडी फाटकावरील कमानीवर बोगनवेल आडवीतिडवी वाढलेली होती. कमानीवरून बाहेर आलेल्या वेलीच्या फांद्यांमुळे ते फाटक होतं त्यापेक्षा अरुंद दिसे. नंतरच्या दिवसांत त्या फाटकाची रुंदी हा वाप्पा आणि त्यांना जवळच्या मोठ्या शहरातील हॉस्पिटलमध्ये घेऊन जाणारे टॅक्सी ड्रायव्हर यांच्यामधील नेहमीच्या वादाचा मुद्दा

ठरला. वाप्पांवर होत असलेले इलाज लिहायलाही कठीण होते आणि उच्चारायला तर त्याहूनही कठीण! फाटकावर ठोकलेल्या फळीवर बंगलीचं नाव लिहिलं होतं, 'बोगनव्हिला'.

त्या घराचा रंग पांढरा होता. खिडक्यांचा फिकट निळा, समोरचं दार माणूसघाणं वाटलं. बंगलीचा मालक व्हरांड्यात बसून आमची वाट बघत होता. एक किडकिडीत म्हातारा माणूस. त्यानं केसांना लावलेला हेअर डाय त्याच्या भांगातही उतरला होता. लोखंडी रिंगमधील किल्ली मोठ्या विनम्रपणे वाप्पांच्या ओंजळीत टाकीत त्यानं वाप्पांना विचारलं, "या घरात किती दिवस राहण्याचा विचार आहे तुमचा?" क्षणभर मला वाटलं की वाप्पा म्हणतील, "मरण येईपर्यंत!" पण ते किंचित हसत म्हणाले, "पाहू या!"

समुद्रकिनाऱ्याजवळील बहुतेक रोड साइन्सवर 'शहर पाच मैलांवर आहे' असं लिहिलं होतं, पण काही जण म्हणत की समुद्रकिनारा ते शहर, यांच्यात तब्बल सहा मैलांचं अंतर आहे. वाप्पांचं बालपण ज्या घरात गेलं होतं, ते घर शहरातील मुख्य चौकाच्या मागं तीन रेल्वे रुळांच्या पार होतं. भाड्याच्या घराऐवजी त्यांनी आपले शेवटचे दिवस या घरात काढायचं ठरवलं असतं तर सगळ्यांना जास्त बरं वाटलं असतं. वाप्पुम्मानं तर त्यांना शेवटचे दिवस तिथंच राहायचा खूप आग्रह केला होता. तिला वाटत होतं की, आपल्या वडिलोपार्जित घरात मरण येण्यासारखं दुसरं सुख नाही. पण वाप्पा अडूनच बसले. आपला हट्ट सोडायला ते तयारच नव्हते. ते म्हणाले, की त्यांना त्यांनी ठरवलेल्या जागेतच राहायचंय आणि त्यांनी ठरवलेली जागा होती – लांबवरचा अंधुकसा समुद्र दिसणारं, डोंगरमाथ्यावरील ते लहानसं घर!

घरमालक आणि टॅक्सी ड्रायव्हर आम्हा चौघांना तिथं सोडून निघून गेले. दुसऱ्याच क्षणी माझ्या मनात आलं, त्या ड्रायव्हरला आमच्याबद्दल विशेषत: माझ्याबद्दल किती वाईट वाटत असेल. शहराकडे गाडी नेताना त्याची नजर अधूनमधून त्याच्या शेजारच्या, मी बसलेल्या सीटकडे जात असेल. त्या सीटवर बसून मी त्याला तब्बल सहा तास गाडी चालवताना पाहत होतो.

आता मला आमचं कुटुंब युरी किंवा येरिलच्या कुटुंबासारखं वाटत होतं, फरक एकच होता, युरी की येरिलच्या घराभोवती शेकडो एकर बर्फ पसरलेलं होतं आणि आमच्या घरामागं शेकडो एकर नारळाच्या बागा पसरलेल्या होत्या. ...आणि समोर होता सतत उचंबळणारा समुद्र. युरी की येरिलच्या घराभोवती दोन पाळीव कुत्री बागडत असायची आणि आमच्या अंगणभर जंगली कबुतरांचा थवा फडफडत असायचा. आमच्या दोन्ही घरांत बाकी सगळं जवळ-जवळ एकसारखं होतं.

मिस्टर अनविन, मला वाटतं, या पुस्तकाच्या पहिल्या प्रकारणाच्या आधी या छोट्याशा शहराचा नकाशा घालावा. तुमचं काय मत आहे याबाबत? वाप्पांच्या पुस्तकसंग्रहातील बऱ्याच जाडजूड पुस्तकांच्या सुरुवातीला असे नकाशे असायचे. काही नकाशे तर लेखकाच्या फक्त मनात असलेल्या जागांचे असायचे. काही पुस्तकांच्या प्रारंभी वंशवृक्ष – कुटुंबातील आई-वडील, भावंडं, आजी-आजोबा, पणजी-पणजोबा, खापरपणजी-खापरपणजोबा वगैरेंचं झाडाच्या, त्याच्या फांद्यांच्या रूपात काढलेलं चित्र किंवा एका पेटीपासून निघालेल्या दुसऱ्या, तिसऱ्या, चौथ्या पेट्या असं चित्र असतं. माझ्या मते सुरुवातीला असा नकाशा घातलेला चांगला. म्हणजे बघा, एका बाजूला असेल शहराचा चौक आणि दुसऱ्या बाजूला समुद्र आणि या दोन बिंदूंमध्ये विखुरली असतील या छोट्याशा शहरातील महत्त्वाची ठिकाणं – जशी शाळा, पाण्याच्या टाक्या, तलाव, देवळं, बाजारपेठा, मशिदी, रेल्वे स्टेशन, पोस्ट ऑफिस आणि ज्या रस्त्यांवरून या पुस्तकातील माणसं रोज येत-जात असतील, ते रस्ते. दुसऱ्याच कुठल्या तरी काळातील भुतंच आहेत जणू ती!

दोन

मिस्टर अनविन, बिलालची ओळख करून घ्या.

बोगनव्हिलाच्या कमानीखाली उभ्या असलेल्या दोन मुलांतील जो उंच मुलगा आहे, तो आहे बिलाल; त्यांच्यामागे बोगनव्हिलाचं फाटक सताड उघडं आहे. दोघांमध्ये माझी उंची कमी आहे. हं, तोच मी. किंचित तिरळा वाटतोय तो. नाही, तसा मी खरोखर तिरळा नाहीय. पण हा फोटो घेतला ना, तेव्हा थोड्या वेळापुरता मी तिरळा झालो होतो. नाही, उन्हाच्या चकाकीमुळे नाही. कॅमेऱ्याच्या पिनहोलमधून माझ्याकडे पाहिलं जातंय या जाणिवेमुळे मी थोडा अस्वस्थ झालो होतो आणि ती अस्वस्थता लपवण्याच्या प्रयत्नात ते तिरळेपण आलं होतं. आम्ही बोगनव्हिलात आल्यानंतरच्या पहिल्या छोट्या ईदला 'ईद उल फितरत'ला हो फोटो काढलेला होता. बिलालनं मला दिलेल्या मेजवानीची परतफेड करण्यासाठी मी त्याला आमच्या घरच्या ईदच्या मेजवानीसाठी बोलावलं होतं. या गोष्टीची एक वेगळीच गोष्ट आहे. ती गोष्ट इथंच सांगून टाकतो. कारण या पुस्तकात दुसऱ्या जागी ती घालता येणार नाही.

मी या लहान शहरातील शाळेत ॲडमिशन घेतली, त्याच्या एक आठवड्यानंतर घडलेली गोष्ट आहे ही. माझे वाप्पा, याझिनचाचा, यास्मिनबुआ याच शाळेत शिकलेत. आमच्या डोंगरमाथ्यावरील घराकडे जाताना मध्येच मी या बिलालला पाहिलं. आमची उंची जवळ-जवळ एकसारखीच असल्यानं आम्ही वर्गात एकाच बाकावर बसत होतो. खरंतर मी मनोमन प्रार्थना करत असायचो का हा मुलगा लवकर उंच व्हावा म्हणजे मला त्याच्याबरोबर बसायची पाळी येणार नाही. उन्हाळ्यात काजूच्या बागेत येतो तसा वास त्याच्या अंगाला यायचा आणि

काजूच्या फुलांचा वास आला की मला नेहमी मरण जवळपास असल्यासारखं वाटतं. डोंगरावर जाणाऱ्या रस्त्यावर आम्हा दोघांची योगायोगानं गाठ पडली आणि मग घटनांची अशी काही साखळी तयार झाली की, त्यामुळे आम्ही दोघं चांगले मित्र आणि बारीकसारीक खोडसाळपणा करणारे सवंगडी झालो.

याच सुमारास एक दिवस वाप्पा पहिल्यासारखे, सुधारलेले वाटले. त्यांना बाहेर फिरून येण्याची हुक्की आली. आम्ही फिरत फिरत उत्तरेच्या कड्याकडे जाणाऱ्या रस्त्यावर गेलो. रस्त्याच्या कडेला काही झोपड्या होत्या. तिथं काही सटरफटर, गमतीदार, विचित्र वस्तू आणि गंमतशीर नावं असलेले खाण्याचे पदार्थ विकले जात. तिथं मी बिलालला एका कॅफेबाहेर पाहिलं, पण मी जे काही पाहिलं त्याच्यावर किती तरी वेळ माझा विश्वासच बसेना. कॅफेबाहेर, खाण्याच्या जागेबाहेर उभारलेल्या रेलिंगला टेकून तो चवड्यावर उभा होता. एकसारखे गॉगल घातलेल्या एका विदेशी जोडप्यासमोर आशाळभूतपणाने एक हात पसरून आणि दुसऱ्या हातानं पोटात भूक लागल्याचा अभिनय करत तो उभा होता. उन्हात शेकून त्या जोडप्याची गोरी कातडी वाळूच्या खरखरीत कागदासारखी झाली होती. रस्त्यावर कोलांटी उडीसारखं स्टंट करणाऱ्या माणसाकडे पाहावं, तशी ती दोघं बिलालकडे पाहत होती. त्यांच्या चेहऱ्यावर एक प्रकारची चीड होती. तिच्यात त्यांना बिलालचा तो अवतार आवडल्याचाही भाव नव्हता की नावडल्याचाही भाव नव्हता.

बिलालला अशी भीक मागताना पाहून मला कससंच वाटलं. टेलिव्हिजन सिरियल सोडून बाहेर कोणालाही असं अजिजीनं, निर्लज्जपणानं भीक मागताना मी पाहिलं नव्हतं. आठवडाभर शाळेला येणारा मुलगा आठवड्याच्या सुट्टीच्या दिवशी अशी भीक मागत असेल, अशी मी कल्पनाही केली नव्हती. मी त्याच्याजवळून गेलो, पण माझी नजर समुद्राकडे होती आणि कान त्याची गाज ऐकण्यात दंग. आम्ही मासे विकणाऱ्या एका दुकानाजवळून चाललो होतो. बर्फाच्या लादीवर रात्री पकडलेले मासे झोपाळू डोळ्यांनी पडलेले होते. मासे विकणाऱ्या माणसाला त्या माशांची इंग्रजी नावं तोंडपाठ होती. त्याचं बोलणंही तरबेज विक्रेत्याप्रमाणे नरम होतं. त्याची गिऱ्हाइकं परदेशी असल्यानं त्याच्याकडचे मासे भयंकर महाग होते हे सांगायलाच नको. चालत असताना एकदम कोणी तरी मला नावानं हाका मारल्यासारखं वाटलं. त्या हाका ऐकू नयेत, यासाठी मला फार प्रयत्न करावे लागले. हाकांचा आवाज जवळ येऊ लागला, तसा मी आणखी झपाझपा चालू लागलो.

"काय रे, बहिरा झालायस का?" वाप्पा रागावून ओरडले. "तुला कोणी तरी हाका मारतंय."

मी मागे वळून पाहिलं. तिथं बिलाल उभा होता. जोरात धावल्यामुळे लालेलाल झालेला. धापा टाकत असलेला.

"हॅलो!" तो धापा टाकीतच म्हणाला.

मला बिलालला 'हॅलो' आणि 'बाय' एकदमच म्हणावंसं वाटलं. पण तोवर वाप्पांनी त्याचा हात हातात घेऊन त्याचं नाव, घराचा पत्ता वगैरे विचारायला सुरुवातही केली होती.

"शहरातील मशिदीमागे." तो धापा टाकीतच म्हणाला.

"मशिदीमागे? मशिदीमागे तर रेल्वे लाइन्स आहेत."

"नाही. मशिदीच्या आवारातच राहतो मी." बिलाल म्हणाला. एव्हाना वाप्पांच्या कपाळावर आठ्या पडू लागल्या होत्या. ते पाहून तो ऐकू येईल न येईल अशा आवाजात म्हणाला, "मी तिथल्या अनाथालयात राहतो."

मनातील गोंधळ लपवायला बळेबळे हसत वाप्पांनी बिलालला हळुवारपणे विचारलं, "मग या डोंगराच्या बाजूला कसा काय आलास तू?"

मला वाटलं होतं, की बिलाल एखादी थाप मारील. पण तो कसनुसं हसत गप्पच राहिला. तेवढ्यात ज्या फिरंगी जोडप्यापुढे बिलाल भीक मागत होता, ते हातात हात घालून आमच्याजवळून गेलं. बिलालला पाहून त्या माणसानं आपले दोन्ही गाल फुगवले आणि त्या बाईनं गॉगल काढून डोळे गंमतशीरपणे गरागरा फिरवले.

"तुझे बरेच मित्र झालेत की इथं!" वाप्पा माझ्याकडे पाहून म्हणाले.

सूर्य मावळतीला गेला होता. रस्त्यालगतच्या खोपटांमध्ये दिवे लागले होते. डोंगरावर हळूहळू अंधार पसरू लागला. ते पाहून वाप्पांनी बिलालला लवकर शहराकडे परतायला सांगितलं. नाही तर तो शहरात पोहोचेपर्यंत रात्र होऊन गेली असती. अंधाराचं नाव काढताच बिलालनं घाबरल्यासारखं करून शहराकडे धाव घेतली. डोंगरावरून खाली जाणाऱ्या लोकांच्या गर्दीत तो मिसळून गेला. रात्रभर माझ्या मनात हेच कोडं होतं, की भुकेचं सोंग घेऊन बिलाल त्या फिरंगी जोडप्याकडून फक्त स्मितहास्यच उकळू शकला होता की काय; पण मी शाळेच्या प्रवेशद्वारातून आत शिरताच माझं कोडं सुटलं.

"माझ्याकडे एक डॉलर आहे!" बिलालनं छाती फुगवून सांगितलं. पिंजऱ्याजवळ उभं राहून तो एका लव्ह बर्डला काहीतरी खाऊ घालीत होता. "मधल्या सुट्टीत खर्च करून टाकू या."

मधल्या खायच्या सुट्टीत मला आयुष्यात पहिल्यांदा डॉलरचं दर्शन झालं. रुपयापेक्षा खूप नीटनेटकी, सुबक नोट होती ती. नोटेच्या मधोमध दिसणारा चेहरा, कधी माणसाचा वाटे तर कधी बाईचा. स्पर्शाला करकरीत आणि नजरेला

रेशमी झळाळी देणारी नोट होती ती. इतकी झुळझुळीत की ती नकली आहे, असा संभ्रम व्हावा. मी दुपारच्या सुट्टीत बिलालबरोबर एका दुकानात गेलो. घर कम दुकान होतं ते. आतल्या खोलीमध्ये दुकानदाराचं घर होतं आणि बाहेरच्या खोलीत दुकान. विकायच्या वस्तू जमिनीवर पसरलेल्या होत्या. काही वस्तू तर त्याच्या घराच्या एका खोलीत, बहुतेक ती त्याची अभ्यासिका असावी, घरंगळत गेल्या होत्या. दुकानदाराच्या चेहऱ्यावर राग जसा ठाण मांडून बसला होता. त्याच्या कानातून केस बाहेर डोकावत होते. दुकानातून वस्तू लंपास करणाऱ्यांपासून सावध राहण्याचा भाव त्याच्या चेहऱ्यावर होता. पण आपली ही सावधगिरी शंभर टक्के यशस्वी होईलच असं नाही, हेही तो जाणून होता.

डॉलरची नोट दुकानदाराच्या हातात देऊन बिलाल म्हणाला, ''नोट रुपयात बदलून द्या.'' तो ज्या प्रकारे दुकानदाराशी बोलत होता, त्यावरून अशा प्रकारच्या व्यवहाराची त्याची ही पहिलीच वेळ नसावी हे स्पष्ट दिसत होतं. दुकानदारानं त्या नोटवर टॉर्चचा झोत टाकला. तिला खाली-वर करून बघितलं. शेवटी तो म्हणाला, ''आज एका डॉलरला पंचेचाळीस रुपये रेट आहे.''

''बासष्ट रुपये!'' बिलाल म्हणाला.

''कोणी सांगितलं तुला?'' दुकानदाराच्या चेहऱ्यावरील राग आणखी गडद झाला.

''वर्तमानपत्रानं, आजचा रेट बासष्ट रुपये आहे.''

''ठीक आहे,'' काउंटरवर डॉलरची नोट आपटत दुकानदार म्हणाला, ''मग त्या वर्तमानपत्राच्या ऑफिसात जा आणि या डॉलरचे रुपये करून घे. नीघ, नीघ आता इथून!''

बिलालनं काउंटरवरून खसकन ती नोट उचली आणि तो घाईघाईनं दुकानाबाहेर पडला. मला उगीचच फसवलं गेल्यासारखं आणि एकटं पाडल्यासारखं वाटलं. पण लगेचच दुकानात परत जाऊन डॉलर काउंटरवर ठेवून तो म्हणाला, ''ठीक आहे. बासष्ट रुपये तू पुढच्या खेपेस दे मला.''

रुपयात बदलून घेण्याच्या व्यापात डॉलरची किंमत खूप कमी झाली होती. पण तरीही त्या पैशात आम्हाला खायला-प्यायला बऱ्याच गोष्टी मिळाल्या. कोकच्या दोन बाटल्या, प्लम केकचे दोन तुकडे, खूप ढेकरा, शिवाय थोडे फार सुटे पैसे. अनाथालयाच्या पायऱ्या चढताना सुट्या पैशांचा खुळखुळ आवाज येऊ नये म्हणून त्यानं ते वेगवेगळ्या खिशांमध्ये ठेवले. कोक आणि केक पोटात जाताच, त्या डॉलरमुळे झालेल्या आमच्या मैत्रीबद्दल मला वाईट वाटू लागलं. वर वर येणाऱ्या ढेकरांना आवर घालता घालता मी मनाशी निश्चय केला, की या कोक-केक पार्टीची लवकरात लवकर परतफेड करायची.

म्हणूनच रमजान महिन्यानंतरच्या छोट्या ईदच्या मेजवानीसाठी मी त्याला घरी बोलावलं. त्याच दिवशी वाप्पांनी आम्हा दोघांना बोगनव्हिलाच्या दाराच्या कमानीखाली उभं राहायला लावून स्मितहास्य करायला सांगितलं होतं. बिलालनं पट्कन छाती फुगवून मिलिटरीत असल्याचा पवित्रा घेतला आणि मी डोळे तिरळे केले.

हा फोटो तसा घेतलाच गेला नसता. ही ईद साजरी करावी की न करावी, याबाबत कुजबुजत्या स्वरात वाद चालत. वाप्पुम्माचं म्हणणं होतं, की वाप्पा इतके आजारी आहेत. त्यामुळे आपण कोणताही सणवार साजरा करू नये. याउलट यास्मिनबुआचा सल्ला होता, की पुढची ईद वाप्पा पाहतील की नाही याबद्दल शंका आहे. त्यामुळे ही ईद आपण विशेष आनंदानं साजरी करावी. मग आम्ही फारसा गाजावाजा न करता, कोणाला दावतला न बोलावता, नवे कपडे न घेता, साधेपणानं ईद साजरी करायची असं ठरवलं.

मी बिलालला ईदच्या मेजवानीसाठी बोलवण्याचा आग्रह धरला. अनाथालयाकडून परवानगी मिळाल्यावर बिलालनं अत्तर लावलेला पांढऱ्या रंगाचा झब्बा-पायजमा घातला आणि तो इमामच्या सायकलवरून आमच्या घरी आला. त्याचे कपडे नवे होते, पण त्यातून येणारा वास मला अंत्येष्टी विधीची आठवण करून देत होता. तो कुठून आलाय, हे माहीत असल्यामुळे उम्मा-वाप्पांनी त्यांना खूप आनंद झालाय असं दाखवलं. उम्मा त्याच्यावर मायेचा वर्षाव करत होती. त्याचा सुरुवातीचा संकोच नाहीसा झाल्यावरही आणि आपलं पोट तुडुंब भरलंय असं त्यानं सांगितल्यावरही ती त्याला आणखी खायचा आग्रह करत होती. आमच्या स्वागत-सत्काराला जागायचं, असं बिलालनं ठरवलं. मेजवानी संपता संपता तो उम्माला म्हणाला, ‘‘चाची, अनाथालयातील इतर मुलांपेक्षा मी वेगळा आहे.’’

भुवयांची कमान करून, न बोलताच तिनं कसं असा बिलालला सवाल केला. तो तिला म्हणाला, ‘‘उन्हाळ्याच्या सुट्टीत माझ्या डॉर्मेटरीतील सगळी मुलं अनाथ राहत नाहीत. त्यांना घरी घेऊन जायला मशिदीबाहेर त्यांच्या आया येऊन उभ्या राहतात.’’

‘‘अनाथ मुलांना आया असतात?’’ उम्मानं चाचरत विचारलं.

‘‘हो, असतात ना!’’ तो म्हणाला. ‘‘मशीद तसेच अनाथालयाचे संचालक सोळा वर्षांच्या आतील बाप नसलेल्या मुलांना अनाथ समजतात.’’

पण बिलालला उन्हाळ्याच्या सुट्टीत घरी घेऊन जाणारी आईही नव्हती आणि बसनं जिथं जाता येईल असं घरही नव्हतं. हे ऐकून उम्मानं सहानुभूतीनं मान हलवली आणि त्याला आणखी खायची जबरदस्ती केली.

बोगनव्हिलाच्या कमानीखाली आमचा फोटो घेतल्यानंतर वाप्पा व्हरांड्यातील

आरामखुर्चीवर डुलकी घ्यायला निघून गेले. उम्मा भांडी घासायला स्वयंपाकघरात गेली. आम्ही पावलांचा आवाज न करता घरभर फिरून आलो. छोटीला झोपेतून न उठवण्याची खबरदारी घेतली. सगळ्या खोल्यांमधून जाताना समुद्राचा मंद आवाज आमचा पाठलाग करत होता. बिलाल घरातील सामानाकडे, आम्ही शहरातून इथवर घेऊन आलेल्या फर्निचरकडे पाहत आमच्या सांपत्तिक स्थितीचा अंदाज घेत होता. मग आम्ही मास्टर बेडरूममध्ये, सगळ्यात मोठ्या बेडरूममध्ये आलो. इथल्या खिडकीतून बाहेरची बाग दिसायची. दूरवर दिसणारी रेघ म्हणजे समुद्र आहे हे कळायला त्याला कित्येक मिनिटं लागली.

"आपण खाली, समुद्रावर जाऊ शकतो?" त्यानं मला विचारलं.

"नाही, अजिबात नाही!" माझ्या वतीनं उम्मानंच उत्तर दिलं. ती सगळ्यांच्या पानांमधील उष्टं अन्न, अंगणात टोची मारणाऱ्या कबुतरांना घालीत होती.

"बीचजवळ मुलांनी अजिबात जायचं नाही. वाप्पांची सक्त ताकीद आहे. तुम्ही मॅडम लेनच्या शेवटापर्यंत जाऊन, तिथून समुद्र पाहू शकता. पण वाप्पा झोपेतून उठण्याआधी परत या बरं."

आम्ही मॅडम लेननी खाली येत असताना माझ्या मनात विचार आला, याला बिलाल हे नाव कोणी बरं दिलं असेल? त्या नावाच्या धार्मिक महत्त्वामुळे मला वाटलं, की ते नाव बिलालला इमामनीच दिलं असावं. इस्लाम धर्माच्या इतिहासातील जो पहिला मुएझ्झिन, नमाज करण्यासाठी मोठ्या आवाजात हाक मारून आठवण करून देणारा झाला, त्या गुलामाचं नाव म्हणून त्यांनी त्याला बिलाल हे नाव दिलं असेल. त्याला हे नाव देण्याची प्रेरणा त्यांना कशी मिळाली, हेही त्यांनी बिलालला सांगितलं असेल. कारण बिलालला मशिदीच्या कमानीखालील लाउडस्पीकरपुढे उभं राहून, त्याच्या नावाच्या माणसानं शेकडो वर्षं आधी जसं केलं होतं, तसं सुरेल स्वरात अजान (नमाज करण्याची आठवण करून देणारी ओळ) करायची, गायची गुप्त इच्छा आहे हे मला लवकरच कळलं. खरंतर मदरशातील बहुतेक सगळ्याच मुलांचं अजान गाण्यासाठी आपली निवड व्हावी, असं स्वप्नं होतं. काहींना मात्र ही शक्यता फार भीतिदायक वाटे.

नारळाच्या बागेच्या शेवटी एक सावरीचं झाड होतं. त्याच्यावर पोपटांचा किलकिलाट चाललेला होता. बिलालनं क्षणभर थांबून तो लक्ष देऊन ऐकला. मग एका फांदीकडे बोट दाखवत तो म्हणाला, "तो बघ. तिथं एक पोपट आहे!"

"त्या झाडावर कमीत कमी अर्धा डझन पोपट राहतात." मी म्हटलं. एका फांदीवरून दुसऱ्या फांदीवर उडताना मी बऱ्याच पोपटांना पाहिलं होतं.

"ए, आणखी एक गंमत आहे," बिलाल आनंदाच्या भरात ओरडला, "अरे,

तिथं एक घरटंही आहे.''

त्यानं बोटानं दाखवलेल्या दिशेनं मी पाहिलं. तिथं, त्या उंच झाडातील सर्वांत उंच फांद्यांच्या बेचक्यात वाळक्या काड्या आणि नारळीच्या काथ्यानं विणलेला एक मोठा वाडगा होता. त्याला पाहताच त्यातील पक्षी त्याला सोडून गेले आहेत अशी काही तरी अशुभ भावना, ते भुतानं पछाडलेलं घर असल्याची भावना होत होती. लहान पक्षी तर बहुतेक त्या घरट्याकडे पाहायलाही घाबरत असणार.

''घरट्यात पक्षी आहेत रे! मला एकाची चोच काटक्यातून दिसतेय.''

''मला काऽऽ ही दिसत नाहीय.''

''ती बघ!'' हातानं माझा खांदा पकडत त्यानं त्या घरट्याच्या दिशेला बोट केलं, ''दिसली?''

मला चोचबीच काही दिसली नाही. उलट काटक्यांच्या भिंतीतून त्या पिल्लांनी काय पाहिलं असेल, ते मला दिसलं. दोन छोटी मुलं. एकाच्या चेहऱ्यावर राग, चीड आणि दुसऱ्याच्या चेहऱ्यावर खोडकर हसू. खूप खाली एकमेकांना लगटून उभे असलेले दोन मित्र. त्यांच्या अस्तित्वावर जवळजवळ आरोपाचं बोट ठेवत असल्यासारखे, त्यांच्याकडे बघत उभे राहिलेले. पिल्लांच्या दृष्टीतून पाहिलेलं ते दृश्य, माझ्या मनावर अगदी कोरलं गेलंय. मनात बिलालबद्दलचा विचार आला, की माझ्या नजरेसमोर माझ्या खांद्याभोवती हात टाकलेला तो बिलालच उभा राहतो. ते दृश्य मला अजूनही इतकं खरं वाटतं, की मी माझ्या खांद्याकडे पाहतो, बिलालनं तिथं हात ठेवला असल्यासारखं.

''तुझ्या घरी एखादा पिंजरा आहे?''

''हो!''

''मग मी त्या पक्ष्याला खाली घेऊन येतो.'' गुडघ्यापर्यंत वाढलेल्या झुडपांमधून वाट काढत तो एव्हाना त्या सावरीच्या झाडापर्यंत पोहोचलाही होता.

हौस म्हणून झाडावर चढणाऱ्यासाठी, सावरीच्या झाडावर चढणं म्हणजे निसर्गानं घेतलेली सगळ्यात अवघड परीक्षा आहे. त्याची रचना, उंची लक्षात घ्या. तुम्हाला घसरायला लावणारा त्याचा तुसडेपणा लक्षात घ्या. त्याच्या फांद्याही खूप वर गेल्यावर, अर्धं झाड चढल्यावर सुरू होतात. त्यामुळे तुम्हाला त्याच्या गुळगुळीत बुंध्याला मिठी मारून, पायाच्या आधारासाठी त्याच्या फांद्यांचा बेचका मिळेपर्यंत वरवर चढत जावं लागतं. तुम्ही जितके म्हणून वर चढत जाल, तितकी तुमच्या वजनानं तुमची पायाखालची फांदी तुटायचा संभव. हे कमी त्रासाचं आहे म्हणून की काय हे विशिष्ट झाड लाल मुंगळ्यांच्याही खास आवडीचं आहे आणि जर का त्यांना तुमचं शरीर आवडलं, तर त्यांचं टचटचीत शरीर चिरडून टाकण्याशिवाय त्यांच्यापासून सुटका करून घेणं शक्य नाही. पण शत्रुवत

झाडाला पायांचा विळखा घालून वर जाता-जाता, भुकेनं वखवखलेल्या, चिडखोर मुंगळ्यांशी युद्ध तरी कसं करायचं?... पण इतक्या सगळ्या अडचणी असूनही माशानं पाण्यात लीलया पोहावं, तसा बिलाल खारीच्या चपळाईनं झाडावर चढला. लवकरच पहिल्या फांदीपर्यंत पोहोचून त्यानं सभोवार नजर टाकली. ते वाडग्यासारखं घरटं अजून बरंच वर होतं. ज्या ज्या वेळेस बिलाल एखाद्या नव्या फांदीवर पाऊल टाकी, त्या त्या वेळेस मी, ती फांदी आता तुटणारच किंवा मुंगळे त्याच्यावर कडकडून हल्ला चढवणार आणि तो खालच्या झुडपांवर दणकन आदळणार अशी मनाची तयारी करत होतो. पण तसं काही घडलं नाही. प्रत्येक वेळी थोडं-थोडं अंतर पार करत बिलाल झाडावर चढत राहिला. शेवटी त्यानं त्या घरट्याची टेहळणी सुरू केली.

"काऽऽही नाही," निराश झाल्यासारखं खाली पाहत तो म्हणाला, "रिकामं आहे हे घरटं!"

"चल, खाली ये. आपण हेलिपॅडकडे जाऊ या." मी म्हटलं.

"अरे, तिकडे बघ!" पश्चिमेच्या बाजूस बोट दाखवत तो उत्साहानं ओरडला. जणूकाही त्याच्यापासून तीस फूट खाली उभा असलेला मी टाचा उंचावून, त्याला दिसलेली गोष्ट पाहूच शकणार होतो.

"काय दिसतंय तुला?" मी विचारलं.

"एक गलबत. दोन शिडांचं गलबत." हे सांगताना त्याचा आवाज आश्चर्य आणि अविश्वासानं कापत होता.

त्याचं बोलणं ऐकून मी तर हसतच सुटलो.

"नाही. दोन शिडांची दोन गलबतं! आणि खूपसे अरब लोक!"

"खरंच?"

"मग काय खोटं सांगतोय मी?" बिलालचा प्रतिप्रश्न.

हे ऐकून मी हसायचा थांबलो.

"मला वाटतंय की, ते वाट चुकलेत. भरकटत इथं आलेयत. नाहीतर इथं का येतील ते?"

मला स्वत:च्या डोळ्यांनी ते सगळं पाहावं वाटत होतं. चढायला भीती वाटेल इतकी उंची असलेल्या त्या सावरीच्या झाडाला मनातल्या मनात मी खूप शिव्या घातल्या. झाडावर चढायच्या विद्येत शून्य असल्यानं मी स्वत:चा तिरस्कारही केला. आता बिलालनं पुरवलेल्या माहितीवरच समाधान मानावं लागणार होतं.

"आणखी काय काय दिसतंय तुला?"

"मला ना, तोफा दिसताहेत. टोपल्या दिसताहेत आणि निशाणं!"

"आणि?"

“तू स्वत: वर येऊन का पाहत नाहीस?” बिलाल किंचित चिडून म्हणाला.

“नाही. वाप्पांनी झाडावर चढायचं नाही म्हणून सांगितलंय.” मी म्हटलं.

माझी टर उडवत असल्यासारखं हसून, तो दूरवर पाहू लागला.

“त्या गलबतांपैकी एक गलबत चाच्यांचं दिसतंय!” तो वरून ओरडला, “त्या गलबतावर दोन कवट्या आणि तलवारी असलेलं काळं निशाण आहे.”

मनात आलं, धावतपळत घरी जावं आणि उम्माला त्या चाच्यांबद्दल सावध करावं.

“बाप रे! त्यांनी अरबांच्या गलबतावर तोफ डागली.”

मला नारळीच्या बागांमध्ये जोरात काहीतरी पडल्याचा आवाज आला. नारळांचा मोठ्ठा गुच्छा जमिनीवर पडल्यासारखा.

“काय झालं रे?” मी चिंतातुर आवाजात विचारलं.

“एक मिनिट हं!” बिलालनं डोळे बारीक करून दूरवर नजर टाकली.

मी गप्प बसून पुढील बातमीची वाट पाहू लागलो. एव्हाना माझ्या अंगाला दरदरून घाम फुटला होता.

“बाप रे! अरे, अरबांच्या गलबताला तोफेचा जोरदार तडाखा बसलाय, तिथून धूर येतोय.” कपाळावर हात मारून बिलाल म्हणाला.

“मग ते अरब गलबतातून बाहेर उड्या मारत असणार!” मी.

“थांब. नीट पाहू दे मला.” बिलाल.

पण मला आता धीर धरवत नव्हता. मी आजवर समुद्री लुटारू, चाचे किंवा अरब, त्यातून तलवारी उपसून ते एकमेकांशी लढताना कधीच पाहिले नव्हते. त्यामुळे झुडपातून वाट काढीत मी त्या उंच सावरीच्या झाडाखाली येऊन थांबलो. पायातील सॅन्डल्स काढून मी हातांच्या तळव्यांचा घाम माझ्या शॉर्ट्सच्या पिछाडीला पुसला. झाडावर चढावं तर वाटत होतं, पण अजून तेवढा धीर होत नव्हता.

“ते अरबही आता तोफा डागताहेत.” झाडावरून बिलाल जोरात ओरडला.

रणांगणावरील त्या बातमीनं मला आनंद झाला. माझी सहानुभूती अरबांकडे होती. ईदसारख्या खास दिवशी ते ज्या शहराजवळून जात होते, तिथले लोक मस्तपैकी जेवून-खाऊन दुपारची डुलकी घेत होते आणि ते अरब बिचारे तोफांमध्ये गोळे भरत होते. गोळे खात होते.

“चाच्यांच्या जहाजावर तोफेचा गोळा जाऊन पडलाय!” बिलालनं आरोळी ठोकली. त्याच्या उत्साहाच्या दबावाखाली ते झाड थोडं थरथरलं.

“चाचे गलबताबाहेर उड्या मारतायत का रे?” मी विचारलं.

“हो. एकदमच खूप जण पाण्यात उड्या मारताहेत. घाबरट कुठले!” बिलाल खो खो हसत म्हणाला.

माझ्या आयुष्यात बघायला मिळणाऱ्या पहिल्या समुद्री लढाईची झलक बघण्यासाठी मी दोन्ही हातांनी व पायांनी झाडाला कवटाळलं आणि हळूहळू झाडावर चढायला सुरुवात केली. डोंगराच्या कड्यावरील शांतता दुरून येणाऱ्या तोफांच्या आवाजाच्या मंद धमाक्यांनी आणि नंतर नारळी-पोफळीच्या बागांतून येणाऱ्या त्यांच्या प्रतिध्वनीनं भंग पावत होती.

"चाच्यांचं जहाज बुडायला लागलंय."

मी झाडाच्या शेंड्यावर पोहोचण्याआधी चाच्यांचं जहाज समुद्रात बुडून जातंय की काय आणि अरबांचं जहाज माझ्या दृष्टीच्या टप्प्यापलीकडे निघून जातंय की काय ही माझी त्यावेळची सगळ्यात मोठी भीती होती.

झाडाच्या गुळगुळीत बुंध्यानं मांड्या अवघडून घेत मी आणखी गडबडीनं झाडावर चढू लागलो. मी जेमतेम पहिल्या फांदीवर पोहोचलो असेन नसेन की झाड एकदम जोरजोरात हलत असल्याचं, पानं सळसळत असल्याचं मला जाणवलं. वर पाहतो तर काय, बिलाल झाडावरून खाली घसरत येत होता. माझं थोडं दुर्लक्ष झालं असतं, तर आम्हा दोघांची जोरदार टक्करच झाली असती.

"पट्कन उतर, तुझे वडील घराबाहेर येऊन आपल्याला शोधतायत."

आम्ही दोघं डोंबाऱ्याच्या पोराच्या चपळाईनं झाडावरून सरसर खाली उतरलो. झुडपांमधून मॅडम लेनवर धावत आलो. तिथं पोहोचल्यावर काहीच घडलं नाहीये असा आव आणून आम्ही चालू लागलो. मॅडम लेनच्या एका वळणावर आम्हाला वाप्पा भेटले.

"तुम्ही बीचवर तर नव्हता गेला ना?" वाप्पांनी विचारलं. "नाही!" आम्ही दोघं एका सुरात म्हणालो. माझ्या गुडघ्याला वाळूचे काही कण चिकटलेत का, याचा त्यांनी नजरेनं अंदाज घेतला. ते न दिसल्यानं समाधान झाल्यासारखे ते मागं वळले आणि गुंगीत असल्याप्रमाणे घराकडे जाऊ लागले. धुराचा राखाडी लोट झाडांच्या वर जाताना दिसला.

"आत्ता दिवसा कोणी शेकोटी पेटवलीय?" वाप्पा स्वत:शीच पुटपुटले.

बिलालनं आणि मी एकमेकांकडे पाहिलं. तो धूर कुठल्या तरी एका गलबतातून येतोय, हे फक्त आम्हा दोघांनाच माहीत होतं. बहुतेक चाच्यांचं गलबत असावं ते. समुद्रकिनाऱ्यांवरील शहरांमध्ये कधीकधी असंही अक्रीत घडतं.

बिलालला परत जायची अजिबात घाई नव्हती. पण कड्यावरून लाल रंगाची पहिली रेष दिसताच वाप्पांनी त्याला आता लवकरच अंधार पडेल, याची आठवण करून दिली. मग लगेचच सायकलवर टांग मारून तो नजरेआड गेला. उम्मा कंपाउंडच्या भिंतीवर बसून बिलालची तुलना संध्याकाळी सातच्या टी.व्ही. सिरियलमधील मुलाशी करू लागली. नंतर सिरियल बघताना ती नेहमी बिलालची

चौकशी करायची. तो अनाथ आहे म्हणून चुकचुकायची. अपार दुःखामुळे तिनं सिरियल पाहणं बंद करेपर्यंत हा क्रम चालूच राहिला.

त्या संध्याकाळनंतर त्याचं माझ्याशेजारी बसणं मी खपवून घ्यायला लागलो. गंमत म्हणजे त्याच्या अंगातून काजूच्या फुलांचा वास येणंही थांबलं. कदाचित त्याच्या अंगाला तो वास येतही असेल, पण माझ्या नाकाला तो येईनासा झाला. शिवाय त्याच्या नकळत, त्याच्या अंगाला तो वास का येत असेल याचा शोध लागल्याचं मला एक विचित्र समाधान मिळालं. त्याच्या अनाथालयापासून थोड्याच अंतरावर कब्रस्तान होतं. कब्रस्तान आणि अनाथालयाच्या मध्ये काजूची काही झाडं होती. त्यांना अनाथालयातील धुणं वाळत घालण्यासाठी तारा लावलेल्या होत्या. वाऱ्याची हलकीशी झुळूक आली तरी त्या तारांवरील कपड्यांवर काजूच्या फुलांचा खच पडे. कब्रस्तानमधील त्या फुलांना मरणाचा आणि उदासीनतेचा वास तर होताच.

तीन

त्या काळात वाप्पांना चांगले दिवस लाभणं फार कठीण होत चाललं होतं. त्यामुळे असा चांगला दिवस कधी उगवलाच, तर वाप्पा स्वत:ला मॅडम लेनवर फिरायला जाण्याचं बक्षीस देत असत. कधीकधी तर आम्ही पार हेलिपॅडपर्यंत जायचो. जाताना आम्ही 'कॉफी टेम्पल'मध्ये थांबायचो. या कॉफी शॉपमध्ये भयानक कुरळे केस असलेला एक फॉरिनर घर्र आवाज करणाऱ्या एका मशिनमध्ये कॉफी उकळवायचा.

डोंगरउतारवरील हे हेलिपॅड माझ्या जन्माच्या खूप आधी बांधलेलं होतं. त्याचा उपयोग हेलिकॉप्टर उतरवण्यासाठी फक्त एकदाच झाला होता. डोंगराच्या त्या कड्यावर आर्मीचं हेलिकॉप्टर उतरलं, तेव्हा जमिनीवर उसळलेल्या धुळीच्या ढगानं फक्त इंदिरा गांधी सोडून सगळ्यांचे डोळे अंधारले होते. त्यांनी, हल्ली डोळे आल्यावर घालतात तसा काळा चश्मा घातलेला होता. उसळलेली धूळ खाली बसल्यावर त्यांनी नवीन बांधल्या गेलेल्या विमानपट्टीच्या उजव्या बाजूला जमलेल्या लोकांकडे पाहून हात हलवला, त्या वेळी उम्मा पाचएक वर्षांची असेल. तिनं इंदिरा गांधींकडे पाहून जोरजोरात हात हलवला. या घटनेबद्दल मी माझ्या आई-वडिलांना कित्येकदा बोलताना ऐकलंय. एकमेकांची ओळखदेखही नसणारी ती दोघं बालपणी एका ऐतिहासिक घटनेची साक्षीदार झाली होती. त्या दोघांनाही धुळीनं डोळे अंधारलेले, लोकांची धक्काबुक्की आणि शेवटी श्रीमती गांधींनी त्यांच्याकडे पाहून हात कसा हलवला होता हे स्पष्ट आठवत होतं. फरक इतकाच झाला होता, की त्या वेळी एकमेकांना अपरिचित असलेल्या या दोघांचं दोन दशकांनंतर लग्न झालं होतं. लग्नानंतर आठवडाभरानं ती दोघं फिरायला

म्हणून डोंगरकड्यावरील हेलिपॅडवर गेली, तेव्हा कुठं त्यांनी ही गोष्ट एकमेकांना सांगितली. दोघांनीही भारताच्या पंतप्रधान इंदिरा गांधींना हात हलवून निरोप दिला होता, हे ऐकून दोघांनाही गंमत वाटली. इंदिरा गांधींबरोबर त्यांचा किंचित्काळ आणि दुरून का होईना पण संबंध आला होता.

(आतासुद्धा नवीन लग्न झालेली जोडपी लग्नानंतर आठवडाभरात हेलिपॅडवर फिरायला जातात. तुम्ही तिथं गेलात; तर एकमेकांच्या कमरेभोवती हात टाकलेल्या, डोक्याला डोकं लावून उभ्या असलेल्या, एका हातात मोबाइल घेऊन सेल्फी काढणाऱ्या या जोडप्यांची नाराजी ओढवून घ्याल.)

मी आणि वाप्पा फिरत फिरत हेलिपॅडपर्यंत जायचो. तिथं अंजिराच्या झाडाखाली एक बाक आहे. तिथं जाऊन बसत असू. साधारण तीस वर्षांच्या आधी आलेलं हेलिकॉप्टर नक्की कुठं उतरलं होतं, त्याची जागा मला ते बोटानं दाखवत. लगेच माझ्या मनात इंदिरा गांधींचं हेलिकॉप्टर वर चाललं आहे आणि माझे बालपणचे आई-वडील हात हलवून त्यांना निरोप देत आहेत, असं चित्र उभं राही. इंदिरा गांधींचं हेलिकॉप्टर परत यायचं आश्वासन न देता आकाशात वर वर उडालं आणि दिसेनासं झालं. शहरावर रोज घिरट्या घालणारे पक्षी जे जे पाहत, ते ते उंच आकाशातून श्रीमती गांधींनी पाहिलं असणार. मिस्टर अनविन, आमच्या या शहराचा नकाशा बनवणारा, जो नकाशा बनवील, तो आपण या पुस्तकाच्या सुरुवातीला देऊ या. उंच आकाशातून श्रीमती गांधींना आमचं शहर तसंच काही तरी दिसलं असणार. हेलिकॉप्टरनं उडालेली धूळ खाली बसल्यावर त्याच्याबरोबर खाली, त्यांना कंपासनं काढल्यासारखा एक गोल आकार दिसला असेल. त्याच्या मधोमध इंग्रजी एच अक्षरासारखी विमानाची धावपट्टी दिसली असेल. मग त्यांनी अगणित चेहरे वर पाहत आहेत, निर्वासितांनी मदतीसाठी पुढे केलेल्या हातांसारखे असंख्य हात हलत आहेत, हे पाहिलं असेल. लोकांच्या रंगीबेरंगी कपड्यांप्रमाणेच त्यांनी पोलिसांचे खाकी आणि सैनिकांचे जमिनीच्या रंगाप्रमाणे असलेले कपडे पाहिले असतील. आधी गोलाकार असलेल्या गर्दीनं पांगापांग होऊन वेगवेगळे आकार घेतले असणार. सरतेशेवटी नारळी-पोफळीच्या बागांमधून चालत चालत सगळे लोक तिथून सहा मैल अंतरावर असलेल्या शहरात पोहोचले असणार. त्यांनी खांबांवर फडफडणारे काही झेंडे, जमिनीवर पडलेले काही झेंडे तर काही समुद्रावरून येणाऱ्या वाऱ्यानं झाडांवर फडफडणारे झेंडेही पाहिले असणार. निर्मनुष्य किनारा, बीच, सूर्यप्रकाशात चमचमणारा समुद्र आणि समुद्राच्या अंतरंगात प्रवेश करायला उत्सुक बोटी! कोळशाच्या फलकाऱ्यासारखा, काडेपेट्यांसारख्या छोट्या इमारतींमधून जाणारा डांबरी रस्ता. त्यावर धावणाऱ्या खेळण्यातील गाड्यांसारख्या छोट्या छोट्या गाड्या. एक मशीद. तिच्या चार बाजूंना वाढदिवसाच्या केकवर

खोचलेल्या लहान-लहान मेणबत्त्यांसारखे चार मिनार. मधोमध अंड्यासारखा दिसणारा मशिदीचा घुमट. जमिनीच्या या शांत देखाव्यातून वाहत जाणारी रस्त्याची रेघ, अचानक एका रेल्वे क्रॉसिंगवर थबकलेली. तिच्या दोन्ही बाजूंना पसरलेले रेल्वेचे रूळ. तिथं थोडा वेळ थांबलेली आणि परत जोमानं सुरू झालेली रहदारी. धूर ओकणारं आगगाडीचं इंजिन आणि त्याचं बोट धरून मागे मागे धावणारे गाडीचे डबेही चॉपरमध्ये बसलेल्या श्रीमती गांधींनी नक्कीच पाहिले असणार. तसंच गर्द झाडीतील आमचं रेल्वे स्टेशन. तिथं थांबलेली आगगाडी. गांडुळाच्या रंगासारख्या डब्यांमधून घाईघाईनं बाहेर पडणारे प्रवासी आणि नव्यानं गाडीत घुसणारे प्रवासीही त्यांनी बघितले असणार.

...आम्ही बोगनव्हिलात राहायला येईपर्यंत हेलिपॅडची विमानपट्टी पार सपाट केली गेली होती. तिच्या एका कोपऱ्यात उभा होता दिव्याचा एक उंच खांब आणि समुद्राच्या बाजूच्या कपारीवर होती दगडी बाकांची रांगच रांग. असं सपाट सुंदर झाल्यावर त्या हेलिपॅडनं शहरातील ड्रायव्हिंग स्कूलच्या प्रशिक्षकांना आपल्याकडे आकर्षित केलं नसतं तरच नवल होतं. ते हेलिपॅडपर्यंत वेगवेगळ्या अवस्थांमधील खटारगाड्या घेऊन येत आणि त्यांचे विद्यार्थी वरमलेल्या चेहऱ्यांनी स्टिअरिंग व्हीलमागे बसून त्या रस्त्यांवर गाड्या इतक्या हळू चालवत जणू ॲम्युजमेंट पार्कमधील इलेक्ट्रिक कारच चालल्या आहेत. हा सारा प्रकार वाप्पांना अजिबात पसंत नव्हता. त्यांना जागेच्या गैरवापराबद्दल तक्रार नोंदवायची होती; पण ती कोणाकडे नोंदवावी, हे त्यांना कधीच कळत नसे. भरीस भर म्हणून आम्ही डोंगरावरील या घरात राहायला आलो, त्याच उन्हाळ्यात पर्यटन विभागानं हेलिपॅडवर पॅराग्लायडिंग करणंही सुरू केलं. हेल्मेट घातलेले खूप लोक तिथं जमलेल्या गर्दीकडे पाहत, जोरजोरात हात हलवत अशा आवेशात तरंगत जात की जणू ते परत जमिनीवर येतील यावर त्यांचा विश्वासच नव्हता. वाप्पांच्या दृष्टीनं पॅराग्लायडिंग हा एक फक्त आत्महत्या करण्याचा प्रकार होता. यात यशस्वी होण्याचं प्रमाण मात्र फारच कमी होतं. त्यांना खात्री होती, की हसत-हसत वर तरंगत जाणाऱ्यांपैकी एखादा तरी ग्लायडर खालच्या खडकांवर धाड्कन कोसळेल, रक्तबंबाळ होऊन मरून जाईल आणि मग सरकार तिथून पॅराग्लायडिंग करायला बंदी आणेल. ''असं नक्की होईल बघ.'' वाप्पा म्हणायचे.

अपघाताबद्दल वाप्पांच्या बहुतेक कल्पना समुद्राभोवतीच फिरायच्या. त्यांच्या अशा बऱ्याच कल्पनांपैकी एक होती, समुद्रकिनाऱ्याजवळच्या बऱ्याचशा शाळांपैकी प्रत्येक शाळेनं किमान एक विद्यार्थी समुद्रात गमावला आहे. याबाबत यास्मिनबुआचं मत एकदम वेगळं होतं. ''अगदी असंच काही नाही हं.'' ती ठासून म्हणायची, ''प्रत्येक शाळेत असं झालंय, असं तर नाहीच नाही.''

''तू शिकवत होतीस, त्या शाळेत असं झालं नसेल. मुलींच्या शाळा माझ्या नियमाला अपवाद आहेत.'' वाप्पा म्हणायचे.

मग एकदा यास्मिनबुआनं तिच्या नणंदेच्या शाळेत याबाबत चौकशी केली. ती एका मुलांच्या शाळेत शिकवायची.

''मुलांच्या शाळेतही तुझा नियम लागू पडत नाही बरं! मी नादिराला विचारलं, तिच्या शाळेतील एकही मुलगा समुद्रात बुडून मेलेला नाही.'' बुआनं आनंदानं घोषणा केली.

''बरं! पाहू या!'' वाप्पा.

एकूण काय समुद्राबद्दलच्या त्यांच्या या अवास्तव व अवाजवी भीतीमुळे मला बीचवर एकटं जायला कधीही परवानगी मिळाली नाही. डोंगरावरून खाली येणाऱ्या पायऱ्यांवरून मी त्यांच्याबरोबर समुद्रकिनाऱ्यापर्यंत आलो, तरीही माझं स्वातंत्र्य किनाऱ्यावर पाऊल ठेवताच संपुष्टात येई. आमच्या पायांवरून सरकून एखादी निरुपद्रवी फेसाळ लाट थोडी पुढे गेली तरी ते मला खसकन किनाऱ्यावरील वाळूत ढकलत. किनाऱ्यावरील लाइफ गार्ड्‌सच्या हालचालींकडे त्यांचं बारीक लक्ष असे. यदाकदाचित समुद्रानं मला गिळंकृत केलं, तर मदतीसाठी कुठल्या दिशेला पाहावं हे माहीत असावं म्हणून असेल ते.

मी एकट्यानं समुद्राकडे फिरकू नये, या वाप्पांच्या आग्रहामुळेच समुद्राबद्दलच्या माझ्या सगळ्या गोष्टी मी वाप्पांपासून लपवून ठेवल्या. त्यामुळेच छोट्या ईदला बिलालबरोबर सावरीच्या झाडावरून पाहिलेल्या सगळ्या गोष्टी त्यांना सांगण्यापासून मी स्वतःला रोखून ठेवलं होतं. चाच्यांच्या जहाजाच्या त्या भयानक प्रकारानंतर दोन दिवस समुद्र शांत होता. पण अपेक्षेप्रमाणे तिसऱ्या दिवशी सकाळी समुद्रानं एका माणसाचा मृतदेह किनाऱ्यावर आणून टाकला. समुद्राच्या थपडांमुळे त्या माणसाचा चेहरा इतका विद्रूप झाला होता, की त्याच्या वयाचा अंदाज बांधणं अगदी अशक्य होतं. समुद्राचा नियमच आहे हा. ज्या ज्या माणसांना तो हिरावून नेतो, त्यांना तिसऱ्या दिवशी तो न चुकता परतही करतो. लाटांबरोबर एखादी बेवारशी चप्पल वा बूट किनाऱ्यावर आले की कोळी लोक म्हणतात की तीन दिवसांत त्या चपला वा बुटांचा धनी, मालक आपल्याला पाहायला मिळेल.

सकाळी सकाळी शहराकडून आलेल्या, आगगाडीच्या शिट्टीसारखा हॉर्न वाजवणाऱ्या एका टॅक्सी ड्रायव्हरकडून आम्हाला कळलं, की समुद्रानं किनाऱ्यावर एक मृतदेह आणून टाकलाय. सतत वाजणाऱ्या त्या हॉर्नमुळे माझं स्वप्न भंगलं, स्वप्नात शिवन आणि मी एका रेल्वे पुलाखाली बसलेलो होतो. आमचा बेत, एक आगगाडी रुळावरून खाली आणायचा होता. त्यासाठी लागणारी स्क्रू-ड्रायव्हर, स्क्रू घट्ट पिळण्याचा पाना, करवत वगैरे सर्व साधनं आम्ही जवळ

ठेवली होती. क्षणभर मला वाटलं, की आम्ही तीन महिन्यांपूर्वी विकलेल्या अपार्टमेंटमध्येच मी राहतोय. मेट्रो ब्रिजचं काम पुन्हा सुरू झालयं ना, हे पाहण्यासाठी मी खिडकीजवळही आलो. पण बाहेर पाहतो तर काय बोगनव्हिलामागील मोकळी शेत जमीन धुळीच्या कणांनी आणि उडत्या टोळांनी भरलेल्या पिवळ्या प्रकाशझोतानं न्हाऊन निघालीय. फाटकापाशी टॅक्सीवाला जोरजोरात आणि बराच वेळ हॉर्न वाजवत होता.

आदल्या रात्री यास्मिनबुआनं वाप्पांना चेकअपसाठी डॉक्टरकडे जायचंय, याची आठवण करून दिली होती. तेव्हाच वाप्पांना त्यासाठी शहरात घेऊन जाणाऱ्या टॅक्सीची व्यवस्थाही झाली होती. वाप्पांच्या कॉटपाशी एक कॅलेंडर टांगलेलं होतं. त्याच्यावर वाप्पांच्या कन्सल्टेशनच्या तारखांभोवती लाल रंगांनी गोल केलेले होते. पण एके दिवशी दुपारच्या झोपेनंतर वाप्पांनी ते कॅलेंडर खिडकीतून दूर भिरकावून दिलं. त्यांनी विचार केला, की यापुढे एकाही कन्सल्टेशनसाठी जायचं नाही. अशा रीतीनं आयुष्य लांबवण्यात काय अर्थ आहे! त्या दिवशी यास्मिनबुआ आमच्याकडे आली होती. तिनं ते चुरगळलेलं आणि लाल गोलांच्या खुणा असलेलं कॅलेंडर स्वत:च्या घरी नेलं आणि एका दारामागं टांगून ठेवलं. वाप्पांना कन्सल्टेशनच्या दिवसाची आठवण करून देण्यासाठी यास्मिनबुआंचा फोन आला, तेव्हा आम्हाला वाटलं, की वाप्पा आता भयंकर खवळतील. पण तसं काही झालं नाही. त्यांनी तिला शांतपणे सकाळी सकाळी बोगनव्हिलाकडे टॅक्सी पाठवून द्यायला सांगितलं.

समुद्रानं किनाऱ्यावर आणून टाकलेल्या मृतदेहाबद्दल ऐकून मला कधी एकदा बीचवर जातोय असं झालं होतं. आम्ही डोंगरमाथ्यावर राहायला आल्यापासून समुद्रानं लाकडे, बिअरच्या बाटल्या, मोटरकारचे टायर आणि एकदा तर मरायला टेकलेलं शार्क माशाचं पिल्लूही किनाऱ्यावर आणून टाकलं होतं. पण आतापर्यंत मृतदेह नव्हता आणून टाकला. मी घर रिकामं व्हायची आणि टॅक्सीचा आवाज मॅडम लेनपासून खूप दूर निघून जाण्याची वाट पाहत राहिलो. रेडिओच्या जाहिरातीत होते, तशी मोटरच्या इंजिनाची धडधड मंद होत गेली. पण मी आणखी थोडा वेळ जाऊ दिला. समजा उम्मा-वाप्पा घरून एखादी गोष्ट घेऊन जायचं विसरून गेले आणि मग आठवल्यावर ती न्यायला परत आले... आणि ते तसे बऱ्याच वेळी यायचेही... तर माझी धडगत नाही. त्यामुळे मी टॅक्सीला शहरातील चौकापुढे, रेल्वे स्टेशनपुढे जाऊन हायवेला जाण्यासाठी लागणारा वेळ दिला. आता ते परत येणार नाहीत, याची खात्री झाल्यावर मी कड्याच्या दक्षिण बाजूला जाऊन घाईघाईनं डोंगर उतरू लागलो. हेलिपॅड ओलांडून मी उंच गवतातून जाणाऱ्या पायवाटेनं जोरात धावत निघालो.

बीचच्या लांबच्या टोकाला कोंडाळं करून लोक उभे होते. फेसाळणाऱ्या लाटा त्यांच्या पायांना भिजवत होत्या. आणि मग घाईनं त्या मृतदेहाकडे जात होत्या. कधी त्याच्या पायाला कुरवाळून परत येत होत्या, तर कधी त्याला अस्पृश्य समजून त्याला स्पर्श न करताच मागं वळत होत्या. त्या मृत माणसानं नारिंगी रंगाचा शर्ट घातला होता. त्याच्या चेहऱ्यावर स्मितहास्य तरंगत होतं. तोफांच्या गोळ्याचा निशाणा चुकलेला दिसत होता, पण माशांनी आपली कामगिरी अचूक बजावली होती. त्यांनी त्याच्या डोळ्यांच्या खोबणी खोदून ठेवल्या होत्या. त्याचे ओठ फुगलेले होते. एक पाय समुद्री गवतानं वेढलेला होता. या सगळ्या नाशासकट त्याच्याबद्दल एक प्रकारचं चमत्कारिक आकर्षणही वाटत होतं. तो कोणत्याही क्षणी जिवंत होऊन उडी मारील आणि ज्या जहाजावरून तो खाली पडला होता, त्याचा माग काढून तिथं परत जाईल, असंही वाटत होतं. मग मला एकदम शाळेची आठवण आली आणि मी घराकडं घाईघाईनं गेलो. पाठीवर दप्तर घेऊन शाळेला आलो.

मी शाळेच्या लायब्ररीजवळून धावत होतो, तेव्हा शाळेची घंटा घणाणत होती. आमच्या लायब्ररीतील एका जुन्या-पुराण्या बोर्डवर शाळेत त्या त्या वर्षी पहिले आलेल्यांची नावं होती. यातील याझिनचाचाचं नाव खूप पुसट झालं होतं. समुद्रात त्या दिवशीच्या चकमकीत झालेल्या नुकसानाबद्दल मी बिलालला सांगितलं, तेव्हा त्याचा चेहरा अगदी मक्ख होता. सावरीच्या झाडावरून आम्ही पाहिलेली समुद्री लढाई तो पार विसरून गेला होता. मला प्रश्न पडला, की एवढी महत्त्वाची गोष्ट कोणी इतक्या लवकर कसा विसरू शकतो. मला आणखी एक प्रश्न पडला की असं कोणाच्या बाबतीत होऊ शकतं का, पण मग बिलालला सारं काही आठवलं, ‘‘आपण मधल्या सुट्टीत बोलू याबद्दल,’’ तो म्हणाला.

पण शाळेत मधल्या सुट्टीत आणखी एक कार्यक्रम होता. आम्हाला लवकर लवकर डबा खाऊन शाळेच्या इमारतीच्या मधल्या पटांगणात जमायला सांगितलं होतं. तिथं डॉक्टरचा कोट घातलेली, एक पांढऱ्या केसांची बाई आमची लाउडस्पीकरमागे वाट पाहत बसली होती. कोटामधील खिशात हात घालून ती म्हणाली, ‘‘मी आज तुम्हाला ब्रेस्ट कॅन्सर, छातीच्या कर्करोगाबद्दल माहिती देणार आहे.’’ हे ऐकून शाळेतील मोठी मुलं गालातल्या गालात हसू लागली. काहींनी तर स्वत:च्या छातीवरही हात ठेवला आणि ते काल्पनिक स्तनांना कुरवाळू लागले. मुली पटांगणात पार पलीकडे उभ्या होत्या. त्या लाजत डॉक्टराचं बोलणं ऐकत होत्या. डॉक्टर फारच भराभर बोलत होत्या. मध्ये श्वास घ्यायलाही फार कमी वेळ घेत होत्या. जणू मोठा श्वास घेताच त्यांना श्रोत्यांना गमवावं लागेल, अशी त्यांना भीती होती. डॉक्टराचं बोलणं संपल्यावर एक मोठा,

नाट्यमय मौन क्षण आला. मग त्या म्हणाल्या की, 'मी तुम्हा सगळ्यांना एक-एक भेटवस्तू देणार आहेत. ती भेटवस्तू घरी घेऊन जाऊन तुम्ही तुमच्या आईला द्यायची आहे.' भेटवस्तूचं नाव ऐकताच पटांगणात आनंदाचं वातावरण पसरलं.

पांढऱ्या टोप्या आणि गुलाबी फिती टोचलेले मुखवटे घातलेल्या दोन माणसांनी टोचलेल्या, मुलामुलींच्या रांगांमध्ये फिरून त्यांच्या हातात एक-एक हॅन्डबिल कोंबलं.

''आता तुमच्या हातात तुमच्या आईसाठी दिलेली भेटवस्तू आहे. ती तिला द्या आणि तिनं हे हॅन्डबिल पूर्णपणे वाचलंय, याची खात्री करून घ्या. ही माहिती कदाचित तिचा जीव वाचवू शकेल.'' डॉक्टर गंभीरपणे म्हणाल्या, ''तिला सांगा की ब्रेस्ट कॅन्सरबद्दल बोलताना लाज बाळगण्याचं कारण नाही. रात्री ती झोपायला जाण्यापूर्वी तिला या हॅन्डबिलामधील सूचनांचं पालन करायची आठवण करून द्या.''

हॅन्डबिलाच्या एका बाजूला बिनचेहऱ्याची एक बाई होती. ती निर्लज्जपणानं आपली छाती सर्व बाजूंनी पिळवटत होती. दुसऱ्या बाजूला एक सावधगिरीच्या सूचनांचं आणि दुसरं रोग झाल्याच्या लक्षणांचं, अशी दोन कोष्टकं होती. बिलालनं वर्गात जाताना त्याला मिळालेलं हॅन्डबिल माझ्या हातात ठेवत म्हटलं, ''हे घे. तुझ्या आईला एकाऐवजी दोन भेटवस्तू मिळू देत.''

खेळाच्या मैदानाकडे जाणाऱ्या चिंचेच्या झाडाखालून चालत असताना मला तो बीचवरील मृत चाचा आठवला.

''तुला तो मेलेला माणूस पाहायचाय का?'' मी बिलालला विचारलं.

''कोण मेला म्हणालास?'' त्यानं सहजपणे विचारलं.

''अरे, छोट्या ईदला एका गलबतातून किती तरी लोकांनी समुद्रात उड्या मारल्या होत्या ना! त्यांच्यातील एक आहे तो. तुला काहीच कसं आठवत नाहीय?''

''ओह! तो माणूस, हो?'' तो घाईघाईनं म्हणाला. एव्हाना त्या समुद्री चकमकीच्या सगळ्या आठवणी त्याच्या डोक्यात भडाभडा उड्या मारू लागल्या होत्या. काळ्या कपड्यांच्या गर्दीतील एक नारिंगी रंगाची झलक त्याला आठवली. त्या बुडत्या जहाजातून खाली उडी मारण्याआधी एक नारिंगी शर्टमधला माणूस दोन्ही हात जोरजोरात हलवत होता, हेही त्याला आठवलं. तो माणूस बहुधा चाचा– समुद्री चोर नसावा.

''मी त्यांना धडाधड पाण्यात उड्या मारताना पाहिलं होतं. पाच जण चाच्यांच्या काळ्या युनिफॉर्ममध्ये होते. पाचव्यानं नारिंगी शर्ट घातला होता. तो मेलेला माणूस बहुतेक चाचा नव्हता. तो कदाचित त्यांचा स्वयंपाकी असावा. लवकरच

आणखी पाच मृतदेह किनाऱ्याला लागतील.''

शाळा सुटल्यावर मी समुद्रकिनाऱ्यावर चालत राहिलो. आणखी एखादा मृतदेह किनाऱ्याला लागलाय का हे पाहायला! पण आता किनाऱ्यावर शुकशुकाट होता. कोळ्यांना ते स्वयंपाक्याचं शव नक्की कुठं मिळालं होतं, याचाही आता पत्ता लागत नव्हता. काहीच तासांपूर्वी विटक्या चेहऱ्याच्या एका फुगलेल्या शरीराभोवती ही भलीमोठी गर्दी जमली होती हे सूचित करणारी एकही खूण त्या बीचवर नव्हती.

सूर्याचा लालेलाल गोळा कड्याखाली सरकला आणि लगेचच बीचवर काळोखी रात्र झाली. मी घरी गेलो, तर घरात आई-वडिलांचा पत्ताच नव्हता. मला घरात जायची हिंमतच झाली नाही. मी व्हरांड्यात गप्प बसून राहिलो. माझं पूर्ण कुटुंब कारच्या अपघाताला बळी पडलंय, अशी कल्पना करू लागलो. हळूहळू डासांच्या गुणगुणण्याचा आवाज इतका मोठा झाला की त्यात समुद्राचा मंद आवाज बुडून गेला. तरीही मला आत जावंसं वाटेना. मला जवळजवळ खात्रीच होती की मी आत गेलो तर नारिंगी शर्टमधील तो माणूस माझ्यासमोर येईल आणि बुबुळं नसलेल्या डोळ्यांनी माझ्याकडे एकटक बघील.

करायला काहीच नसल्यानं मी सकाळी मिळालेलं हॅन्डबिल कमीत कमी पाच-सहा वेळा तरी वाचलं असेल. मग दुरून पिवळसर प्रकाश आमच्या घराकडे येताना दिसला. पोफळीच्या बागांना उजळवत तो मॅडम लेनकडे आला. काहीच मिनिटांत एक टॅक्सी आमच्या घराच्या बाजूला येताना दिसली. वाप्पा थकलेले आणि चिडलेले दिसत होते. पूर्ण दिवस कारच्या उघड्या खिडकीजवळ बसल्यानं वारा डोळ्यांत गेल्यासारखे उम्माचे डोळे लालेलाल झाले होते. मी तिच्यामागोमाग झोपण्याच्या खोलीकडे गेलो. तिनं छोटीला पाळण्यात ठेवताच, तिच्या हातात माझ्याजवळचं हॅन्डबिल ठेवलं. हॅन्डबिलची घडी उघडून तिनं ते पाहिलं. त्या चित्रामागच्या सूचना वाचता-वाचता मी ते चित्र इतक्यांदा पाहिलं होतं की त्याच्या अश्लीलतेची बोच माझ्या दृष्टीनं बोथट झाली होती, पण ते चित्र पाहून उम्माचा चेहरा मात्र लाजेनं लालेलाल झाला. त्या वेळी यास्मिनबुआशी फोनवर बोलत बोलत वाप्पा खोलीकडे चालले होते, जणू काही एखादी असभ्य गोष्ट करताना आपण पकडल्या जाऊ, या भीतीनं उम्मानं पट्कन त्या हॅन्डबिलची छोटी घडी केली आणि ती आपल्या ब्लाउझमध्ये लपवली. तितक्यात वाप्पा यास्मिनबुआशी फोनवर चढ्या आवाजात बोलत खोलीत आले. यापुढे तिनं त्यांना कन्सल्टेशनची आठवण करून देऊ नये, अशी त्यांनी तिला तंबीच दिली. मग आवाज थोडा मृदू करून ते म्हणाले, ''अगं, कन्सल्टेशनशिवायही मी जगू शकतो. पण त्यांची परत परत आठवण करून दिल्यानं मला माझ्या जीवनाचा अंत अगदी जवळ

आल्यासारखा वाटतो. त्याऐवजी तू माझ्या जुन्या शाळकरी मित्रांचा शोध घेऊन आमच्या भेटीगाठीचा छोटासा समारंभ कर.''

यानंतर काहीच आठवड्यांनी यास्मिनबुआच्या मदतीशिवायच आमच्या मागील अंगणात एक गंमतशीर भेट-समारंभ झाला. म्हणजे सुरुवातीला तो गंमतशीर वगैरे काही वाटला नव्हता. उलट एका क्षणी तर मला तो इतका भयानक वाटला, की मला वाटलं, वाप्पा आत्ता शंभर नंबरला फोन करतील आणि लगेच मॅडम लेनकडे पोलिसांची एक जीप येईल. पण शेवटी फक्त उम्माला सोडून तिथं जमलेले सगळे आनंदानं हसत होते.

झालं काय की, त्या दिवशी सकाळी सूर्य उगवताच मी अंथरुणातून बाहेर आलो. खिडकी उघडतो तो काय, बोगनव्हिलाच्या मागच्या बागेत, खांद्यावर बांबूची शिडी घेऊन एक अनोळखी माणूस वावरत होता. त्यानं शिडीच्या मधोमधच्या दोन पावठणीत डोकं घातलं होतं आणि त्याच्या पावलांच्या तालावर शिडीची दोन टोकं हलत होती. पण त्याच्या कमरेला खोचलेला कोयता, त्याला पक्का चिकटलेला असल्याप्रमाणे एकदम स्थिर होता. जमिनीवर पडलेल्या कवडशांना तुडवत तो शिडीसह बागेच्या दुसऱ्या टोकाला जाऊन पोहोचला. मग नारळाच्या झाडाच्या बुंध्याला शिडी टेकवून तो झाडावर चढत फिकट नारिंगी सूर्यबिंबाकडे जाऊ लागला.

मिस्टर अनविन, मी तुम्हाला आधीच सांगू इच्छितो की मी ही गोष्ट लिहिताना खूपदा एका नवीन तंत्राचा उपयोग करणार आहे. त्या तंत्राला आपण विहंगम दृष्टी, पक्ष्याच्या नजरेनं केलेलं वर्णन म्हणू शकतो. माझी आपणास विनंती आहे की, आपण हिला नवीन साहित्यिक टूम न म्हणता, वर्णनाची नवीन शैली समजा. वानगीदाखल पुढील परिच्छेद पाहणे.

आता तो माणूस नारळाच्या झाडाच्या शेंड्यापर्यंत पोहोचला होता. शिडी खूप खूप खाली होती. आता त्याला पक्ष्यांची दृष्टी मिळाली होती. तिथून त्याला अशा काही गोष्टी दिसत होत्या, ज्या एरव्ही त्याच्या नजरेसही पडल्या नसत्या.

त्यानं पाहिलं, की बोगनव्हिलाचं मागचं दार उघडलं गेलंय आणि तिथून उम्मा बाहेर आली आहे. बाहेरच्या बाथरूममध्ये जाऊन, अंघोळ करून परत घरात यायला तिच्याजवळ फक्त दहा मिनिटं होती. दहावं मिनिट सरताच छोटी झोपेतून उठून पाळण्यात हात-पाय झाडत मुसमुसू लागली असती. कधीकधी तर ती सात मिनिटांतच उठायची. मग तीन मिनिटं जायची वाट पाहत ती पाळण्यात पडून राहायची. छोट्या बाळांच्या मनात एक घड्याळ असतं– आणि मग भोकाड काढून इतक्या जोरात रडू लागायची की वरचं छप्पर खाली येईल की काय, असं वाटायला लागायचं. पण कधीकधी ती उम्माच्या अंघोळीनंतरही तासन्‌तास झोपून

राही. मग मला भीती वाटायची की छोटासा हार्ट ॲटॅक येऊन ती झोपेत मेली तर नसेल ना!

मागचं बाथरूम आमच्या मागच्या दारापासून एकशे अडतीस पावलं लांब होतं. मी स्वत: जाऊन हे अंतर मोजलं होतं. मी परत येतानाही हे अंतर दुसऱ्यांदा मोजलं होतं.

मागच्या दारापासून पडक्या गोठ्यापर्यंत - ३८ पावलं.
गोठ्यापासून सुरणाच्या वाफ्यापर्यंत - ५२ पावलं.
सुरणाच्या वाफ्यापासून टॅपिओकाच्या झाडांपर्यंत - २६ पावलं.
टॅपिओकाच्या झाडापासून बाथरूमपर्यंत - २२ पावलं.

बाथरूम जास्वंदीच्या झाडालगतच होती. तिथं एका कोपऱ्यात धुण्याचा दगड होता. भिंतीलगत एक प्लॅस्टिकचा शॉवर होता. एक छत सोडल्यास तिथं सगळं काही होतं. ही बाथरूम म्हणजे मला सूर्याचं ऊन यायला छत न ठेवलेल्या गाड्यांप्रमाणे, एक प्रकारची चैन वाटायची.

उम्माला बाथरूमपर्यंत पोहोचायला चाळीस सेकंद लागत. दोन भिंतींमध्ये कपडे ठेवण्यासाठी घातलेल्या दोरीवर कपडे पसरवायला वीस सेकंद लागत. आता तिच्याजवळ नऊ मिनिटं उरलेली असत. पट्‌कन टॉवेल गुंडाळून ती कपडे धुण्याच्या दगडाकडे जाई. त्याच्यावर पाणी साठवण्यासाठी ठेवलेला काळा ड्रम होता. ड्रममधील पाण्यात नारळाच्या झावळ्यांचं, आकाशाच्या छोट्या पट्ट्याचं आणि हलत्या पाण्यात डोकावणाऱ्या चेहऱ्याचं प्रतिबिंब असे. अंगावर पाणी ओतल्यावर साबणाची बुळबुळीत वडी टॉवेलमध्ये सरकवून ती टॉवेलनं खसाखसा शरीर घासे. मग चेहऱ्याला साबण लावी. मग कोपरावरील हाताना साबण जरा हळूहळू चोळे आणि उगाचच हसे. काखेला साबण लावताना त्या दिवशी तिनं सहज वर पाहिलं आणि वर बघताच तिचे डोळे भीतीनं विस्फारले गेले. तिला झाडावर एक भूत दिसलं. दुसऱ्याच क्षणी झाडावरून पटापट नारळ पडू लागले.

सहाव्याच मिनिटाला उम्मा घरात होती. ती अशाप्रकारे धापा टाकत होती, जणू काही तिच्या मागं एखादं कुत्रं लागलं होतं. तेही पावसात. कारण तिच्या अंगातून पाणी ठिबकत होतं.

"त्या झाडावर एक माणूस बसलाय," तिनं वाप्पांना सांगितलं, "काय घाबरवलं त्यानं मला!"

हे ऐकताच वाप्पा तावातावानं बाहेर आले आणि झपाझप त्या झाडाकडे जाऊ लागले. वाप्पांच्या पावलांतील अंतर माझ्या पावलांतील अंतराच्या दुप्पट

होतं. त्यामुळे आम्ही एकशे अडतीस पावलांऐवजी एकोणसत्तर पावलालाच बाथरूमपर्यंत पोहोचलो.

मागल्या दारापासून पडक्या गोठ्यापर्यंत - १९ पावलं.
गोठ्यापासून सुरणाच्या वाफ्यापर्यंत - २६ पावलं.
सुरणाच्या वाफ्यापासून टॅपिओकाच्या झाडांपर्यंत - १३ पावलं.
टॅपिओकाच्या झाडांपासून बाथरूमपर्यंत - ११ पावलं.

ज्या नारळाच्या झाडाच्या बुंध्याला शिडी लावलेली होती, त्याच्याखाली जाऊन वाप्पा थांबले आणि वर पाहत जोरजोरात टाळ्या वाजवायला लागले. खरंतर टाळ्या वाजवण्याची काही गरजच नव्हती, कारण तो माणूस एव्हाना झाडावरून खाली उतरायला लागला होता. दुरून छोटीच्या रडण्याचा आवाज येत होता. तिची दहा मिनिटांची डुलकी संपली होती.

"काय चाललं होतं रे तुझं झाडावर?" वाप्पांनी त्या माणसाला दरडावून विचारलं. पण नारळाच्या झाडावर चढणाऱ्याला हा प्रश्न विचारणं मूर्खपणाचं आहे, हे लगेचच त्यांच्या लक्षात आलं. पहिल्या प्रश्नातील बावळटपणा पुसून टाकण्यासाठी त्यांनी त्याला दुसरा प्रश्न विचारला, "इथं येऊन नारळ काढायची परवानगी कोणी दिली रे तुला?"

छोटीच्या रडण्याचा आवाज आता थांबला होता. बहुतेक उम्मा तिला दूध पाजत असावी.

"त्यानंच, ज्याच्याकडे ही परवानगी देण्याचा हक्क आहे. या बागेच्या मालकानं." तो माणूस म्हणाला.

त्या माणसानं हे वाक्य अशाप्रकारे म्हटलं होतं की, या वेळेस वाप्पा जोरात मोटार चालवत असते तर त्यांचा रागानं थरकापच उडाला असता.

एकदा काय झालं, एका कारच्या ड्रायव्हरला वाप्पांनी खूप वेळ ओव्हरटेक करू दिलं नव्हतं. त्यामुळे आमच्या कारला ओव्हरटेक करून पुढे जाताना तो वाप्पांच्या अंगावर खेकसला होता. खरंतर दोन्ही गाड्यांच्या काचा वर केलेल्या होत्या. त्यामुळे तो नक्की काय म्हणाला, ते आम्हाला ऐकूच आलं नव्हतं. पण तो ज्याप्रकारे वाप्पांवर खेकसला होता, त्यामुळे वाप्पांचा पारा एवढा चढला की जोरजोरात हॉर्न वाजवत वाप्पांनी त्याचा शहरभर पाठलाग केला होता. उम्मा नेहमी म्हणायची, की भांडणं उकरून काढण्यात आणि त्यात हरण्यात वाप्पा पटाईत आहेत. पण नंतर ते आजारी पडले. त्यांचे जवळजवळ सगळे केस गळून पडले आणि आवाजातील राग संपून गेला. त्यानंतर मात्र उम्मानं हे वाक्य परत

कधीही म्हटलं नाही. या वेळीही वाप्पांनी पडतं घेऊन त्या माणसाला एवढंच विचारलं की, "काय नाव आहे रे तुझं?"

"टारझन." तो माणूस म्हणाला.

मला वाटलं होतं, की आता तरी वाप्पा त्याला ओरडतील. त्या माणसाच्या कमरेला कोयता होता, पण तरीही वाप्पांनी त्याच्याशी भांडावं असं मला मनापासून वाटत होतं. वाप्पांनी मरताना असं मिळमिळीत वागावं, असं मला मुळीच वाटत नव्हतं. ते स्वत:च म्हणायचे की मिळमिळीत माणूस मेला तरी कोणाला चुकल्या चुकल्यासारखं वाटत नाही.

"तुला पाहिल्या पाहिल्या ओळखलं होतं मी!" वाप्पा त्या माणसाला म्हणाले.

त्या माणसानं डोळे बारीक करून वाप्पांकडे बघितलं, खूप वेळ त्यांना एकटक पाहिल्यावर तो म्हणाला, "ओह!" कोलाच्या जाहिरातीत खूप वेळ कोला प्यायल्यानंतर लोक करतात तसं 'ओह' नव्हतं हे, त्याचं हे छोटेखानी रूप होतं आणि या 'ओह'चा अर्थ होता, "तू होय?"

"खूप काळानं भेटतोय नाही आपण?" वाप्पा म्हणाले.

टारझननंही हसून अगत्य दाखवलं. मग दोघांनी एकमेकांचे हात हातात घेतले आणि मग ते आमच्या घराच्या व्हरांड्यात आले. शहाळ्याचं पाणी प्यायले. ते बराच वेळ मला माहीत नसलेल्या लोकांबद्दल, जागांबद्दल बोलत राहिले. त्या जागांवर आता नव्या इमारती झाल्या होत्या. मला थांगपत्ता नसलेल्या काळाबद्दल ते बोलत राहिले. ते बालपणीचे मित्र होते आणि आता चोवीस वर्षांनी भेटत होते. मला आश्चर्य वाटलं, की भेटल्यानंतर त्यांनी एकमेकांना मिठी कशी मारली नाही. त्यांनी नंतरही एकमेकांना मिठी मारली नाही. समजा, मी आणि शिवन चोवीस वर्षांनी भेटलो, तर एकमेकांना ओळखू शकू? कदाचित असंही होऊ शकेल की आम्ही मेट्रोमध्ये शेजारी-शेजारी बसू. लहान असताना ज्या पुलाखाली खेळलो, त्याच्यावरून जाऊ. पार्कजवळून मेट्रो जाताना आम्ही आमच्या जुन्या अपार्टमेंटकडे पाहू. माझ्या जुन्या घराची खिडकी बंद असेल. तो पुढच्या स्टेशनवर उतरेल आणि आमच्या अपार्टमेंटच्या दिशेनं जाऊ लागेल. मी मेट्रोच्या खिडकीशी बसून एकेक इमारत मागे पडताना पाहत राहीन. या विचारानंच मला इतकं वाईट वाटलं की असं काही होऊच नये, असं मला वाटलं. पण काही वेळानं मला तसंच व्हावं, असं वाटू लागलं. तसं झालं तर छान होईल. एखादी गोष्ट घडत असल्यासारखं वाटेल.

उम्मा घरातच थांबली होती. वाप्पांनी आपल्या बालपणीच्या मित्राला भेटण्यासाठी तिला बाहेर बोलावलं. तेव्हा तिनं मला सांगितलं, "जा, मी छोटीला दूध पाजतेय म्हणून सांग वाप्पांना." खरंतर छोटी दूध पिऊन परत झोपून गेली होती.

चार

आम्हाला योगायोगानंच त्या जागेचा शोध लागला होता. डोंगराच्या कड्यानं आणि काही खडकांनी किनाऱ्याची एक अरुंद पट्टी अशी बेमालूमपणे लपवली होती की याच शहरात वाढलेल्या वाप्पांसकट कोणालाच तिचा पत्ता नव्हता. अठरा वर्षांचे होईपर्यंत वाप्पांनी समुद्रकिनारा सोडला नव्हता. अठरा वर्षांचे झाल्यावर वाप्पा ते शहर व समुद्रकिनारा सोडून पळून गेले होते. कारण त्यांची ठाम धारणा होती, की घर सोडून पळून जाणं ही पुस्तकं लिहिण्याची पहिली पायरी आहे.

आम्ही योगायोगानं या छोट्याशा बीचवर आलो. आम्ही अशा जागेचा शोध लावला, जी खरंतर आमच्या मालकीचीही नव्हती. आमचा 'वास्को दि गामा' क्षण साजरा करताना वाप्पा म्हणाले, की इतिहास अशा योगायोगानं लागलेल्या शोधांनी भरलेला आहे. या गुप्त बीचवर पाऊल ठेवल्यानंतर काहीच क्षणांनी वाप्पांनी हे सांगितलं. तेव्हाच मला कळलं की सर्व शोध, असे योगायोगानंच लागलेले आहेत.

आम्ही या बीचचा शोध लावला होता, त्यामुळे त्याला कोणतं नाव द्यायचं हा सर्वस्वी आमचा हक्क होता. मी आधीच ठरवलं होतं, की त्याला वाप्पांचं नाव द्यायचं. पण वाप्पा जिवंत असेपर्यंत मी हे नाव देणार नव्हतो. ते वारल्यानंतर काही दिवसांनी इथं येऊन मी अशा जागी वाळूवर त्यांचं नाव लिहिणार होतो, जिथं समुद्राच्या लाटा ते नाव पुसूच शकल्या नसत्या.

वाप्पांच्या अंत्येष्टीनंतर काही दिवसांनी मी बिलालला आणि वाप्पांच्या अंत्येष्टीला शिवन आला असता तर त्यालाही बरोबर घेऊन इथं येणार होतो. आम्ही सगळे थोडा वेळ गप्प उभं राहिलो असतो. आपले प्रेसिडेंट किंवा तितकाच मोठा माणूस

मेल्यावर मी आणि बिलाल आणि मी व शिवन वेगवेगळ्या शाळांच्या मध्यवर्ती पटांगणात अशीच एका मिनिटाची शांतता पाळीत असू, अर्थात त्या वेळीस आम्ही मनातल्या मनात वेड्यासारखं हसत असू. शोकसभा आणि आमच्या बीचचं नामकरण झाल्यावर आम्ही मुख्य बीचवर गेलो असतो. तिथं मनसोक्त खेळलो असतो. मी शिवनला किनाऱ्यावरील ती जागा दाखवली असती, जिथं समुद्रानं चाच्यांच्या जहाजावरील स्वयंपाक्याचं मृत शरीर आणून टाकलं होतं. त्या वेळी त्या स्वयंपाक्याच्या अंगावर तो नारिंगी रंगाचा शर्ट सोडून आणखी काहीही नव्हतं, हेही मी त्यांना सांगितलं असतं.

सध्या 'त्या' बीचला गुप्त– सीक्रेट बीच म्हणायचं असं मी ठरवलं होतं. वाप्पांना आणि मला सोडता, या बीचचा ठावठिकाणा फक्त पक्ष्यांनाच माहीत होता. मुलांच्या खेळण्यातील हेलिकॉप्टर या बाजूला आलं नसतं तर निसर्गानं आम्हा दोघांनाही या बीचच्या बाबतीत अंधारात ठेवलं असतं.

आम्ही बोगनव्हिलात राहायला आल्यानंतर जवळजवळ चार महिन्यांनी ही घटना घडली होती. त्या वेळी वाप्पा मला एकट्यानं समुद्रकिनाऱ्याला जाऊ देत नसत. आम्ही दोघं कड्यावरून खाली येणाऱ्या वाटेवर उभे होतो. समुद्राकडे बघता बघता इतर गोष्टीही पाहत होतो. मी समुद्रावर काही ठिपके पाहिले. तो जहाजांचा बेडा असावा. कदाचित ती माझी कल्पनाही असेल. मी जे बघत होतो, ते वाप्पा नक्कीच बघत नसणार. ते कदाचित समुद्राच्या लाटांप्रमाणे हळूहळू पण निश्चितपणे त्यांच्याकडे येणाऱ्या मृत्यूला पाहत असतील.

बीचवरून खूप दूर, जिथं कड्यावरचा रस्ता, हेलिपॅडला येऊन मिळत होता, तिथं काही ग्लायडर्स वारं कमी होण्याची वाट पाहत उभी होती. अचानक आम्हाला आकाशातून घर्र घर्रचा आवाज ऐकू आला. वर बघतो तर खेळण्यातील एक हेलिकॉप्टर आमच्यावरून उडत समुद्राकडं चाललं होतं. घर्रऽ घर्रचा आवाज बंद एकदमच झाला आणि त्या हेलिकॉप्टरनं खाली जमिनीवर झेप घेतली. ते कड्याच्या एका बाजूस येऊन पडलं. मग अचानक धुरळा उडून ते हेलिकॉप्टर एका झुडपात गायब झालं. हेअरबोसारखे गॉगल्स घातलेला एक फॉरिनर, एका रिमोट कंट्रोलनं त्याचा तपास लावायचा प्रयत्न करीत, त्या रस्त्यावर आला. काही तरी विचारू पाहत असल्याप्रमाणे त्यानं आमच्याकडे पाहिलं. मला कळलं, की त्याचं हरवलेलं हेलिकॉप्टर कुठं असेल हे त्याच्याशी अमेरिकन हेल काढून सांगावं की ब्रिटिश पद्धतीनं सांगावं, या विचारात वाप्पा आहेत.

पण ते काही सांगणार याच्याआधी तो माणूस आपला चालण्याचा वेग वाढवून छोट्या तिबेटच्या दिशेनं निघून गेला.

"तुला हवंय ते?" डोंगराच्या कड्याकडे बोट दाखवत वाप्पांनी विचारलं.

मी हो-नाही याचा निश्चय न करता आल्याप्रमाणे मान हलवली.

"मान नको हलवूस. तुला पाहिजे असेल, तर तोंडानं 'हो' म्हण." ते म्हणाले.

मग मी म्हणालो, "हो!"

कानातल्या कुडीच्या मळसूत्राप्रमाणे वळणं घेत एक वाट डोंगराच्या पायथ्याशी जात होती. वाप्पा काळजीपूर्वक त्या वाटेनं खाली गेले आणि दिसेनासं होण्यापूर्वी ते हेलिकॉप्टर ज्या झुडपावर दिसलं होतं, तिथं जाऊन थांबले. वाप्पांनी त्या झुडपाच्या ठिसूळ डहाळ्यांना आणि धुळीनं भरलेल्या पानांना बाजूला सारून त्या हेलिकॉप्टरचा शोध घेतला, पण तिथं त्या झुडपाच्या डहाळ्यांच्या जाळीशिवाय दुसरं काहीही नव्हतं. त्यामुळे आम्ही आणखी खाली गेलो. झुडपांचे काटे टोचल्यानं आमचे गुडघे हुळहुळत होते, पण त्याची पर्वा न करता आम्ही खाली जातच राहिलो. शेवटी पांढरी वाळू असलेल्या जमिनीच्या एका लहान पट्ट्यापाशी येऊन आम्ही थांबलो. शंख-शिंपले, पोवळी व एखाददुसऱ्या सिगारेटच्या थोटकानं भरलेला तो एक छोटासा बीच होता. समुद्र आणि या बीचच्या मध्ये उभी होती एक काळ्या खडकांची वेडीवाकडी पसरलेली रांग. ते खडक भिंतींमधील विटांसारखे एकमेकांना अगदी खेटून उभे होते. फक्त शेवटच्या दोन खडकांचे आकार विचित्र होते. त्यामुळे त्यांच्यामधील जागा वाळूच्या घड्याळासारखी दिसत होती. वरचा अर्धा भाग आकाशानं आणि खालचा अर्धा भाग समुद्रानं भरलेला होता. त्या बीचच्या वाळूच्या पट्ट्यामुळे असं वाटत होतं, की आकाशातील पांढरे ढग घड्याळाच्या चिंचोळ्या भागातून झिरपून फिकट निळ्या पाण्यात परिवर्तित होत आहेत. त्या खडकांमधील चिंचोळ्या फटीतून मी नक्कीच आत-बाहेर जाऊ शकत होतो, पण वाप्पांना तसं करता येईल की नाही याबद्दल मला शंका होती.

वाप्पा गुडघ्यावर बसून काळजीपूर्वक खडकांमधील त्या मोकळ्या जागेपर्यंत गेले. तिथं बराच वेळ बसून राहिले. समुद्राच्या फेसाळ लाटा त्या बीचच्या दिशेनं येत होत्या, पण लांबूनच परत जात होत्या. तिथंवर लहानसहान तरंग पोहोचत होते. मग मोठ्या प्रयत्नानं ते त्या फटीतून रांगत पलीकडे गेले. एका वर्षापूर्वी त्या खडकांनी त्यांना असं जाऊच दिलं नसतं. पण आता ते कार्टूनमधील माणसांप्रमाणे काटकुळे झालेले होते. त्यांच्या हाडांचे सांधे गंमतशीरपणे उठून दिसत होते. वाप्पांच्या मागोमाग मीही त्या खडकांच्या फटीतून रांगत बाहेर गेलो. तेवढ्यात गुप्त बीच – सीक्रेट बीचमधील एक खेकडा माझ्या हाता-पायांमधल्या जागेतून सरपटत बाहेर गेला. आम्ही आता समुद्राच्या दिशेनं जात होतो. मला असं वाटत होतं, की आम्ही जणू एका बुडालेल्या जहाजातून घाईघाईनं बाहेर पडत आहोत. थोड्या अंतरावर एक गलबत उलटलेलं आहे, अशी कल्पनाही

माझ्या मनात आली. त्यातील काही तराफे समुद्रात तरंगत असल्याचा भासही मला झाला.

सीक्रेट बीचच्या शोधानं आम्हाला पृथ्वीमोलाचा खजिनाच मिळाला जणू. आता आम्हाला गर्दीनं गजबजलेल्या मुख्य बीचवर जाण्याची गरजच उरली नव्हती. हा आमचा- आमच्या मालकीचा छोटासा बीच होता. त्यामुळे आम्हाला आम्ही फिल्ममधील बीचवर उघड्या छत्रीखाली बसलेल्या, मोठमोठे चिरूट ओढीत असलेल्या लोकांप्रमाणे झाले आहोत असे वाटे आणि वाप्पा? मुख्य बीचवर ते आपल्या शर्टची बटणं कधीही काढत नसत, पण सीक्रेट बीचमध्ये प्रवेश करताच ते आपला शर्ट काढून टाकत. कधीकधी ते आपल्या विजारीच्या आत बॉक्सर्स घालत. तेव्हा ते आपली विजारही काढून टाकीत. एखाद्या लहानशा खडकावर बसून ते आपले पाय बीचमधील उथळ पाण्यात बुडवत, जणू काही पायांखालून जाणारे मासे त्यांच्या पायांना तोंड लावून त्यांचा कॅन्सर शोषून घेतील, असं त्यांना वाटे.

मग एकदा उन्हाळ्याच्या एका दुपारी, आमच्या बीचवर कोणी तरी अनधिकृतपणे येऊन गेल्याची चिन्हं दिसली.

आदल्याच रात्री वाप्पांचा रोग बळावला होता. ते दुसरा दिवस तरी पाहतील की नाहीत असं आम्हाला वाटत होतं. ते पूर्ण रात्र कण्हत होते, पण त्यांचं कण्हणं, कण्हण्यापेक्षा जास्त खोटखोटं हसणं वाटत होतं. एकदा तर ते वेदनेनं इतक्या जोरात कण्हले की मला त्यांच्या अंत्येष्टीशिवाय दुसरं काही दिसेनासं झालं. वाप्पुम्मानं मला सांगितलं, की तू आज झोपू नकोस. वाप्पा या पृथ्वीतलावरून निघून जाताना मी पाहावं, असं तिला फार फार वाटत होतं. बहुतेक तिला वाटलं असावं, की दूर अंतराळात जाताना वाप्पांना मला शेवटचा अनमोल सल्ला द्यावासा वाटेल किंवा माझा मुका घ्यावासा वाटेल. त्यांनी माझा मुका घेतला असता तर मला लाजल्यासारखं झालं असतं. मला वाटत होतं, की माझा मुका घेण्याची इच्छा न होताच वाप्पांनी मरून जावं. एका जुन्या फोटोग्राफमध्ये सोडता, त्यांनी माझा मुका कधीही घेतलेला नव्हता. वाप्पांच्या पलंगामागे त्याच्या खांबाला पकडून मी उभा होतो. अधूनमधून झोप अनावर होऊन छोट्या छोट्या डुलक्या घेत होतो. सकाळी पक्ष्यांचा चिवचिवाट सुरू झाला. तेव्हापर्यंत वाप्पा जागेच होते. बोगनव्हिलाच्या मागच्या नारळांच्या बागेत उजेड पसरू लागला आणि वाप्पांचा डोळा लागला. ते चक्क घोरू लागले. मग लगेचच घरातले सर्वच आडवे झाले आणि घोरू लागले.

मी जागा झालो, तेव्हा सावल्या पॅसेजच्या निम्म्या अंतरापर्यंत आलेल्या होत्या. म्हणजेच निम्मी सकाळ सरली होती. दुपार झाली होती. वाप्पा अंथरुणावर

बसून नखं कापत होते. दुपार झाल्यावर वाप्पा म्हणाले, "मला डोंगराच्या कड्यावरच्या रस्त्यावर उभं राहून समुद्राकडे पाहायचं आहे." मी त्यांना घेऊन त्या रस्त्यावर गेलो. तिथं गेल्यावर क्षितिजाकडे नजर लावून ते म्हणाले, "चल, आपण आपल्या सीक्रेट बीचला जाऊ या."

रात्री मरायला टेकलेले वाप्पा तो कठीण उतार अगदी सहज उतरून आले. बीचवर आल्यावर त्यांनी बॉक्सर सोडून अंगावरचे बाकी सगळे कपडे उतरवून ठेवले. मग ते एका खडकावर बसले. घोट्यापर्यंतचे पाय समुद्राच्या चमचमत्या पाण्यात सोडून. मी माझ्या हलत्या सावलीच्या छातीजवळचे शिंपले गोळा करू लागलो. तेवढ्यात कोणीतरी खाकरल्याचा आवाज आला.

आम्ही दोघं भीतीनं जवळजवळ उडालोच. आम्ही शोधलेला बीच, आणखी कोणीतरी शोधलेला होता बहुधा. म्हणजे ही आता फक्त आमचाच खासगी बीच राहिला नव्हता. आम्ही दोघांनी पाहिलं, की एक माणूस एका खडकाजवळ उभा आहे. त्या खडकासारखाच काळाकुळकुळीत, उंच माणूस. त्याच्या हातात उलटा पकडलेला एक मोठा मासा होता. त्या माशाच्या अंगावरचे खवले इतके सुंदर होते की त्याला पकडणं पापच ठरावं. त्या माणसानं हिरवी टोपी घातली होती. तिचा या कानापासून त्या कानापर्यंत गेलेला पट्टा, चाकूनं झालेली जखमच वाटत होती. तो माणूस स्टंट सीन्समध्ये येऊन मार खाणाऱ्या व नंतर काचेच्या दाराबाहेर फेकून दिल्या जाणाऱ्या धिप्पाड, धटिंगण, वाईट माणसासारखा दिसत होता. त्याच्या शरीराच्या मानानं त्याचे हात लहान होते. पण त्याच्या बाकीच्या शरीराप्रमाणे त्याचे हातही अविनाशी, भक्कम वाटत होते.

त्या भरभक्कम माणसाला पाहून माझे पाय समुद्रात खिळल्यासारखे झाले. पण वाप्पा या बीचला आम्ही दिलेल्या पहिल्या भेटीनंतर लाटांवर वाहत वाहत किनाऱ्याला लागलेल्या झाडाच्या बुंध्याकडे वळले. त्यांनी त्याच्यावर आपले कपडे टाकलेले होते. वाप्पांनी सावकाशपणे कपडे घातले. तोवर तो माणूस शांतपणे त्यांची वाट पाहत उभा राहिला. त्याच्या हातातील मासा तडफडून मरायला आला होता. कपडे घालून झाल्यावर वाळू उमटलेल्या पावलांवर पावलं ठेवत बाप्पा त्या झाडापासून दूर गेले. त्यामुळे वाळूतील त्यांच्या पावलांना दोन्ही बाजूंना बोटं आली. आता वाप्पा त्या माणसाच्या इतक्या जवळ गेले होते की अनधिकृतरीत्या आमच्या सीक्रेट बीचवर प्रवेश केल्याच्या त्याच्या चुकीसाठी त्याला डोक्यानं सहज ढुसणी देऊ शकले असते. पण अचानक दोघं एकमेकांकडे बघून हसू लागले. वाप्पांनी त्याच्याशी शेकहॅन्ड मात्र केलं नाही. कदाचित कोळी लोकांशी कोणी शेकहॅन्ड करत नसतील. बिलाल आणि माझ्यातील पहिल्या भेटीप्रमाणे ते दोघं एकमेकांकडे बघून स्मितहास्य करत होते, पण काही बोलत

नव्हते.

“कुन्युमोन,” शेवटी वाप्पाच पहिल्यांदा बोलले, “किती वर्षांनंतर...!”

“हो, खरंच खूप वर्षांनी भेटतोय आपण!” कुन्युमोन म्हणाला.

वाप्पा वळून माझ्याशी बोलू लागले. सिनेमांमध्ये विशेषत: इंग्रजी सिनेमांमध्ये वडील मुलाशी बोलतात त्याप्रमाणे. “बाळा, हा ना कुन्युमोन आहे. माझा बालमित्र. टारझनप्रमाणेच. याच खरं नाव आहे शिवन. पण सगळे त्याला कुन्युमोन या नावानंच हाका मारतात.”

माझ्या आयुष्यातील हा सगळ्यात मोठा योगायोग होता. वाप्पांच्या आणि माझ्या बालमित्राचं नाव एकच होतं. शिवन. पुढच्या खेपेस शिवनची भेट झाल्यावर आम्ही नावातील या साम्यावर हसलो असतो. पुढच्या खेपेस? आता आमची भेट बहुतेक वाप्पांच्या मृत्यूनंतरच झाली असती आणि त्या वेळी मी इतका दु:खी असेन की हसूच शकणार नाही. त्या वेळी बहुतेक मी दु:खानं इतका वेडापिसा झालो असेन की लोकांना माझ्या तोंडात बोळा कोंबून माझ्या डोक्यावर हेडफोन्स लावावे लागतील आणि त्यांनी हेडफोन्स सुरू केल्यावर संगीत ऐकण्याऐवजी मला इलेक्ट्रिक शॉक्स सहन करावे लागतील. नाही. वाप्पा गेल्याच्या दु:खातही मी डोकं ठिकाणावर ठेवीन. मला इतकंही दु:खी, निराश व्हायचं नाहीये की ज्यामुळे मला इलेक्ट्रिक शॉक द्यावे लागतील.

“टारझननं सांगितलं होतं मला तू परत आल्याचं, तू कायमचा परत आलायस का?” कुन्युमोननं विचारलं.

“मी मरायसाठी इथं आलोय.” एक दु:खी स्मित करत वाप्पा म्हणाले.

वाप्पांच्या बोलण्याला जोक समजून कुन्युमोन मोठ्यानं हसला. त्याबद्दल मी त्याला दोषही देऊ शकत नाही. वाप्पा इथं खरंच मरायसाठी आलेत, हे त्याला माहीतच नव्हतं. कुटुंबाबाहेर कोणालाच हे माहीत नव्हतं. कुन्युमोनचे खांदे त्या मरू पावणाऱ्या माशाच्या हनुवटीखालच्या भागासारखे हलत होते, पण त्याचं हसणं संपल्यावरही त्याच्या हातातील मासा जिवंत होता.

“अजून गोष्टी लिहितोस का रे तू?” त्यानं विचारलं, “लहान असताना तू गोष्टी लिहून मासिकांना पाठवायचास आणि तिथले लोक त्या न वाचताच तुला साभार परत पाठवत. मी आणि टारझन खूप हसायचो तुझ्या या उपद्व्यापाला. खरंच सांग, तू अजून लिहितोस गोष्टी?”

“आणि तू अजून वर्तमानपत्र वाचत नाहीस. हो की नाही?” आता वाप्पांचा आवाज रागानं फाटायला लागला होता. त्यांचा तो अवतार पाहून मला वाटलं, की आता एक शब्दही न बोलता आपल्या बालमित्राला तिथंच सोडून ते निघतील.

वाप्पांना पहिला साहित्यिक पुरस्कार मिळाल्यापासून ते आपला उदरनिर्वाह

कसा करतात, याबाबतच्या प्रत्येक प्रश्नाचं उत्तर देताना ते चिडायचे. पण बहुतेकदा ते अशा प्रश्नांचं उत्तर हसून देत. अर्थात ते हसू, रागाचे हसू असे. ते सांगायचे की ते जाहिराती लिहून आपला उदरनिर्वाह करतात. जाहिराती लिहून पुरेसे पैसे मिळाले नाहीत. आणि बहुधा तसंच होतं, तर ते उधारीनं पैसे घेतात किंवा चोरी तरी करतात. कधी ते म्हणायचे की पुढच्या आठवड्यात एका बँकेवर दरोडा घालायचा बेत करताहेत ते. हा बेत व्यवस्थित पार पाडला तर त्याच्या पुढच्या आठवड्यात त्यांचा एका दागिन्याच्या दुकानात चोरी करायचा विचार आहे. यातील प्रत्येक गोष्ट ते स्मितपूर्वक सांगायचे. त्यांचा आवाज नेहमीपेक्षा थोडा कठोर होई एवढंच, त्यामुळे एक उम्माला सोडलं तर ते गमतीनं बोलताहेत का त्यांची टर उडवताहेत, हे लोकांना कळायचंच नाही. त्यांचं जेमतेम भागतंय, असं त्यांनी सांगितलं की उम्माला कसंसंच होई, कारण असे अपमानकारक प्रश्न बहुतेकदा तिच्या माहेरचे नातलगच विचारत. आणि त्यांना वाप्पांकडून लगेच ते चोरी करण्याचा बेत करताहेत, अशी उत्तरं ऐकावी लागत.

"शाळा सुटल्यापासून मी कधीच वर्तमानपत्र वाचलं नाही." कुन्युमोन म्हणाला, "मला फक्त माझं नाव लिहिता येतं. बाकी लिहिणं-वाचणं मी पार विसरून गेलोय."

एव्हाना कुन्युमोनच्या हातातील मासा मरून गेला असावा. त्याच्या हनुवटीखालचा भाग स्थिर झाला होता, पण डोळे टक्क उघडे होते. ते वाळूत उमटलेले पायांचे ठसे पाहत होते. पायांच्या ठशांची बोटं पटापट नाहीशी होत होती. मिस्टर अनविन, तुमच्या लक्षात आलंय की नाही कोणास ठाऊक पण मेलेल्या माशांचे डोळे नेहमी उघडे असतात. जणू काही डोळ्यांची पापणीही न लवविता ते जिवंत राहण्याची खटपट करत असतात. काही तासांपूर्वी या माशाला कल्पना तरी असेल का की तो सीक्रेट बीचवर मरणार आहे आणि त्याच्या मृत्यूला साक्षीदार असणार आहे एक असा माणूस जो स्वत:ही लवकरच मरणार आहे!

"पण मी वर्तमानपत्र वाचतो की नाही असं तू का विचारतोयस मला? शेवटी त्यांनी तुझी एखादी गोष्ट वर्तमानपत्रात खरंच छापली की काय?" कुन्युमोननं वाप्पांना प्रश्न केला.

"तुझ्याशी साहित्याबद्दल बोलण्यात काय अर्थ आहे म्हणा!" थोड्या वेळानं वाप्पा शांत स्वरात म्हणाले, "एकदा माझ्या घरी भेटायला ये. टारझनला माहीत आहे, मी कुठं राहतो ते. घराचं नाव आहे बोगनव्हिला."

"येईन एक दिवस." कुन्युमोननं आश्वासन दिलं, "पण मला एक सांग. इतक्या दिवसांत एकदा तरी समुद्रावर गेलायस का?"

वाप्पांनी त्याच्या प्रश्नाचं उत्तर दिलं नाही.

"तू कधी समुद्रावर गेलायस का?" त्यानं परत विचारलं आणि मग माझ्या लक्षात आलं की तो वाप्पांना नाही, मला विचारत होता.

"नाही," मी म्हणालो, खरंतर पायाशी येणाऱ्या फेसाळ लाटांच्या पुढे समुद्रात जाण्याचा विचारही त्या क्षणापर्यंत मनात आला नव्हता.

"किती लाजिरवाणी गोष्ट आहे ही!" बोट नाकाच्या शेंड्यापर्यंत नेत तो म्हणाला. "तू कधी नावेत तरी बसलायस का?"

मी परत 'नाही' म्हणणार, इतक्यात त्रिकोणी छायांचा एक थवा बीचवर दिसला आणि तो समद्राकडे गेला. आम्ही वर पाहिलं.

वर आकाशात पाच पॅराग्लायडर्स उडत होते. त्यांच्या उडण्याचं पहिलं मिनिट होतं ते. काही क्षण वाटलं की ते आकाशात तरंगण्याची, उडण्याची मजा घेत नाहीयत. जणू अजस्र फुलपाखरांनी त्यांचं अपहरण केलं होतं आणि ते त्या अपरहणकर्त्यांच्या हातातून सुटून जाण्याची धडपड करताहेत. तीन जण मुख्य बीचच्या बाजूला उडाले. तिथं हाताच्या पंजानं उन्हापासून बचाव करण्याचा प्रयत्न करणारे लोक उत्साहानं त्यांची वाट पाहत होते. एक ग्लायडर डोंगराचा कडा संपतो तिथं, म्हणजे उत्तरेकडे गेला. पाचवं अनिश्चित मन:स्थिती असल्याप्रमाणे क्षितिजावर उडत राहिलं. मग आकाशात अर्धवर्तुळात फिरून सीक्रेट बीचकडे आलं. आमच्यावरील आकाशात तरंगत हेलिपॅडच्या टोकांपर्यंत गेलं. मग आकाशात गिरकी घेऊन ते परत आमच्या डोक्यावरच आलं. ग्लायडरमध्ये बसलेला माणूस आमच्या डोक्यावरून पुढे गेला, तेव्हा हवेची हलकी झुळूकही येत नव्हती. त्यानं चौकस नजरेनं खाली पाहिलं.

त्या ग्लायडरनं वरून काय बरं पाहिलं असेल?

त्यानं एका मुलाला आणि दोन माणसांना पाहिलं. एका मोठ्या खडकामागे एक गावठी नाव आणि वल्ही होती. त्याला वाटलं, की खाली काही तरी गडबड चाललीय. मुलाचे वडील त्या कोळ्यासारखा दिसणाऱ्या माणसाशी काहीतरी वाद घालतोहत. लवकरच तो वाद मिटला, पण तो त्या कोळ्यानंच जिंकलेला दिसतोय. मुलाच्या वडिलांनी एका मोठ्या माशाच्या बदल्यात त्या कोळ्याला आपला मुलगा देऊन टाकला. कोळ्यानं त्या मुलाला नावेच्या मधोमध बसवून नाव समुद्रात घातली आणि वल्ही वल्हवत, समुद्रात दूर निघून गेला.

लाटांवर स्वार झालेल्या त्या नावेला पाहून ग्लायडर चिंतातुर होऊन विचार करत असेल, 'एका मोठ्या माशाच्या बदल्यात त्या माणसानं एका मुलाचा सौदा केला? कुठं चाललंय तरी हे जग!'

पण त्या मुलाला त्या सौद्याचा आनंदच झालेला दिसला. तो इतक्या उत्साहानं

आपल्या वडिलांना सोडून गेला की तो ग्लायडर गोंधळून गेला असावा. त्याच्या मनात आलं असेल, आता त्या मुलाची आई काय म्हणेल? का तो कोळीच मुलाचा खरा बाप आहे आणि तो दुसरा त्याला पळवून नेणारा? तो मोठा मासा या मुलाला सोडून देण्यासाठीच तर दिला गेला नसेल? हवेच्या मारापेक्षा या भंडावून टाकणाऱ्या प्रश्नामुळेच ग्लायडरनं पट्कन ग्लायडर वळवून पूर्वेकडे नेलं.

ही होती माझी पहिली आणि आजतागायतची शेवटची समुद्रसफर!

थोडा वेळ समुद्रात राहिल्यावर मला त्याच्या एकसुरीपणाचा कंटाळा आला. मिस्टर अनविन, तुम्ही कधी खुल्या समुद्रात गेलायत का? मी तसा जाऊन आल्यावर मला तुम्हाला सांगावंसं वाटतं, की समुद्राचं सर्वांत सुंदर रूप आणि स्थान आहे, तो जिथं धरतीला येऊन मिळतो ते. बाकी सर्व ठीक ठीक आहे. समुद्र फुलाफुलांचं डिझाइन असणाऱ्या पडद्याच्या कपड्याच्या मोठ्या ताग्यासारखा आहे.

पडद्याच्या कपड्याचा एक चौरस सेंटिमीटर पाहिलात म्हणजे तुम्ही पूर्ण तागा पाहिल्यासारखंच आहे. पण समुद्रकिनारा, फेसाची किनार ल्यायलेल्या, किनाऱ्यावर येऊन पसरणाऱ्या लाटा म्हणजे काही औरच चीज आहे!

मी माझ्या खांद्यावरून मागं पाहिलं. किनारा नजरेआड झाला होता. ती पाच ग्लायडर्स दिसेनाशी झाली होती. आगाऊ दिलेल्या सूचनांनुसार वागण्यास उशीर केल्यानंतर पोटात भीतीनं एक प्रकारचा गोळा येतो बघा. तसंच काहीसं झालं माझं. आपल्या गावाजवळच्या समुद्रात बुडून मेलेल्या माणसांच्या अशा प्रकारच्या घटना वाप्पा किती उत्सुकतेनं वाचत हे मला आठवलं. माझ्या पोटात डचमळू लागलं. मी माझ्या तोंडावर एक हात ठेवला.

"समुद्रात आल्यामुळे पोटात कसं तरी होतंय." तो काळा माणूस कुन्युमोन म्हणाला.

"हो." ओकारी आल्याचं नाटक करत मी म्हणालो.

"तर मग परत जाऊ या आपण." कुन्युमोन म्हणाला. त्यानं वल्हं समुद्रात स्थिर ठेवलं. हळूहळू नावेचा वेग मंदावला. मग त्यानं मोठ्या गोल आकारात नाव वळवली. आकाशात ग्लायडर जसं गोल आकारात फिरलं होतं तसंच. आता नाव किनाऱ्याकडं निघाली.

"आपण थोडं पुढं गेलो असतो तर मी तुझ्यासाठी एखादा मासा पकडला असता." कुन्युमोन म्हणाला. त्याच्या मनात आणि नावेच्या दिशेत अजूनही बदल होईल... तो नाव समुद्रात दूरवर नेईल, या विचारानंच मला आणखी डचमळू लागलं. मला त्याला सांगावंसं वाटलं, की माझी पहिली समुद्रसफर आठवणीत

ठेवण्यासाठी मला तिथली एखादी वस्तू किंवा मासा बरोबर नेण्याची गरज नाहीय. माझ्याजवळ आतापर्यंत समुद्राबद्दल बरीच अनावश्यक माहिती गोळा झाली होती. तशी माहिती, उत्पन्नाचं साधन म्हणून समुद्राकडे पाहणाऱ्या त्याच्याकडे आणि समुद्राकडे नेहमी कथाकाराच्या दृष्टीनं पाहणाऱ्या वाप्पांकडेही नव्हती.

समुद्राबद्दल मला अशी काय माहिती मिळाली? वाचा. समुद्र लाखो माशांचं घर असला तरी समुद्राला माशांचा नाही तर ओल्या पायमोजांचा वास आहे.

लोकांचा समज आहे, की समुद्र नेहमी गरजत असतो. पण सत्य त्याच्या उलट आहे. समुद्र बहुतेकदा स्तब्ध उचंबळत असतो. त्याचा जो काही आवाज असतो, तो फक्त किनाऱ्यावर असतो. त्याची गर्जना ऐकण्यासाठी तुम्हाला समुद्राबाहेर यावं लागतं. समुद्र बराचसा जंगलासारखा आहे. एकदा का तुम्ही त्याच्या पोटात शिरला की तिथून कधी एकदा बाहेर येतोय, असं आपल्याला वाटतं.

समुद्रसफरीवर गेल्यावर जे कोणी मरतात, ते सर्व बुडून मरत नाहीत. त्यातील काही कंटाळ्याचा उबग आल्यामुळेही मरतात.

"आपण परत जाऊ या अंकल," अर्धं डचमळल्यामुळे, अर्धं ढोंग करत मी म्हटलं, डोळे घट्ट मिटून काळोखात बसलो. मला फक्त नावेवर हळुवारपणे आदळणारा समुद्र आणि समुद्री वाऱ्याची जवळजवळ थांबलेली शीळ ऐकू येत होती.

"बघ, तुझा बाप किती काळजीत आहे." चुकचुकत कुन्युमोन म्हणाला.

आम्ही समुद्रात जाऊन परत येईपर्यंत वाप्पा दहा वर्षांनी म्हातारे झाल्यासारखे दिसत होते. बुडालेल्या बोटीतून वाचलेल्या माणसाप्रमाणे ते बीचवर अस्वस्थपणे येरझाऱ्या घालीत होते जणू काही आमची नाव खरोखरच बुडाली आहे, ही गोष्ट पचनी पाडण्याचा प्रयत्न करत होते. आमची नाव दिसल्यावर चालणं थांबवून, एका खडकावर रेलून ते आमच्या येण्याची वाट पाहू लागले. समुद्र काळाची गती धिमी करतो. कारण त्यांच्या चेहऱ्यावरचा राग दिसण्यासाठी काही मिनिटं जावी लागली. शांत समुद्रात जाण्याएवढीही शक्ती आपल्यात नाहीय हे विसरून ते दोन्ही हात पसरून समुद्रातून चालत आमच्याकडे आले.

"तुझा पोरगा तुझ्याहून खूप शूर आहे. फक्त समुद्राच्या लाटांनी त्याला मळमळतंय."

नाव थांबून एका खडकाला लागल्यावर वाप्पांनी मला उचलून नावेबाहेर काढलं आणि आपल्या बालमित्राचा घाईघाईनं निरोप घेऊन त्यांनी झुडपातून कड्याकडे जाणाऱ्या वाटेवर मला जवळजवळ फरफटतच नेलं. वर आल्यावर बांबूचं बेट लागल्यावरच त्यांनी मला सोडलं. माझ्या अंगाला अजूनही समुद्राचा

तो ओल्या पायमोज्यासारखा वास येत होता.

"ती नाव समुद्रात बुडाली असती तर?" धापा टाकत-टाकत वाप्पा म्हणाले, "मी गेल्यावर छोटीची काळजी कोण बरं घेईल?"

मला आठवलं, आदल्या रात्री ते जवळजवळ मेल्यातच जमा होते. त्याचबरोबर मला हेही आठवलं, की ते आम्हाला सोडून जाताना मी त्यांच्याजवळ असावं यासाठी मला पूर्ण रात्र जागवलं गेलं होतं. आता ते झपाझप चालत होते, आपले हडकुळे हात गंमतशीरपणे हलवत. जणू काही असं करून ते मृत्यूला हुलकावणी देत होते, वाकुल्या दाखवत होते. त्यांच्या बरोबरीनं राहण्यासाठी मला सारखं पळावं लागत होतं. एकदा मी त्यांच्या जवळ आल्यावर आपली चालण्याची गती कमी करून ते मला म्हणाले, "तू एक तर माझ्या पुढे चालायला पाहिजे, नाहीतर मागं."

'का बरं?" मी विचारलं.

"तुला एकटं राहायला शिकलं पाहिजे आता." माझ्या प्रश्नावर त्यांचं उत्तर होतं.

पाच

मिस्टर अनविन, या. कृपया आमच्या 'बडी ईद' – मोठ्या ईदच्या मेजवानीत सामील व्हा. ही बघा, मी तुमच्यासाठी खुर्ची बाहेर ओढलीय. आता या काल्पनिक खुर्चीत विराजमान व्हा. ही तुमची काल्पनिक प्लेट. ही सुरी आणि चमचा. आणि हा आहे तुमचा नॅपकिन. या काल्पनिक मेजवानीवर ताव मारा.

ईद-उल-फितर म्हणजेच रमजानच्या 'छोटी ईद'नंतर दोन महिन्यांनी ही बडी ईद आली आहे. या दोन ईदच्या मधल्या दिवसांत वाप्पा कितीदा तरी मरणाच्या दारात जाऊन परत आले होते. आता आमचं मित्रमंडळ थोडं वाढलं होतं. त्यामुळे ईदच्या मेजवानीसाठी सज्ज केलेल्या लहानशा टेबलाभोवती सगळ्यांना बसता यावं, यासाठी इतर खोल्यांतील खुर्च्याही तिथं आणाव्या लागल्या होत्या. वाप्पांनी कुन्युमोनला बोलावलं होतं आणि उम्माला आवडलं नव्हतं तरीही त्यांनी टारझनला मेजवानीला बोलावलं होतं. तशी गरज नव्हती, तरीही मी बिलालला बोलावलं होतं. त्यानं डॉलरच्या बदल्यात मिळालेल्या रुपयांमध्ये मला दिलेला केक-कोकची परतफेड करण्यासाठी त्याला एका मेजवानीला बोलावणं तसं पुरेसं होतं.

खूप खूप दिवसांनी घरात असे खरेखुरे पाहुणे आलेले होते. (एरव्ही आमच्याकडे साधारणपणे लांब चेहरे करून छोटीकडे आणि माझ्याकडे सहानुभूतीनं पाहणारे पाहुणेच जास्त येत होते). वाप्पांनी छोटीला गुलाबी फ्रॉक घातला. तिच्या डोक्यावर एक गुलाबी बो बांधला. तिचं नाकही गळत नव्हतं. अगदी बाहुलीसारखी दिसत होती ती. उम्मानं सगळ्यांचं हसून स्वागत केलं. पण खरंतर मनातल्या मनात तिला टारझन बोगनव्हिलाच्या जवळपास कुठंही असता कामा नये, असं वाटत होतं. मग डायनिंग टेबलपाशी बसणं तर दूरच राहिलं. वाप्पांनी मालकांना सांगून

नारळाच्या झाडांवर चढण्यासाठी दुसऱ्या कोणाला तरी ठेवायला लावावं, यासाठी त्यांचं मन वळवण्याचा उम्मानं खूप प्रयत्न केला. पण वाप्पांचा या गोष्टीला साफ नकार होता. त्यांचं म्हणणं होतं, की झाडांवर चढणाऱ्यांपासून स्वत:चं रक्षण करण्याचा एकच उपाय होता. तो म्हणजे एक घरातली आणि एक व्यवस्थित छप्पर असलेली बाहेरची बाथरूम असणं. शिवाय नारळाच्या झाडांवर चढून नारळ काढणाऱ्यांविरुद्ध आत्तापर्यंत एकानंही पोलिसात तक्रार नोंदवली नव्हती. आणि त्याचं खरं कारण होतं, असं केलं असतं तर त्यांचे सगळे नारळ झाडावरच सुकून गेले असते. नारळाच्या झावळ्या पिवळ्या व ठिसूळ होऊन कोणाचातरी कपाळमोक्ष झाला असता तो वेगळाच. एखादा ड्रायव्हर, पहारेकरी किंवा मोलकरीणसुद्धा बदलता आली असती. पण टारझनसारख्या लोकांना कामावरून काढून टाकणं किंवा बदलणं अशक्यप्राय होतं, कारण हे लोक वाघासारखेच आपल्या हक्काच्या प्रदेशांना अदृश्य सीमा घालून जपतात. त्या सीमांचं उल्लंघन करण्याचं धाडस कोणातच नसतं.

माझं म्हणाल, तर छत नसलेल्या बाथरूममध्ये मी अंघोळ करताना टारझननं कधीच झाडावरून खाली वाकून मला पाहिलं नव्हतं. पण तरीही त्यानं आमच्याबरोबर जेवावं, असं मला अजिबात वाटत नव्हतं. मला दुसऱ्याच एका गोष्टीमुळे त्याचा तिरस्कार वाटत होता. अहो, त्यानं चक्क एका पक्ष्याचं घरटं उद्ध्वस्त केलं होतं. आपल्या घरट्याची ही दयनीय दशा पाहून राखाडी रंगाचा तो पक्षी सैरभैर झाला होता. एका झाडावरून दुसऱ्या झाडावर वेड्यासारखा पंख फडफडवत जात होता. ...आपलं भविष्य परत मिळवण्यासाठी.

पावसाळा संपत आला होता. पावसाळाभर टारझन झाडांवर चढायला नकार द्यायचा, कारण पाणी आणि शेवाळ्यानं गुळगुळीत झालेल्या झाडाच्या बुंध्यावरून घसरून खाली पडून आपण मरू अशी त्याला भीती वाटायची. त्याचे वडीलही असेच मेले होते. अशा वेळी वाऱ्याच्या मेहेरबानीनं पडतील तेवढे नारळ आपले असा विचार लोक करत.

एकदा टारझन आमच्या बाथरूमजवळच्या एका उंच झाडावर चढला आणि घरट्यात कोणी आहे की नाही, हे पाहण्याची तसदी न घेता त्यानं आपला कोयता त्या घरट्यात खुपसला. ते घरटं नारळाच्या झावळीवरून सरकून खाली आलं आणि ओल्या गवताच्या कुशीत पडलं. सगळं कसं संथ गतीनं झाल्यासारखं वाटलं मला. पण तरीही ते घरटं खाली पडताना त्यातून खूपशी पिसं हवेत उडतील आणि ते खाली पडल्यावर काही मिनिटांच्या स्तब्धतेनंतर उलटलेल्या मोटरकारमधून जशी माणसं बाहेर येतात, तशी छोटी-छोटी पिल्लं धडपडत बाहेर येतील असं मला वाटलं होतं; पण तसं काहीच घडलं नाही. झाडांवरून नारळांचा

आणि वाळक्या, पिवळया झावळ्यांचा खच पडणं बंद झाल्यावर मी त्या घरट्यांकडं धावत गेलो. मला वाटलं, घरट्यात चेंदामेंदा झालेली पिल्लं असतील, पण ते घरटं तसं रिकामंच होतं. त्यात फक्त दोन अंडी आणि धुरळ्याचे पुंजके होते. इतक्या उंचीवरून पडूनही त्या अंड्यांना काहीही झालं नव्हतं, हे एक आश्चर्यच होतं. वाप्पुम्मांची कोंबडी खूप गोंधळ-गडबड, कचकच करून अंडी घालायची. त्या अंड्यांपेक्षा ही अंडी लहान होती. तपकिरी व ठिपके-ठिपके असलेली होती. मला वाटलं, की त्या अंड्यांत पिल्लं झोपलेली असतील. लवकरच त्यांना पंख फुटतील. मग ती आकाशात उडतील आणि त्यांच्या हिश्शाचं जग पाहतील. माझ्या मनात ती अंडी घरी घेऊन जाऊन कोंबडीला किंवा कबुतरांना फसवून त्यांच्याकडून उबवून घ्यावीत, असा विचार आला. वाप्पांना माझी ही कल्पना खूप आवडली असती. त्यांना अशा मजेशीर कल्पना खूप आवडत.

डोळ्यांना ती अंडी गुळगुळीत आणि बिलालनं एक्केचाळीस रुपयांच्या मोबदल्यात त्या दुकानदाराला दिलेल्या डॉलरच्या नोटसारखी कोरी करकरीत वाटत होती.

मी त्यांना घरट्यातून काळजीपूर्वक उचललं, छत नसलेल्या बाथरूममध्ये घेऊन गेलो. तिथं मी त्यांना काळ्या ड्रममधील पाणी घेऊन लाइफबॉय साबण आणि नारळाच्या शेंडीनं हळू हातानं घासलं. ती सीक्रेट बीचवरील शिंपल्यासारखी चमकेपर्यंत घासलं. माझ्या हातात अमूल्य जीवन आहे, या कल्पनेनंच माझे हात थरथरत होते. माझ्या शर्टच्या टोकानं ती अंडी पुसताना, माझ्या अतिकाळजीपोटी माझे हात वेंधळ्यासारखे त्या अंड्यांचं कवच फोडतील आणि त्यातील प्राण पिवळ्या बलकाच्या बारीक धारेच्या रूपानं बाहेर येतील, अशी मला भीती वाटली.

त्या अंड्यांतून बाहेर येण्याची वाट कोणते पक्षी पाहत असतील बरं? बहुतेक ते पोपट असावेत, कारण पहाटे पहाटे नारळाच्या बागेतील पेरूच्या झाडांवर किलबिलाट, कचकचाट करत पोपटांचे थवेच्या थवे तुटून पडत. अर्धेमुर्धे पेरू खाऊन ते लगेच हवेत उडत दूर निघूनही जात. मग ते अर्धवट खाल्लेले पेरू विचित्र चेहऱ्यांसारखे दिसत.

का ती घुबडं असतील? नारळाच्या बागेतून हेलिपॅडकडे जाणाऱ्या वाटेवरील चिंचेच्या झाडावर दोन-तीन घुबडं राहायची. एकदा अंधार पडताना बीचवरून त्या वाटेनं येताना, एका फांदीवरून चार चमकते डोळे आमच्याकडे टक लावून पाहत आहेत, हे आम्ही पाहिलं होतं.

का त्या मैना असाव्यात? डोंगरकड्यावर त्या खूप खूप होत्या. पण त्यांच्या छोट्याशा ढुंगणातून त्यांनी पिंगपाँग बॉलइतकी मोठी अंडी घातली असतील?

का मग ती कबुतरं असावीत? त्या अंड्यांचा रंग, आकार-प्रकार पाहता ती कबुतरांचीच अंडी असावीत, असं मला वाटलं. पण कबुतरं झाडांच्या शेंड्यांवर

कधी अंडी घालतात का? त्यापेक्षा त्यांना घराची छपरं, काचेच्या तावदांनावरील वळचण, टाकून दिलेल्या फर्निचरच्या आतले कोपरे वगैरे जास्त आवडतात. बोगनव्हिलाच्या अंगणात सगळीकडे कबुतरचं कबुतरं होती. आमचे घरमालक कबुतरांच्या माहितीचा चालताबोलता कोश होते. उम्माला कबुतरं आवडत नसतील तर त्यांच्यापासून लवकर आणि पूर्ण सुटका कशी करून घ्यायची, याबद्दल त्यांनी तिला खूप महत्त्वाच्या सूचना केलेल्या होता. पण उम्मानं कबुतरांना तिथं राहू दिलं होतं. ती त्यांना कधीकधी काही-काही खाऊही घाली. पण जर का ती स्वयंपाकघरात शिरली आणि त्यांनी तिनं केलेल्या खाण्याच्या पदार्थांवर चोच मारली किंवा तिची भांडी घाण केली, तर मात्र त्यांना शिव्या देत ती त्यांना हुसकावून लावी.

एकदा एक कबुतर वॉशिंग मशीनच्या मागे जाऊन बसलं. तिनं शूऽ शुऽ करून त्याला हुसकवायचा खूप प्रयत्न केला, पण ते काही केल्या तिथून हलेना. त्याला झाडून, डिवचून उडवायचाही प्रयत्न केला तिनं, पण ते आपल्या जागेवरून ढिम्म हललं नाही, मग तिला कळलं की ती कबुतरीण अंडी उबवत आहे. मग मात्र ती तिच्या बाबतीत उदार झाली. ती रोज न चुकता तिचा दाणापाणी करू लागली. एक दिवस ते अंडं तिथंच सोडून ती कबुतरीण उडून गेली. तेव्हा मात्र उम्मा खट्टू झाली.

ती अंडी शहरावरून एखाद्या इंग्रजी अक्षराच्या आकारात उडत जाणाऱ्या एखाद्या प्रवासी पक्ष्याचीही असतील. त्या पक्ष्याला उडता उडता त्या अंड्यांचं ओझं झालं असेल आणि त्यानं ती अंडी त्या रिकाम्या घरट्यात ठेवली असतील.

"ए मुला," टारझननं एखाद्या ड्रिल मास्तरच्या करारी आवाजात मला हाक मारली. ती हाक ऐकून मिरच्या तोडलेल्या हातानं बुल्लीच्या टोकाला शिवलं असल्याप्रमाणे माझं बुल्लीचं टोक जळजळ करू लागलं. मी पट्कन मागं वळून त्याला ती अंडी दाखवली. जणू काही ती चोरतानाच मी पकडलो गेलो होतो. त्याचं झाडावरचे नारळ पाडायचं काम संपलं होतं. बागभर नारळाचे ढीग लागले होते. त्याची केसाळ छाती आणि पायाचे घोटे नारळाच्या फुलांच्या परागकणांनी भरलेले होते. त्याचा कोयता उलट्या प्रश्नचिन्हासारखा त्याच्या कमरेला लटकला होता.

"दे बरं मला ती अंडी!" टारझननं हुकूम सोडला.

त्या अंड्यांपासून सुटका करून घेण्याची मी वाटच बघत असल्याप्रमाणे मी ती त्याच्या स्वाधीन केली. पण नंतर मी जे भीषण दृश्य पाहिलं. त्यामुळे फार दिवसांपासून पक्षी बनायच्या माझ्या स्वप्नाच्या चिंधड्या चिंधड्या झाल्या.

टारझननं ती अंडी आपल्या तळव्यांमध्ये गोल गोल फिरवली. बिचारी पक्ष्याची

ती न जन्मलेली पिल्लं! अंड्याच्या कवचात खाली-वर होताना त्यांना फिरत्या चाकांवर फिरल्यासारखं वाटलं असेल. त्याला हे दुष्कर्म करण्यापासून थांबवावं असं मला वाटलं, पण माझ्या तोंडून एकही शब्द उमटेना. त्यामुळे इतर वेळीही जेव्हा मला काहीतरी बोलावं वाटे, पण बोलायचा धीर होत नसे; तेव्हा मी जे करायचो, तेच मी केलं. मी मनातल्या मनात जोरात किंचाळलो. त्या किंकाळीत इतका ठासून अपमान भरलेला असे की मी शब्दांऐवजी टिंब-टिंब आणि फुल्यांचाच उपयोग करी. त्यानं अंडी गरागरा फिरवणं थांबवलं तशी मीही आपलं मनातलं किंचाळणं थांबवलं. मी किंचाळणं थांबवलंय. हे त्याच्या लक्षात आलं नाही, कारण मी किंचाळायला सुरुवात केलीय हेच त्यानं ऐकलेलं नव्हतं. त्यानं एक अंडं बोटांमध्ये उभं धरलं. जणू काही त्यात किती मगज आहे, हे तो सूर्यप्रकाशात तपासून पाहत होता. मग खसकन कोयता बाहेर काढून त्याच्या बोथट टोकानं त्यानं अंड्याला थोडं ठोकलं. तेवढ्यानं ते अंडं फुटलं. त्याबरोबर माझं हृदयही फुटलं. मी परत आतल्या आत किंचाळायला लागलो. टारझननं एका घुटक्यात ते फोडलेलं अंडं गट्टम केलं. तो हे कृत्य करत असतानाच एका पक्ष्यानं जोरात चीत्कार करत खाली चिखलात पडलेल्या घरट्याकडे झेप घेतली. तो पक्षी बीचच्या दिशेनं आला होता. तो इतक्या वेगानं खाली आला होता जणू त्याला कोणी बंदुकीची गोळीच मारली होती. जेवणाच्या काट्यासारखी शेपटी असलेल्या त्या पक्ष्याची चोच लांबलचक होती आणि डोळे बारीक, रक्ताळल्यासारखे होते.

घरट्याभोवती घाईघाईनं घिरट्या घालून तो जिथं ते घरटं आधी होतं, तिथं म्हणजेच झाडाच्या शेंड्याकडे उडत गेला. तिथून तो परत आपल्या तोडूनमोडून पडलेल्या घरट्याकडे आला आणि त्याच्या चारी बाजूला उड्या मारू लागला. हे सर्व करताना तो तीव्र स्वरात चीत्कारत आपलं दु:ख व्यक्त करत होता.

''याच पक्ष्याची असतील ही अंडी. हे उरलेलं अंडं तू त्याला देऊन का टाकत नाहीयसं?'' मी टारझनला तळमळून विचारलं.

त्या व्याकूळ पक्ष्याकडे तिरप्या नजरेनं पाहत त्यानं एक क्षण विचार केला. त्याच्या चेहऱ्यावर एक प्रकारचं उदास हास्य पसरलं. मला वाटलं, त्याचं मन विरघळतंय. ''हो. हे अंडं आपण परत घरट्यात ठेवू या.'' असं म्हणत त्यानं ते दुसरं अंडंही सूर्यप्रकाशात धरलं. टारझनचं बोलणं कळल्यासारखा आजूबाजूला पाहत तो पक्षी आमच्याजवळ आला. पण टारझननं हातातल्या अंड्यावरही कोयत्यानं ठकठक केलं. ते फोडलं आणि त्यातील बलक तोंडात ओतला. मी आणि तो पक्षी अविश्वासानं त्याच्याकडे पाहतच राहिलो. टारझननं शांतपणे अंड्याची कवचं त्या घरट्यात ठेवली आणि काही झालंच नाही अशाप्रकारे तो तिथून निघून गेला. तेव्हापासून मला तळलेली अंडी, ऑम्लेट्स आणि टारझन नावाच्या माणसाबद्दल

तिटकारा निर्माण झाला.

कड्यावरील नारळीच्या बागेतून तो पक्षी ज्या प्रकारे चीत्कार करत आणि हेलपाटल्यासारखं, वेडंवाकडं उडत गेला, त्यामुळे ते दृश्य कितीतरी आठवडे माझ्या डोळ्यांसमोरून हलत नव्हतं. एवढंच नाही, तर तो पक्षी कित्येकदा माझ्या स्वप्नात आला. पेरूच्या झाडावर बसून मला दोष दिल्यासारखा तो चीत्कारत होता. त्या फोर्कसारखी शेपूट असलेल्या पक्ष्याबद्दलच्या कणवेमुळेच मला आमच्या घरच्या मेजवानीचं आमंत्रण टारझनला मिळू नये, असं वाटलं होतं. पण आमच्या घराचे मालक वाप्पा होते. मी नाही.

सूर्योदयानंतर लगेच आसमंतात पिवळा प्रकाश पसरला. सगळीकडे चतुर किडे उडू लागले. त्याच वेळी मी उम्माला तीन उलटी पकडलेली कोंबडीची पिल्लं आमच्या सुरणाच्या वाफ्याजवळ घेऊन जायला मदत केली. मी कल्पना केली की मी डोक्याचा चमनगोटा केलेला, त्यावर टॅटू केलेला माफिया डॉन आहे आणि उम्मा, केसांचा पोनिटेल केलेला माझा विश्वासू अनुयायी. माझ्या डोक्यात काय चाललंय, हे त्या बिचारीला माहीतही नव्हतं. कोंबडीची ही पिल्लं आमच्या टोळीचे पूर्वीचे सदस्य होते आणि आम्हाला धोका देऊन, आमचा विश्वासघात करून ते आमच्या शत्रूच्या टोळीत सामील झाले होते. आमची ही शत्रुटोळी माझ्याकडील अपार संपत्ती आणि खासगी बीच घशात घालण्यासाठी मला मारून टाकायचा बेत करत होती. त्यांचा बेत तडीस जाण्याआधी आम्हाला त्यांना ठार मारायचं होतं. म्हणूनच आम्ही त्यांना सुरणाच्या वाफ्याच्या बाजूला घेऊन चाललो होतो. तिथं होता एक खूप प्राचीन भुयारी किल्ला. ज्यांना या सर्व गोष्टींची कल्पना नव्हती, त्यांना तो किल्ला नाही तर छत नसलेलं एक बाथरूम वाटत होतं. या प्राचीन किल्ल्यात किती तरी तळघरं होती. त्यात आम्ही आमचा लुटीचा माल लपवून ठेवत असू आणि झाडावर चढणाऱ्या माणसांच्या वेषातील आमचे लोक उंच झाडांवर बसून आमच्या किल्ल्याची राखण करत.

मी आमच्या विश्वासघातकी साथीदारांना फक्त घट्ट पकडून ठेवलं होतं. उम्मानं त्यांना मारण्याचं काम केलं. एकमेकांवर घट्ट दाबलेल्या दातातून त्यांना शेलक्या शिव्या देत उम्मानं त्यांच्या गळ्यावर सुरा फिरवला. सुरणाच्या वाफ्याजवळ त्यांनी रक्तबंबाळ अवस्थेत प्राण सोडले, तेव्हा मी सिगारेट ओढत बेफिकीरपणे हवेत धुरांची वलयं सोडत होतो. माझ्या लोकांशी ते ज्याप्रकारे वागले होते, ते लक्षात घेता ते आता सन्मानपूर्वक दफन करण्याच्या लायकीचे राहिले नव्हते. त्यांनी माझ्या अंथरुणाला खिळलेल्या वडिलांचे हातपाय बांधून त्यांना कड्यावरून खाली टाकून दिलं होतं. माझ्या छोट्या बहिणीच्या डोक्याला गोळी मारली होती. ती तिच्या डोक्याच्या आरपार गेली होती. त्यांनी माझ्या आईला जिवंत जाळलं

होतं. आणि जिमीला झाडाला टांगून मारलं होतं. जिमी हा माझ्या कल्पनेतील माझा पाळलेला कुत्रा होता. त्या विश्वासघातक्यांच्या अघोरी कृत्याचा बदला घेण्यासाठी आम्ही त्यांच्या शरीराचे तुकडे-तुकडे करून त्यांना उकळत्या तेलानं भरलेल्या कढईत टाकून तळणार होतो... काहीच मिनिटांनी घरी येणाऱ्या पाहुण्यांना आम्ही ते वाढणारही होतो.

अत्तराचा घमघमाट घेऊन इमामच्या सायकलवरून आलेला बिलाल आमचा सर्वांत पहिला पाहुणा होता. आंब्याच्या झाडाला सायकल लावून, हातात आमच्यासाठी काहीतरी छान भेट घेऊन आल्याप्रमाणे हात मागे करून तो आला. मागे तो रमजाननंतरच्या ईद-उल-फितरला आमच्याकडे आला होता. त्यापेक्षा आता तो जरा जास्त आश्वस्त वाटत होता. उम्मा कामात इतकी गुंतलेली होती, की तिच्याकडे बिलालला पाहून हसण्याचीही सवड नव्हती. पण तरीही सुरीनं चिकन कापायचं काम थांबवून ती बिलालकडे पाहून हसत म्हणाली, "तुला परत एकदा पाहून खूप छान वाटतंय मला." मग मात्र ती चिकन कापण्यात पूर्णपणे गढून गेली. रेफ्रिजरेटरवर ठेवलेला तिचा मोबाइल वाजू लागला तेव्हाच तिची तंद्री भंगली. प्रत्येक वेळी त्याची रिंग वाजली की तो थरथरे आणि थोडा मागे जाई. उम्माचे हात रक्तानं माखलेले होते, त्यामुळे तिनं बराच वेळ त्याची रिंग वाजू दिली. पण आता तिचा मोबाइल फ्रिजच्या पार कडेला आला होता. आणखी दोनदा रिंग वाजली असती तर तो खालीच पडला असता. रिंगटोन ऐकल्यावर फोन मरियममौसीनं केला असावा असं वाटलं. मरियममौसी उम्माची एकुलती एक बहीण आहे. ती खूप श्रीमंतही आहे. त्यामुळे उम्मानं तिला सर्वांत चांगली रिंग टोन दिली होती. याच कारणामुळे उम्मानं चिकन कापण्याचं काम थांबवून मला फोन घ्यायला सांगितलं. नंतर तिनं मला फोन तिच्या कानाजवळ आणायला सांगितलं. चिकन थोडा वेळ वाट पाहू शकतं. मरियन मौसीला ताटकळत ठेवता आलं नसतं.

मरियममौसी रियादमध्ये राहायची. हा योगायोग आहे की घडवून आणलेला योग आहे कारण मौसीच्या मुलाचं नावही रियादच आहे. मौसी रियादहून आमच्यासाठी बऱ्याच गोष्टी म्हणजे बहुतेकदा अत्तर, खजूर, कधीकधी सुवासिक साबण, पिस्ते वगैरे आणायची. पण वाप्पा आजारी पडले आणि रोड होऊ लागले, तेव्हापासून ती उम्माला पैसे द्यायची आणि गळाभेट म्हणजे मिठी मारायची. त्या बदल्यात उम्मा तिला आपल्या फोनवरील सगळ्यात छान ट्यून द्यायची.

उम्मा खूप खूऽऽप जास्त वेळ फोनवर असली की समजून जावं की फोनच्या दुसऱ्या बाजूला मरियममौसी असणार. कधीकधी उम्मा मला बळजबरीनं रियादला 'हॅलो' म्हणायला लावायची. रियादला माझ्याबद्दल जितका द्वेष असेल, त्याच्या

दुप्पट मला त्याच्याबद्दल राग होता. काही लोक आम्हा दोघांमध्ये थोडं साम्य आहे असं म्हणायचं; ते ऐकून मला जोरजोरात किंचाळावं, पाय आपटावेत असं वाटायचं. कधीकधी उम्मा एखादा पदार्थ करायला मरियममौसीला मदत करायची. फोनवर खूप वेळ बोलताना, या फोनचं मरियममौसीला किती मोठ्ठं बिल भरावं लागेल अशी चिंता उम्माला सतावू लागे. पण मरियममौसी, ती फोनसाठी बेकायदा काम्प्युटर प्रोग्रॅम वापरतेय, त्यामुळे तिला फोनचे जवळजवळ काहीच पैसे द्यावे लागत नाहीयत असं सांगून उम्माचं समाधान करायचा प्रयत्न करी. त्यामुळे दोघी बहिणी बराच वेळ बोलत राहायच्या, मग तिथं रशीदचाचा जेवायला घरी आल्यावर किंवा मरियममौसीच्या दाराशी पिझ्झा देणारा माणूस आल्यावरच त्यांच्या बोलण्याला पूर्णविराम मिळायचा. रियादला किती पिझ्झे खायला मिळताहेत, या विचारानं मला त्याचा हेवा वाटे. मी मात्र पूर्ण आयुष्यात एकच पिझ्झा खाल्लेला होता. तो होता डबल चीज मार्गेरिटा मीडिअम साइझ. वर काळ्या मिरीची पूड घातलेला. बिलालनं तर एकही पिझ्झा खाल्लेला नव्हता. वाप्पाचं शहर तर इतकं छोटं होतं की तिथं पिझ्झाचं दुकान चाललंच नसतं.

उम्माचं मरियममौसीशी बोलणं चालू असताना बिलाल पॅसेजमध्ये जाऊन अंगणभर चोचा मारणाऱ्या कबुतरांना बघत बसला. उम्माच्या हातातून थेंब थेंब रक्त ठिबकत होतं. तिनं मरियममौसीला आपल्याकडे तीन लोक जेवायला येणार असल्याचं सांगितलं. तिनं सांगितलं, की दोन वाप्पांचे मित्र आहेत आणि एक आपल्या मुलाचा मित्र. जर मरियममौसीला कळलं असतं की आमच्याकडे येणाऱ्या लोकांपैकी एक कोळी आहे, एक झाडांवर चढून नारळ पाडणारा आणि एक अनाथ मुलगा, तर ती दुपट्ट्यात तोंड खुपसून हसलीच असती. एखाद वेळेस ती नसतीही हसली, पण रियाद तर नक्कीच खो खो हसला असता. तो कोणत्याही एकुलत्या एक मुलाप्रमाणे धट्टाकट्टा आणि आप्पलपोटा होता. छोटीच्या जन्माआधी मीसुद्धा चांगला गुबगुबीत होतो, पण त्याच्यासारखा अप्पलपोट्या कधीच नव्हतो. उम्मानं मरियममौसीला ती जेवणानंतर खाण्यासाठी काही गोडाचे पदार्थही करत असल्याचं सांगितलं.

एकटीनं स्वयंपाक करून ती मेजवानी जितकी जंगी करता येईल, तितकी तिला करायची होती. कारण तिला माहीत होतं, की वाप्पांच्या जीवनातील ती शेवटची ईद असणार आहे. या कल्पनेनं दुःखी होऊन ती थोडी रडली आणि मग तिनं फोनवरचं बोलणं संपवलं. तिच्या कानापाशी इतका वेळ फोन धरून माझे हात बधिर झाले होते.

कढईतील चिकनचे तुकडे जेव्हा लालसर व्हायला लागले, तेव्हा टारझन आला. थोडंसं खाकरून त्यानं घसा मोकळा केला. वाप्पांनी पुढे होऊन त्याचं

स्वागत केलं आणि त्याला दिवाणवर बसवलं. छोटीला त्याच्याशी शेकहॅन्ड करायला लावलं.

''तुझं नाव काय आहे बाळा?'' टारझननं विचारलं.

''लहान आहे ती. अजून बोलायला नाही लागली.'' वाप्पा म्हणाले.

चिकनचे तुकडे तळून झाल्यानंतर कुन्युमोन आला. चिकनचा खमंग वास घरभर दरवळत होता. त्यानं सगळ्यांची भूक चेतवली गेली होती. कुन्युमोनही व्हरांड्यात येऊन खाकरला. वाप्पांनी पुढे येऊन त्याचंही स्वागत केलं आणि छोटीला त्याच्याशी शेकहॅन्ड करायला लावलं.

''नाव काय आहे बाळ तुझं?'' कुन्युमोननं विचारलं.

''लहान आहे ती. अजून बोलायला नाही लागली.'' टारझन म्हणाला.

डायनिंग टेबलवर इतक्या प्लेट्स का ठेवल्यायत, हे मला आधी कळलंच नाही. मग का ते माझ्या लक्षात आलं. उम्मानं जितके पदार्थ केले होते, त्यापेक्षा मेजवानी खूप जास्त जंगी वाटावी यासाठी तिची खटपट होती. पाच-सहा प्लेट्समध्ये जे मावले असते, ते पदार्थ तिनं चौदा प्लेट्समध्ये काढून ठेवले होते. सगळ्या प्लेट्स तिथं ठेवल्यावर तिथं पाण्याचा जग आणि पेले ठेवायलाही जागा उरली नव्हती. आमच्या घरात इतकी क्रॉकरी आहे हे मला माहीतच नव्हतं. पण त्यातील सगळ्या चांगल्या प्लेट्स मरियममौसीनं आम्हाला भेट म्हणून दिलेल्या होत्या, हे माझ्या लगेच लक्षात आलं. आम्ही पार्कजवळचं घर खरेदी केलं, तेव्हा मरियममौसीनं भेट म्हणून आम्हाला बारा प्लेट्स असलेला चिनी मातीचा डिनर सेट आणि एकसारख्या चादरी दिल्या होत्या.

''चला, जेवायला या. खुर्च्यांवर बसा.'' वाप्पा म्हणाले.

डायनिंग टेबलवर चाललेल्या संभाषणात मला आणि बिलालला काहीही रस नव्हता. त्यात आम्ही काही भरही घालू शकत नव्हतो. मोठे लोक त्या काळाबद्दल बोलत होते, जेव्हा या लहान शहरात रेल्वे लाइनला समांतर जाणारा एक रस्ता सोडता बाकी काहीही नव्हतं. वाप्पांनी एका मागोमाग एक नावं घेऊन त्या दोघांना त्यांच्याबद्दल विचारलं, पण दोघांनीही तीस वर्षांपूर्वीच्या त्यांच्या वर्गमित्रांच्या बाबतीत काही माहीत नसल्याचं आळीपाळीनं सांगितलं.

''तुला एकदम का लहर आलीय त्यांना भेटायची?'' टारझननं विचारलं.

एखाद्यानं काही बोललेलं आवडलं नसलं की वाप्पा जसं करत, तसं वाप्पा ओठांच्या कोपऱ्यातून हसले आणि थकलेल्या आवाजात म्हणाले, ''कारण मी लवकरच मरणार आहे.''

हे सांगताना त्यांच्या चेहऱ्यावरील हसू आणखी गडद झालं होतं.

वाप्पांचे हे अनपेक्षित शब्द ऐकून जेवता जेवता सगळेच थबकले. वाप्पांकडे

आश्चर्यानं पाहू लागले.

"का? काय झालंय? तुला बरं नाही का?"

"मला बरं नाहीय का? अरे, मी सांगितलं ना की मी मरायला टेकलोय?" वाप्पा चिडक्या स्वरात म्हणाले.

टारझन आणि कुन्युमोननी एकमेकांकडे पाहिलं. बिलालचे डोळे माझ्याकडे लागलेयत, हे मला जाणवलं.

"माझ्या जीवनातील ही शेवटची ईद आहे हे अगदी नक्की!" वाप्पा म्हणाले, "अरे, माझ्या जीवनाचे फक्त काहीच आठवडे शिल्लक आहेत आणि माझी मुलं..." बोलता बोलता ते अडखळले. त्यांनी मान खाली घातली.

मला वाटलं होतं, की आता ते उठून स्मितपूर्वक खोलीतून निघून जातील, पण हातांची बोटं एकमेकांत गुंतवून त्यांनी आपले हात हनुवटीखाली ठेवले आणि डायनिंग रूमच्या खिडक्यांच्या चौकटीत रांगेनं रचून ठेवलेल्या पुस्तकांकडे एकटक पाहत बसून राहिले. त्यानंतर त्यांनी एक अशी गोष्ट केली, जी ते कधी करतील असं मला स्वप्नातही वाटलं नव्हतं. ती गोष्ट केल्याबद्दल मी त्यांना कधीही माफ करणार नाही. त्यांनी चक्क रडायला सुरुवात केली. आपला सुरकुतलेला चेहरा आवळून धरत, ओठांवर अंगठे दाबून ते धरबंध सुटल्यासारखे, ओक्साबोक्शी रडायला लागले. उम्मा त्यांच्याजवळ येईपर्यंत ते रडत राहिले. त्यांच्याजवळ येऊन शाळेतील मास्तरणीच्या सुरात ती त्यांना म्हणाली, "हं! बास झालं! चला, उठा आता. उठा म्हणतेय ना?" त्यांनीही निमूटपणे तिची आज्ञा ऐकली. मित्रांकडे बघत म्हणाले, "थोडा वेळ आत जाऊन पडतो. तुम्ही व्यवस्थित जेवा."

"जा. थोडा वेळ पड." टारझन म्हणाला. उम्मानं त्यांना खुर्चीवरून उठायला मदत केली. ती त्यांना बेडरूमकडे सावकाश घेऊन गेली. उम्मानं बेडरूमच्या दारावरचा पडदा बाजूला सारला तेव्हा मी पाहिलं, छोटी शांतपणे पाळण्यात झोपली होती. पाळण्याच्या मलमलीतून तिच्या फ्रॉकचा गुलाबी रंग खूप छान दिसत होता. असं वाटत होतं, की तिनं झोपेत सूर्यप्रकाशाची शू केलीय.

सगळे अगदी हळूहळू आणि गुपचूप जेवत होते. डिशमधून अगदी थोडे थोडे पदार्थ आपल्या प्लेटमध्ये वाढून घेत होते. मग उम्मा पडदा सारून बेडरूममधून बाहेर आली. छोटीच्या पाळण्याखालील प्रकाश आता नाहीसा झाला होता. उम्मा डायनिंग टेबलजवळ आली, तेव्हा सगळ्यांनी खाणं थांबवलं.

"अरे, सावकाश जेव." बिलालच्या पाठीवर हळुवारपणे हात ठेवत ती म्हणाली. मला क्षणभर वाटलं, की ती टारझन आणि कुन्युमोनच्या पाठीवरही असाच हळुवारपणे हात ठेवील. तेही तिला पाहून जेवता जेवता थांबले होते. पण ती त्यांना जणू दिलासा देत म्हणाली, "ते होतील नेहमीसारखे. थोड्या वेळानं."

वाप्पांनी असं सगळ्यांसमोर, स्वत:च्या मित्रांसमोर मुख्य म्हणजे माझ्यासमोर ढसाढसा रडावं, हे मला पटतच नव्हतं. मी पहिल्यांदा म्हणजे एका वर्षापूर्वी वाप्पा लवकरच मरणार आहेत, हे ऐकलं, तेव्हा त्या बातमीनं मला दु:खापेक्षा जास्त भीती वाटली होती. आम्ही दोघं एकटेच असलो की मला एकदमच त्यांच्याबरोबर राहायची भीती वाटायला लागली होती. ते पट्‌कन मरतील आणि लगेच भूत होतील आणि ते भिंतीमधून पलीकडे निघून जाणं किंवा असंच काही विचित्र करण्याआधी ते मेले आहेत हे मला कळणारही नाही, अशीही भीती मला वाटायची. आपल्या स्वत:च्या लवकरच येऊ घातलेल्या मृत्यूबद्दल ते इतके तटस्थ आहेत हे पाहून मला मनातल्या मनात त्यांचं कौतुक वाटायचं. पण आता लहान मुलासारखं ओक्साबोक्शी रडून त्यांनी त्यांच्याबद्दलची 'एक असाही माणूस आपल्या कुटुंबात होता, जो चेहऱ्यावरील हसू ढळू न देता मृत्यूला सामोरा गेला.' ही कौटुंबिक सुरस कथा नष्ट करून टाकली होती.

"जेवा हो. फार घाईघाईनं केलं मी सगळं. मला वाटतं, चिकन बरं झालंय."– उम्मा विनंतीवजा सुरात म्हणाली.

सहा

मिस्टर अनविन, तुम्ही कधी पक्ष्याला हातात पकडलंय का हो?

मी पकडलंय.

पण ही गोष्ट सोपी नाहीय. फार भयंकर आहे. पक्ष्याला एका जागी घट्ट पकडून ठेवायचा तुम्ही कितीही प्रयत्न करा, त्याच्या आत काहीतरी हलत असतं. जणूकाही त्याच्या आत रागावलेलं आणि झुंज देणारं आणखी कुणीतरी असतं. आपल्या बोटांच्या पकडीत घट्ट पकडला गेल्यावर तो पक्षी, विशेषतः कबुतर आपल्याकडे विचित्र नजरेनं पाहतं. त्यातूनही सगळ्यात वाईट गोष्ट, त्रासदायक गोष्ट आहे त्याला हातातून सोडून देणं. मोकळं झाल्यावर त्याचे पंख इतक्या जोरात फडफडतात ना! कानांना तो आवाज अगदी असह्य वाटतो. वाप्पुम्मानं मला एकदा रूह म्हणजे आत्मा आपलं शरीर सोडून जाताना कसा आवाज करतो, ते सांगितलं होतं. कबुतरांच्या पंखांची कर्कश फडफड ऐकून मला त्याचीच आठवण येते. उप्पुप्पा म्हणजे माझे आजोबा मरत असताना, वाप्पुम्माला पकडून ठेवलेल्या कबुतराच्या पंखांची फडफड ऐकू आल्यासारखं वाटलं होतं. उप्पुप्पा वारताना यास्मिनबुआही तिथं होती. ती म्हणाली, ''मला नाही ऐकू आला असा काही आवाज.'' अर्थात ती असं म्हणेल हे अपेक्षितच होतं. वाप्पुम्मा आणि यास्मिनबुआचं कधीच पटायचं नाही. त्यामुळे दोघी एकमेकांचा विरोधासाठी विरोध करायच्या. त्या दोघींच्या घरात फक्त एका भिंतीचं अंतर होतं. पण मनातील अंतर फार होतं, फार वर्षांपासून. फक्त कुटुंबातील एखाद्याचा मृत्यू किंवा जवळ येऊन ठेपलेला मृत्यू त्या दोघींना एका छपराखाली आणी. पण उप्पुप्पांच्या मृत्यूबद्दल वाप्पुम्मानं सांगितलेल्या गोष्टीवर मला विश्वास ठेवायला आवडे.

रूहचं मृत्यूनंतरच्या जगाकडे अदृश्य पक्ष्याचं रूप घेऊन पंख फडफडत जाणं, वाईट नाहीय.

आमच्या शाळेच्या ग्रंथालयात नेहरूंचं कबुतरांना हवेत उडवतानाचं चित्र होतं. जोवर मी पहिल्यांदा कबुतराला हातात पकडलं नव्हतं, तोवर मला त्यात काही विशेष आहे असं वाटायचं नाही. पण कबुतराला हातात पकडल्यानंतर मी जेव्हा जेव्हा ग्रंथालयावरून जाई, तेव्हा तेव्हा मला ती कबुतरं पुस्तकांच्या शेल्फ्समधून पंख फडफडत जात आहेत, असं वाटायचं. नेहरूंनी सोडून दिलेली कबुतरं ग्रंथालयातील खुर्च्या-टेबलांवरून फिरताहेत, असं वाटायचं. ती कबुतरं फक्त मला दिसायची. बाकीच्यांना स्मितहास्य करणारे नेहरू तेवढे दिसायचे.

नेहरूंचं कबुतरांना हवेत उडवणं, स्वातंत्र्याचं प्रतीक होतं. माझं कबुतरांना हवेत उडवणं बचावाचा उपाय असायचा. मी कबुतराला हवेत सोडलं की ते चित्रातील कबुतराप्रमाणे लगेच आणि आनंदानं हवेत उडायचं नाही. उलट ते अंगणभर थकल्यासारखं चालत राही. शेवटी हवेत उडे, तेव्हासुद्धा त्याचं उडणं चाचपडत, भेलकांडत उडल्यासारखं असे.

मी वर सांगितलेली कबुतराची गोष्ट एका शनिवारी, मी एकटाच घरी असताना घडली. आम्ही झोपायला गेल्यानंतर खूप वेळानं फोन वाजू लागला. रात्री उशिरा फोन आला, की वाप्पा नेहमी धास्तावून जात. त्यांच्या मते खूप पहाटे आलेल्या फोनप्रमाणेच रात्री उशिरा आलेले फोनही बहुतेकदा मृत्यूची बातमी देतात. यास्मिनबुआंचा फोन आहे म्हटल्यावर तर त्यांच्या छातीची धडधड आणखी वाढली. फोन घेण्यापूर्वी ते पलंगाच्या कडेवर बसले. कोण वारलं असेल असं त्यांना वाटलं असेल? वाप्पुम्मा?

पण कोणीही मेलंबिलं नव्हतं. यास्मिनबुआचं लक्ष कॅलेंडरमधील गोल निशाणं केलेल्या तारखांकडे गेलं, तेव्हा तिच्या लक्षात आलं की दुसऱ्या दिवशी सकाळी वाप्पांना ऑनकॉलॉजिस्ट-ट्यूमरच्या डॉक्टरकडे कन्सल्टेशनसाठी जायचं आहे. कन्सल्टेशनबाबत मला आठवण करून देऊ नकोस, असं वाप्पांनी तिला बजावलं होतं. तरीही ती त्यांना ती आठवण करून द्यायचीच. आताही ती म्हणाली, तुम्हाला डॉक्टरकडे घेऊन जाण्यासाठी मी सकाळी टॅक्सी पाठवते. वाप्पांनी क्षणभर विचार केला. मग ते म्हणाले, "मागे पाठवली होतीस ती टॅक्सी अजिबात पाठवू नकोस. त्या ड्रायव्हरनं वाईट गाणी लावली होती. तीही खूप जोरात."

दुसऱ्या दिवशी सकाळी सकाळी टॅक्सीच्या कर्कश हॉर्ननं मला झोपेतून उठवलं. टॅक्सी नारळाच्या बागेतून जाणाऱ्या लाल रस्त्यावरून दिसेनाशी झाल्यावर मी घरात गेलो. मधल्या अंगणात पाण्याच्या नळाखाली एक कबुतर बसलेलं मला दिसलं. शूऽऽऽ मी जोरात म्हटलं. त्यानं पंखांची थोडी फडफड केली. पण

अंगण सोडून काही ते गेलं नाही. शूऽऽ शूऽऽ मी आणखी मोठ्यानं म्हटलं. मग त्यानं पंखांची आणखी थोडी फडफड केली. पण तरी ते उडलं नाही. लक्ष देऊन पाहिल्यावर मला त्याचं कारण कळलं. बिचाऱ्याचा पाय मोरीच्या जाळीत अडकलेला होता. मागे माशांच्या काचेच्या टँकमधील पाणी शिवन बदलत होता. त्या वेळी एक गोल्डफिश जमिनीवर पडला होता. तो गालिच्यावर वळवळत राहिला. मग मेल्यासारखा निपचित पडून राहिला. शिवन त्याची शेपूट पकडून त्याला दूर फेकून देणार होता, पण तितक्यात त्याची वळवळ परत सुरू झाली. या वेळी शिवनची त्याला उचलायची हिंमत झाली नाही. मग मी वर्तमानपत्राच्या कागदाचा कोन करून त्याला उचलून त्या टँकमध्ये टाकलं होतं. ही एक गोष्ट सोडता आतापर्यंत कोणत्याही जिवंत पशुपक्ष्याला वाचवण्याची मला संधीच मिळाली नव्हती. शिवनच्या घरीसुद्धा मी त्या गोल्डफिशला टँकमध्ये सोडल्यावर मला थँक्स म्हणत असल्याप्रमाणे डोळे हलवत, दोन-चारदा शेपूट हलवत तो गोल्डफिश थोडा पोहला होता, पण मग तो टँकमध्ये तरंगत वर येत उलटा झाला होता. माशांना मारणं, हा हरणांना किंवा गव्यांना मारण्यासारखा अपराध मानला गेला असता, तर शिवनला शिक्षा होऊन बाल अपराध्यांना पाठवतात त्या बाल सुधारगृहात पाठवलं गेलं असतं. ते तसं नव्हतं म्हणून गोल्डफिशची विल्हेवाट लावण्यासाठी मी त्याला मदत केली. मी तर त्याला म्हटल होतं, की आपण त्याला रद्दी कागदांच्या टोपलीत टाकून देऊ या. पण त्यासाठी तो तयार होईना. मग त्याला स्टोअर रूममध्ये टूथपेस्टचं एक रिकामं खोकं मिळालं. त्यात त्यानं तो मेलेला मासा ठेवला. खोक्याच्या दोन्ही बाजू चिकटपट्टीनं घट्ट चिकटवल्या आणि ते खोकं खिडकीतून बाहेर फेकलं. त्याच क्षणी त्याच्या आईनं दारावरची बेल वाजवली. टँकमध्ये एक गोल्डफिश कमी आहे, हे तिच्या लक्षातही आलं नाही. या वर्तमानपत्राचा कोपरा कोणी फाडला, एवढंच काय ते तिनं विचारलं.

या गोष्टीला आता एक वर्ष होऊन गेलं होतं. जाळीत पंजा अडकल्यानं उडू न शकणाऱ्या कबुतराला पाहून मला तो गोल्डफिश आठवला. मी त्या कबुतराचा पंजा त्या जाळीतून काढून त्याला वाचवण्याचा प्रयत्न करायचा आणि टी.व्ही.वर मोठमोठे लोक करतात, त्याप्रमाणे त्याला हवेत उडवायचं असं ठरवलं. बिचारा पक्षी! बिच्चारा पक्षी! त्या अडकलेल्या कबुतरासाठी मी हळहळलो. पण नंतर माझं मन बदललं. मी त्याला आपला गुलाम, व्यक्तिगत संदेशवाहक बनवण्याचा बेत केला.

माझे हात थरथरत होते. त्या गोल्डफिशला तडफडत मरताना पाहून शिवनचे हात थरथरले होते, तितके नाही. पण खुर्चीवर चढून कपाटाच्या सर्वांत उंच कप्प्यात मला पाहिजे ती गोष्ट शोधताना माझ्या हातांना सूक्ष्म कंप सुटला होता.

या कप्प्यात उम्मा तिला खूपच आवडणाऱ्या गोष्टी ठेवायची. पण त्या तिला इतक्या आवडायच्या, की ती त्यांचा कधी वापरच करायची नाही. एका लहानशा प्लॅस्टिक बॅगमध्ये मला जाड दोऱ्याचं एक रीळ आणि खूप दिवसांपूर्वी मरियममौसीनं दिलेली कात्री मिळाली. दुसऱ्या एका प्लॅस्टिक बॅगमध्ये मला पिवळ्या पानांचं एक छोटं पुस्तक मिळालं. या पुस्तकाची पानं सुटी करून, तुम्ही ती पक्ष्यांसकट सगळ्या वस्तूंना घट्ट चिकटवून ठेवू शकता. खरंतर घरात मी, कबुतरं, भिंतीवरची दोन घड्याळं आणि एक टाइमपीस सोडता दुसरा कोणताही जिवंत प्राणी नव्हता, पण तरीही पायांच्या चवड्यांवर गुपचूप चालत मी अंगणात परत आलो.

पक्ष्याला आपला गुलाम बनवणं एवढं सोपं नव्हतं. त्या दोराचा मी बांगडीच्या आकाराचा फास तयार केला आणि कबुतराजवळ शांतपणे उभा राहिलो. कित्येक मिनिटं पक्ष्यांच्या भोषत बोलत राहिल्यावर... आता तुम्ही विचाराल, पक्ष्यांची ती कोणती भाषा असते. तर मिस्टर अनविन, ती एक हावभावांची, हाताच्या खुणांची भाषा असते. तसंच थोडं घशातल्या घशात ऑऽ ऑऽ ऑ करावं लागतं. थोडी शीळ घालावी लागते. खूप वेळ असा प्रयत्न केल्यावर, पक्षी खूप बिचकत बिचकत आपण त्याला पकडायला तयार केलेल्या फासावर आपला मोकळा पाय ठेवतो. त्यानं तो तसा ठेवताच मी तो फास ओढला. त्यानं आपला विचार बदलून मी इतक्या मेहनतीनं केलेल्या फासाबाहेर आपला पाय काढला असता, तर माझे सगळेच प्रयत्न वाया गेले असते म्हणून फासाच्या दोरीचं मोकळं टोक मी पाण्याच्या पाइपला बांधलं. मगच मी त्याचा मोरीच्या जाळीत अडकलेला पाय हलकेच बाहेर काढला. त्याला वाटलं, की तो आता पूर्ण मोकळा झालेला आहे. त्यानं उडून दूर जायचा प्रयत्नही केला, पण त्या दोरीमुळे तो पाण्याच्या पाइपला बांधला गेला होता.

मी त्या छोट्या पुस्तकातील एक पिवळं पान सुटं केलं. त्याच्यावर 'हॅलो बिलाल, सोमवारी शाळेत भेटतो तुला. बाय!' असं लिहिलं आणि ते पान कबुतराच्या पायाला चिकटवलं. मग कात्रीनं कबुतराला बांधून ठेवलेली दोरी कापायला त्याच्याजवळ गेलो. पण त्या कबुतराला वाटलं, की मी त्याचे पंखच कापणार आहे. त्यामुळे त्या दोरीसकट त्याला माझ्यापासून जितकं दूर जाता आलं, तेवढं तो उड्या मारत गेला. त्याच्या पंखांजवळ कात्रीचा आवाज करत मी त्याला घाबरवण्याचा प्रयत्न केला. मग लवकरच मला हे सगळं करायचा कंटाळा आला. मी त्याच्या पायाला बांधलेली फासाची दोरी कापणारच होतो, इतक्यात मला माझ्या योजनेतील सगळ्यात मोठा दोष लक्षात आला.

कबुतर बिलालला कसा शोधेल बरं? मला जितकी म्हणून पक्ष्यांची भाषा येत होती, तिच्या जोरावर मी मशिदीच्या मागच्या अनाथलयाचा पत्ता त्याला देऊ

शकलो नसतो. कबुतराला प्रशिक्षित करण्याआधी कदाचित त्याला जिथं पाठवायचंय, त्या जागी बरेचदा घेऊन जावं लागत असेल. हे तर होऊच शकत नव्हतं. कबुतराला हातात घेऊन शहरात चालत जाण्याची मी कल्पनाही करू शकत नव्हतो. आता एकच उपाय मी करू शकत होतो. तो म्हणजे त्या कबुतराशी माणसांच्या भाषेत बोलणं. मला कशी की पण खात्री होती, की कबुतरांना माणसाची साधीसुधी भाषा कळते. दिलेल्या सूचना पाठ करण्याची आणि त्यांच्याबरोबर पाठवलेली कोणतीही गोष्ट, मग युद्धकाळात असो वा शांतिपूर्ण दिवसात, पावसापाण्यात असो वा कडक उन्हाळ्यात, अगदी भूकंप झाला तरी योग्य ठिकाणी, योग्य व्यक्तीला देणं हे आपलं कर्तव्य आहे, अशी त्यांची भावना असते.

एखाद्या वेळी एखादी अत्यंत मूर्खपणाची गोष्ट, आपल्याला अगदी स्पष्ट असणारी पण तोवर आपल्याला न दिसलेली गोष्ट दाखवते. इतकी वर्षं पक्षी पाहण्यात, आपणही एखादा पक्षी व्हावं असं वाटण्यात घालवल्यावर, कबुतराला आपला संदेशवाहक बनवण्याची कल्पना मला भन्नाट वाटली होती. पण ती प्रत्यक्षात आणण्याच्या वेळी माझ्या लक्षात आलं की पक्ष्यांना कानच नसतात. किंवा ते असले तरी ते आपल्यासारखे, हत्तीसारखे, डुकराचे असतात, तसे चेहऱ्यालगत नसतात. त्या कबुतराच्या चेहऱ्याकडे काही मिनटं टक लावून पाहिल्यावर माझ्या लक्षात आलं, की त्याचे डोळेच त्याचे कानही आहेत. ते डोळे एकाच वेळी पाहतही आहेत आणि ऐकतही आहेत. त्याचे डोळे दृश्य आणि आवाज एकाच वेळी रेकॉर्ड करत होते. पक्षी आपल्याकडे टवकारून पाहतात ते उगाच नाही.

बिलाल कुठं मिळेल, हे त्या कबुतराला कळलंय अशी खात्री झाल्यावर- मी तीनदा तेच ते सांगितल्यावर माझी आज्ञा त्याच्या छोट्याशा मेंदूत कोरली गेली असावी. मग मी दोरी तोडून त्याला बंधनातून मुक्त केलं. पंखांची जोरदार फडफड करून हवेत उंच उडण्याऐवजी ते माझ्यापासून तीन पावलांवर जाऊन उभं राहिलं. थोडंसं बावचळल्यासारखं झालं होतं ते. मी त्याला शूऽ शूऽऽ करून तिथून निघून जायचा इशारा केला. जोरजोरात हात हलवून त्याला उडवून लावायचा प्रयत्न केला. रागावल्यासारखं करून हवेत लाथ मारली पण ते डगमगत चालत दरवाजाजवळ गेलं. मग एकदमच त्यानं स्वतःला हवेत झोकून दिलं आणि थकल्यासारखं उडत, फिकट लाल कौलांवरून उडत ते दिसेनासं झालं.

सोमवार उजाडेपर्यंत मला धीर धरवेना. कबुतराच्या पायाला चिकटवलेला कागद काढून घेऊन बिलाल शाळेच्या फाटकाशी उभा असेल, अशी कल्पना मी करीत होतो पण तीन दिवस उलटून गेल्यानंतरही बिलालनं माझा संदेश त्याला

मिळालाय असं दाखवलं नाही. चौथ्या दिवशी सकाळी त्याला त्याबद्दल विचारायचंच असं मी ठरवलं.

माझ्या प्रश्नावर, "काय म्हणतोयस तू?" असा प्रश्न करत तो माझ्यावर वसकन ओरडलाच.

"मी कबुतराच्या पायाला चिकटवून पाठवलेली चिट्ठी मिळाली नाही तुला?" मीही त्याच्यावर वसकन ओरडत विचारलं.

नेहमी पाही त्याहीपेक्षा जास्त वेळ तो माझ्याकडे पाहत राहिला. जणूकाही मी बोलत असलेली भाषा अस्तित्वात आहे, हेच त्याला माहीत नव्हतं. मग हळूहळू त्याच्या चेहऱ्यावर हसू पसरलं.

"म्हणजे तू पाठवली होतीस ती चिट्ठी?" त्यानं चकित होऊन विचारलं. आता त्याच्या आवाजात मगाच्या चिडीचा लवलेशही नव्हता.

"हो! तुला नव्हतं माहीत हे?" मी विचारलं. का कोण जाणे मला अजूनही त्याची चीड येत होती.

"आपलं नाव का लिहिलं नव्हतंस तू त्या चिट्ठीत?"

"लिहिलं होतं तर!"

"नव्हतं लिहिलंस."

खरंच का लिहिलं नव्हतं मी माझं नाव त्या चिट्ठीत? आता मलाही त्याबद्दल शंका निर्माण झाली. काही का असेना, संदेशवाहक म्हणून कबुतरं आपलं काम अजूनही अचूक करतात, हे तर कळलं मला. मला एकदमच वाप्पांच्या या छोट्याशा शहरातील शांती मोठ्या प्रमाणात भंग होऊन जावी, असं वाटलं. समुद्री चाच्यांनी इथल्या किनाऱ्यावर यावं. रक्त ठिबकणाऱ्या बंदुकीच्या कातडी पिशव्यांमधून त्यांच्या बंदुकी बाहेर निघाव्या, हवेत उडालेले त्यांचे बार ऐकू यावेत, बॉम्बनी पोलीस स्टेशनं उद्ध्वस्त व्हावीत, रस्त्यारस्त्यांवर नाकेबंदी व्हावी, रेल्वेचे रूळ उडवले जावेत आणि सर्वांत महत्त्वाचं म्हणजे दळणवळणाची, संपर्काची सर्व साधने निकामी व्हावीत, अशी प्रबळ इच्छा माझ्या मनात निर्माण झाली. पोलिसांनी माझ्या घरी येऊन त्यांच्या हेडक्वार्टरला संदेश पुरवण्यासाठी मी माझ्या कबुतरांना राबवावं, अशी काकुळतीनं विनंती करावी असं मला वाटू लागलं... २ हेलिकॉप्टर्स, १०० कमांडो, ५० मशीनगन्स, २० रॉकेट्स अगदी ताबडतोब पाठवा.

मी लगेच बिलालला माझ्या मदतीसाठी घेईन. त्याला कबुतरांच्या पायांना चिठ्ठ्या चिकटवण्याचं काम देईन. पण सगळ्यात महत्त्वाचं– कबुतरांच्या कानात कुजबुजायचं काम मात्र मी स्वत:कडेच ठेवीन. फकीर जसे भुतानं पछाडलेल्या माणसांच्या कानात जिनसाठी असलेली धमकी म्हणतात; तसंच मी एकेका

कबुतराच्या कानात ज्या माणसासाठी तो संदेश असेल, त्याचा पत्ता कुजबुजत सांगीन आणि मग जा, जा, जा म्हणून त्यांना हवेत उडायला लावीन. उम्मा माझ्यावरच्या अभिमानानं फुलून जाईल. मग ती स्वत:च्या सुंदर अक्षरात, "तुम्हाला जसा आपल्या मुलाचा अभिमान आहे, तसाच मलाही माझ्या मुलाचा अभिमान आहे." असं लिहील आणि मला वाप्पुम्माकडे तो संदेश पाठवायला सांगील.

पण अशा घटना फक्त डोक्यातच घडतात. बाहेर नाही. निदान वाप्पांच्या या लहान शहरात तर नाहीच नाही. हे शहर समुद्री डाकूंना भुरळ पडावी असं गडगंज, श्रीमंतही नव्हतं; की कोणाला त्याला वेढा घालून जिंकावं वाटावं इतकं महत्त्वाचंही नव्हतं. ते आपल्या छोट्या-छोट्या भांडणांमध्ये, भुरट्या किंवा मध्यम प्रकारच्या चोऱ्यांमध्येच मग्न होतं. इथं ना बँका लुटल्या जायच्या, ना बंदुकीच्या बारांचे आवाज घुमायचे. लहान शहरातील खरंखुरं जीवन खरंच फार बोअरिंग, अळणी असतं. मग भलेही तिथं प्रसिद्ध समुद्रकिनारा-बीच अन् रंग बदलता निळा, पांढरा, राखाडी समुद्र का असेना!

अन् मग बिलालनं माझ्या पत्राचं उत्तर कबुतर मेलनं पाठवलं. पण मला ते मिळालंच नाही. बिलालनं मला सांगेपर्यंत, डोंगरमाथ्यावरील माझ्या घरापर्यंत संदेश पोहोचवण्यासाठी त्यानं शहरातील मशिदीच्या मिनारांमध्ये राहणाऱ्या एका कबुतराची नेमणूक केलीय, हेही मला माहीत नव्हतं. त्यामुळे त्यानं त्याच्या संदेशाबद्दल मला विचारलं, तेव्हा थोडा वेळ मी बुचकळ्यातच पडलो. त्यानं पाठवलेलं कबुतर आमच्या अंगणात उतरून माझ्या शोधात घरभर तुरुतुरु चालतंय, अशी मी कल्पना केली. त्यानं वाप्पांच्या खोलीत जाऊन त्यांचा झोपेत वेडावाकडा झालेला चेहरा पाहिला असेल. कुणालाही कळू न देता ते सगळ्या खोल्यांमध्ये हिंडलं असेल. पॅसेजमधून वर आलं असेल. व्हरांड्यातून खाली गेलं असेल. छोटीच्या पाळण्याजवळून गेलं असेल. उम्मानं त्याला खुर्चीखाली पाहून बाहेर हाकलेपर्यंत ते आमच्या घरात चालतच राहिलं असेल. घरामध्ये शोध घेण्याऐवजी त्यानं मला मी शाळेतून परत आल्याबरोबर बोगनव्हिलाच्या कमानीखाली गाठायला पाहिजे होतं. काहीही असो. त्यानं कबुतरावर टाकलेलं पहिलंवहिलं काम ओमफस झालं, हे त्याला सांगायला माझं मन धजावलं नाही. त्यामुळे मी त्याला, मला त्याचा गुप्त संदेश मिळाला, असंच दाखवलं. नशीब माझं की कागदावर काय मजकूर लिहिला होता, हे त्यानं मला विचारलं नाही. त्यानं तसं विचारलं असतं, तर माझं पितळ उघडं पडलं असतं.

बिलालनं पाठवलेलं कबुतर माझ्या अंगणात उतरून मला त्याचा संदेश देईल, यासाठी मी एक आठवडा वाट पाहिली. पण आला कोण, तर एक लुकडा-सुकडा पोस्टमन. आम्ही बोगनव्हिलात राहायला आल्यानंतर आमच्या

घरापर्यंत आलेला पहिलावहिला पोस्टमन होता तो. त्यानं भिंतीवरून एक ब्राउन रंगाचा लिफाफा व्हरांड्यात टाकला. लिफाफा व्हरांड्यात येऊन पडेपर्यंत पाठ फिरवून तो चालूही लागला होता.

ते पत्र वाप्पांसाठी होतं. ते अशा व्यक्तीकडून आलं होतं, ज्याला वाप्पा व्यक्तिगत पातळीवरून ओळखतही नव्हते. आमच्या आधीच्या पत्त्यावरून ते रि-डायरेक्ट होऊन आलं होतं. कदाचित शिवनची आई जिन्यावरून पोस्टमनच्या मागे धावली असेल आणि तिनं हात उंचावून डोंगराच्या दिशेकडे बोट दाखवलं असेल. पत्रामध्ये, ते पत्र पाठवणाऱ्याचं वय, नाव वगैरे काहीही लिहिलेलं नवहतं. पण का कोणास ठाऊक, मला वाटलं, की ते पत्र लिहिणारा माणूस अंथरुणाला खिळलेला म्हातारा, चिडका माणूस आहे. वाप्पा अंथरुणावर बसून ते पत्र वाचत होते. कदाचित म्हणूनच मी लिहिणाऱ्याबद्दल हा अंदाज केला होता. तितक्यात माझ्या लक्षात आलं, की वाप्पांचा आवाजच पत्र लिहिणाऱ्याचा आवाज आहे, असं मी गृहीत धरलं होतं. हो. म्हणूनच तो माणूस मला म्हातारा, अंथरुणाला खिळलेला आणि चिडका वाटला होता.

वाप्पांनी फार वर्षांपूर्वी लिहिलेल्या एका पुस्तकाबद्दल खूप छान छान लिहिलं होतं त्या पत्रात. वाप्पांनी ते पत्र दोनदा वाचलं. एकदा मुलांना गोष्ट सांगत असल्याप्रमाणे मोठ्यानं आणि दुसऱ्यांदा प्रार्थना म्हणत असल्याप्रमाणं हळू आवाजात. पत्राची सुरुवात क्षमायाचनेनं झालेली होती. याआधी मी हे पुस्तक वाचू शकलो नाही, यासाठी मी आपली क्षमा मागतो. पण कधीच न वाचल्यापेक्षा उशिरा का होईना मी ते वाचलं, हे फार बरं झालं. पत्राच्या शेवटीही क्षमायाचना होती. पत्र लेखकानं लिहिलं होतं, की वाप्पांचा पत्ता कोणालाही माहीत नसल्यामुळे पत्र लिहायला इतका अक्षम्य उशीर झाला होता. गादीखाली पत्र ठेवून वाप्पा नुसते पडून राहिले. त्या वेळी त्यांच्या चेहऱ्यावर एक वेगळंच स्मित विलसत होतं. अशा वेळी ते वारले असते, तर तो त्यांच्या जीवनाचा एक फार छान अंत झाला असता.

पण ते तसे वारले नाहीत.

...उम्मा रक्त सांडत बाथरूममध्ये गेलीय आणि तिथं मरतेय, असा संशय येताच मी धोक्याची सूचना दिल्यासारखा जोरजोरात ओरडू लागलो. वाप्पा धडपडत उठले आणि जमिनीवर पडलेल्या रक्ताच्या थेंबांच्या दिशेनं जाऊ लागले. उम्मानं मनगट किंवा मान कापून घेऊन स्वत:ला मोरीत कोंडून घेतलं होतं की काय? का बरं केलं असेल असं तिनं? मागे एकदा ती म्हणाली होती, की छोटीला नववधूसारखं सजलेलं पाहणं ही तिची शेवटची इच्छा आहे. ती आत्ता गेली आणि वाप्पा थोडे नंतर, तर छोटी आणि मी बिलालसारखे अनाथ, पोरके होऊन

जाऊ. अगदी बिलालसारखे होणार नाही म्हणा आम्ही, कारण वाप्पुम्मानं ते कधी होऊच दिलं नसतं. पण उम्मा आत्ता मेली तर या धक्क्यानं मी नक्कीच वेडा होईन. मग मला ताळ्यावर आणायला माझ्या तोंडात बोळा कोंबावा लागेल. माझ्या डोक्याला खूपदा इलेक्ट्रिक शॉक द्यावे लागतील. उम्मानं छोटीला आधीच मारून तर टाकलं नसेल? पण छोटीच्या पाळण्याखाली रक्ताचं थारोळं वगैरे काही नव्हतं... मी आत डोकावून पाहिलं. छोटी अगदी आरामात झोपली होती. तिच्या बोळक्यातून लाळ गळत होती.

एव्हाना वाप्पा पॅसेज पार करून मोरीचं निळं दार ठोठावत होते. त्या मोरीतच उम्मा मरत होती.

'ॲम्ब्युलन्ससाठी १९९ नंबर फिरवा.' माझ्या डोक्यात शब्द घुमू लागले. पण हा नंबर तर आम्ही आधी राहत असलेल्या शहरातील ॲम्ब्युलन्ससाठी होता. बोगनव्हिलाकडे ॲम्ब्युलन्स बोलवण्यासाठी कोणता टेलिफोन नंबर आहे, हे मला माहीत नव्हतं. १०० नंबर असेल का? नाही. हा तर पोलिसाचा नंबर आहे! पण पोलिसांनी फोन केला, तर ॲम्ब्युलन्स सर्वांत मोठी धोक्याची घंटा वाजवत आणखी जास्त स्पीडनं येईल.

वाप्पा मोरीचं दार जोरजोरात वाजवायला लागले. पण त्यांनी ते आणखी जोरात वाजवायला हवं होतं. लाथ मारून उघडायला पाहिजे होतं. मिस्टर अनविन, बंद दरवाजाआड, मोरीत एक माणूस मरतंय. इतकं हळू दार वाजवून कसं चालेल? कदाचित छोटी उठू नये म्हणून ते फार जोरात दार वाजवत नसतील. तीही उठून रडायला लागली, तर परिस्थिती आणखी बिकट झाली असती. सगळं खरंय. पण तरीही वाप्पांनी आणखी जोरात दार वाजवायला हवं होतं.

मी म्हणणारच होतो की आपण दार तोडू या. पण तितक्यात बाथरूममधून उम्माचा थकलेला आवाज आला,

"काय हो?"

तिचा आवाज ऐकून वाटलं, की ती मरणापासून काहीच मिनिटं दूर आहे.

"अगं, जमिनीवर हे रक्ताचे डाग का आहेत?" वाप्पांनी दाराला तोंड लावून विचारलं.

"अहो, माझी पाळी सुरू झाली ना?" आणखी थकल्याभागल्या सुरात उम्मा म्हणाली.

"पाळी, म्हणजे मंथली..."

"हो! छोटी जागी झालीय का?"

"नाही. ती मजेत झोपलीय."

"तुम्हाला बाथरूम वापरायची आहे का?" तिनं विचारलं, "मला मागच्या

बाथरूममध्ये जायचं नव्हतं. कारण तुमचा मित्र टारझन कदाचित परत झाडावर चढला असेल.''

वाप्पा दाराच्या मुठीकडे पाहून हसले. त्या दिवसाचं ते त्यांचं दुसरं हास्य होतं. म्हणजे अत्यंत बिकट दिवसातील तो त्यांचा जरा चांगला दिवस होता.

मी पाहिलं, की रक्ताचे डाग पॅसेजपासून, ड्रॉइंग रूममधून शिलाई मशीनमागच्या खुर्चीपर्यंत गेलेले होते. ते शेवटी निळ्या उशीपर्यंत येऊन थांबले होते. त्या निळ्या उशीनं आमच्याबरोबर आमच्या आधीच्या शहरापासून आमच्या या डोंगरमाथ्यावरील घरापर्यंतचा प्रवास केला होता; जसा तो शिलाई मशीन, फर्निचर, बाकीचं बरंच सामान आणि आमच्या खूप खूप आठवणींनी केलेला होता.

सात

मिस्टर अनविन, क्षमा करा. पण मला तुम्हाला एक प्रश्न विचारावासा वाटतोय. आपल्या मित्राला आनंद झाल्यामुळे तुम्हाला कधी दुःख झालं होतं का हो? मला असं दोनदा झालंय. एकदा आम्ही मोठ्या शहरात राहत होतो तेव्हा आणि एकदा आमच्या या छोट्या शहरात राहत असताना! पहिल्यांदा शिवनला आनंद झाल्यावर मला असं झालं होतं आणि दुसऱ्यांदा, तुम्हाला वाटतंय तसं, बिलालला आनंद झाल्यावर.

खूप पूर्वीची, एका उन्हाळ्यातील एक गोष्ट आहे ही. त्या वेळी वाप्पांना या आजाराचा स्पर्शही झालेला नव्हता. त्या वेळी मला फार फार वाईट वाटत होतं. आणि शिवनला आनंदानं वेड लागायची पाळी आली होती. गंमत म्हणजे आमच्या दोघांत या विरोधी भावना एकाच वस्तूमुळे निर्माण झाल्या होत्या. शिवनच्या वडिलांनी त्याला रिमोट कंट्रोलवाली पोर्शे-पिवळी पोर्शे कार आणून दिली होती. तिच्या बोनेटवर तीन पट्टे होते. तिला पाहून मला खारीच्या पाठीचीच आठवण आली. पोर्शे मिळाल्यानं शिवन फार खुशीत होता. मला वाईट वाटत होतं, कारण खूप दिवसांनी का होईना पण शिवनच्या वडिलांनी त्याला पोर्शे आणून द्यायचं वचन पाळलं होतं. खरंतर शिवनला पोर्शे मिळाल्यानं मला वाईट वाटायचं काहीच कारण नव्हतं; कारण जे काही शिवनचं होतं, ते ते सगळं माझंही होतंच. मला जेव्हा म्हणून त्या कारबरोबर खेळावं वाटे, तेव्हा शिवन मला त्या कारबरोबर खेळू देई. जोवर मी त्या कारला घाणेरड्या जागांकडे घेऊन जायचो नाही, तोवर तो मला कारबरोबर खेळू देई. मी कारला 'दि फास्ट ॲन्ड फ्युरिअस'मधल्या माणसांप्रमाणे जोरात पळवायचो. तो तिला 'मिस्टर बीन'मधल्या मिस्टर बीनप्रमाणे

ढक्याव, ढक्याव करत म्हणजेच फारऽऽच हळू चालवायचा. स्टंट कसे करावे, याबाबत त्याची अक्कल शून्य होती. एकदा ती पोर्शे गॅलरीच्या कठड्यावरून उडी घेऊन वीस फूट खाली कोसळली. हा ॲक्सिडेंट पाहून शिवन वर वर खूप शूर-वीर असल्यासारखा हसला, पण आतल्या आत तो रडत होता. अहो, कारचा समोरचा एक दिवा फुटला होता आणि समोरची जाळी वाकून बोनेटला पोचा आला होता. पण बॅटरी मात्र अजून चालू होती. आम्ही सिक्युरिटी गार्डला विनवणी करून त्याच्याकडून स्क्रू ड्रायव्हर मिळवला आणि त्याच्या केबिनच्या मागे बसून गाडीची दुरुस्ती करू लागलो. आम्ही बोनेटचा पोचा काढून टाकला. समोरची जाळी ठीकठाक केली. पुढचा दिवा फिक्स केला. कारचा मागचा भाग पाहता विश्वासच बसत नव्हता की ही तीच कार आहे, जी तिसऱ्या मजल्यावरून सरळ लॉबीत येऊन पडली होती. पण समोरच्या भागाची मोडतोड झाल्यामुळे शिवनला तिच्याबरोबर खेळावं, असं मुळीच वाटेना. आता ती त्याला खूप सुखावणारी आणि मला दुखावणारी पोर्शे राहिली नव्हती. मग शिवननं कारचा फक्त मागील भाग दिसेल, अशा बेतानं ती एका बुकशेल्फवर ठेवली आणि तिचा रिमोट सटरफटर वस्तूंनी भरलेल्या बास्केटमध्ये टाकून दिला. आता शिवनच्या आणि माझ्या दुःखाचा स्कोअर सारखाच म्हणजे १-१ असा झाला होता.

पण बिलालबरोबर घडलेली गोष्ट वेगळी होती. आमच्या उन्हाळ्याच्या सुट्ट्या सुरू होण्यापूर्वी बिलालनं लहान शहरातील एक विशिष्ट पराक्रम करून मला आश्चर्यचकित आणि दुःखीही केलं. त्या दिवशी तो शाळेबाहेर भेटला, तेव्हा जोरजोरात धापा टाकीत होता. त्याचं अनाथालय आमच्या शाळेपासून बरंच दूर होतं. मला ती महत्त्वाची बातमी देण्यासाठी तो अनाथालयापासून शाळेपर्यंत धावतपळत आला होता. त्यानं मला उत्साहानं सांगितलं, की रविवारी सकाळी पूर्ण शहर त्याचा आवाज ऐकणार आहे. ही बातमी ऐकून मला काही फार मोठा आनंद झाला नाही. अन् तरीही मी त्याला म्हणालो, "अरे वा! फारच छान की!" पण मनातल्या मनात मी म्हणालो, पूर्ण शहर काही ऐकणार नाही. ही *सुबही*– नमाजासाठी पहाटे दिली गेलेली हाक पहाटे, सूर्योदयापूर्वी एक तास आधी लाउडस्पीकरवर ऐकवली जाई. त्या वेळी निम्मं शहर अंथरुणात झोपलेलं असतं. त्याचा आवाज काळोख्या रस्त्यांवरून, गल्ल्यांमधून, रेल्वे लाइन्स आणि कालवे पार करत तरंगत जाईल. पण तो आवाज निम्मं शहरच ऐकेल. पहाटे लवकर उठून समोरच्या बागेतील पाण्याच्या हौदाशी बसलेल्या वाप्पुम्मासारख्या काहीच लोकांच्या लक्षात येईल की नमाजसाठी अजान– हाक इमामनं नाही, एका मुलानं दिलेली आहे. आमचा डोंगरमाथा त्या मशिदीपासून चार-पाच किंवा सहाएक मैल दूर असल्यानं तो अजान, नारळाच्या बागेमध्ये कुठं तरी असलेल्या मशिदीच्या

बाजूनं ऐकू येईल. तो आवाजसुद्धा अगदी किनरा असल्यानं जोराचा वारा असला तर ऐकूच यायचा नाही.

रविवारच्या अजानची प्रॅक्टिस बिलाल शाळेतसुद्धा करायचा. आम्ही खेळत असताना किंवा शिकत असताना तो अगदी हळू आवाजात अजानचे शब्द परत परत म्हणायचा. अजान म्हणजे 'ही नमाज करण्याची वेळ आहे' याची धार्मिक लोकांना करून दिलेली आठवण. डेस्कच्या कडेला आपली नजर स्थिर करून तो अगदी हळू स्वरात हे शब्द पुटपुटायचा. एका शिक्षकाला वाटलं, की तो हळू आवाजात कोणाला तरी विनोद सांगत आहे. त्यामुळे त्यांनी त्याची रवानगी शेवटच्या बाकावर केली. नंतर त्याची नेहमीसाठी बसायची तीच जागा झाली. मागच्या बाकावरून त्याच्या जागेवर बसायला आलेल्या मुलाच्या अंगाला कुजक्या केळ्यांचा वास होता.

जेव्हा बिलालनं मला सांगितलं, की अनाथालयातील त्याचे मित्र त्याला मिळालेल्या मानामुळे त्याचा हेवा करत आहेत, तेव्हा माझी मलाच लाज वाटली. त्यानं मोठ्या अभिमानानं मला सांगितलं की, "आपला आवाज व त्याचा चढउतार अजान म्हणण्याचा मान मिळविण्यासाठी योग्य आहे की नाही, हे दाखवण्यासाठी इमामनं सगळ्यांना समान संधी दिली होती; पण मला सोडून इतर कोणालाही आपला आवाज बरोबर लावता आला नाही. त्यांना माझा हेवा वाटतोय, याचा अर्थच हा आहे की, मी बरोब्बर आवाज लावला याबद्दल त्यांना वाईट वाटतंय."

अनाथालय मशिदीला खेटूनच असल्यानं बिलालच्या अनाथालयातील मित्रांना त्याचं अजान देणं आणखी त्रासदायक होणार होतं. मी शहरात, शहरातील मशिदीच्या अजानच्या क्षेत्रात राहत नाहीय, याचा मला पहिल्यांदाच खूप आनंद झाला. पण तो थोडाच वेळ टिकला, कारण त्याच दिवशी दुपारी यास्मिनबुआनं फोन करून वाप्पांना त्यांच्या अकराव्या रेडिएशन सेशनची आठवण करून दिली. आता बोगनव्हिलाला आठवडाभर कुलूप लागणार होतं. मला वाप्पा आणि उम्मा हॉस्पिटलमधून परत येईपर्यंत यास्मिनबुआकडे राहावं लागणार होतं. त्या हॉस्पिटलच्या नावात झपाट्यानं मृत्यूकडे नेणारा रोग हे शब्द होते. त्यामुळे लोक त्या हॉस्पिटलचा उल्लेख त्या शब्दांच्या पहिल्या अक्षरानं बनलेल्या छोट्याशा नावानं करत.

"तू यास्मिनबुआकडे राहणार आहेस की वाप्पुम्माकडे?" वाप्पांनी मला विचारलं होतं.

त्या दोघींची घरं तीन रेल्वे लाइन्सच्या वळणावर होती आणि दोघींच्या घरांमध्ये एक जुनाट भिंत होती.

"जिच्याकडे म्हणून तू राहायला जाशील, तिच्याचकडे तुला आम्ही परत येईपर्यंत राहावं लागेल." वाप्पा धमकीवजा सुरात म्हणाले, "या मुक्कामात तुला

दुसरीच्याकडे भेटायला म्हणूनसुद्धा जाता येणार नाही.''

मी यास्मिनबुआकडे राहायला जायचं असं ठरवलं. तिचा टेलिव्हिजन एकतर मोठा होता आणि तो भिंतीला लावलेलाही होता. वप्पुम्माकडचा टीव्ही भयंकर, डबावजा टीव्ही होता. त्याची मागची बाजू डब्यासारखी बाहेर आलेली होती आणि त्याच्या चारी कोपऱ्यांमध्ये काळे-काळे डाग दिसत. शिवाय त्याचा रिमोटही नीट काम करत नव्हता.

उन्हं मावळण्याच्या सुमारास मी आत्तापर्यंत पाहिलेली सगळ्यात स्वच्छ टॅक्सी आमच्या दारासमोर येऊन उभी राहिली. टॅक्सीचा ड्रायव्हर एक म्हातारा माणूस होता, तो रिकाम्या वेळात नखं खात होता. पण त्याच्या चेहऱ्यावरून तो नर्व्हस असल्यासारखा अजिबात वाटत नव्हता. प्रत्येक वेळी हॉर्न वाजवताना तो असा चरफडत होता, जणू काही त्यामुळे त्याला टाकीत घातलेलं पेट्रोल खर्च करावं लागत होतं. टॅक्सीसुद्धा तो इतका गुपचूप चालवत होता, की त्याच्या टॅक्सीला बळी जाऊ शकणाऱ्या लोकांना त्यांच्याजवळून पुढे गेलेल्या संकटाची चाहूलही लागत नव्हती. आता अपघात होऊ शकेल असं वाटताच मी मनातल्या मनात करकचून ब्रेक दाबायचो, अर्थात माझा ब्रेक अदृश्य होता; पण कारचा वेग एकदम कमी व्हायचा किंवा ती थांबूनच जायची.

..."तू घरी एकटाच झोपतोस ना?'' यास्मिनबुआनं मला विचारलं. मी टीव्हीची चॅनलमागे चॅनल बदलत होतो. मनात आशा होती, की युरी किंवा येरिल कार्टून दाखवणारं चॅनल मला कधी तरी मिळेलच. नापसंतीनं मान हलवत इकबालचाचा माझ्या डोक्याकडे टक लावून बघत होते.

"हो!'' मी बुआच्या प्रश्नाला उत्तर दिलं. खोटं बोलताना मी साधारणपणे अडखळतो. पण या वेळी मी अडखळलो नाही.

"मग जा बरं झोपायला.'' माझ्या हातातून रिमोट काढून घेत बुआ म्हणाली. "आता चाचांची न्यूज बुलेटिनची वेळ झालीय.''

बुआनं मला झोपायला दिलेल्या खोलीच्या पुढच्या खोलीत माझ्या आतेभावानं, जुनैदनं स्वत:ला गळफास लावून घेतला होता. मी कल्पना करू लागलो, की तो मधल्या भिंतीमागून माझ्याशी बोलतोय. मला शाळेच्या परीक्षेत कोणती ग्रेड मिळालीय हे तो विचारतोय, असं मला वाटत होतं. खोलीच्या भिंतीवर एक घड्याळ होतं. त्यामुळे सूर्य उगवायला अजून किती तास आहेत, याचा अंदाज मला येत होता. पण मध्यरात्रीच्या सुमारास मला त्या घड्याळाकडे पाहावंसंही वाटलं नाही. ज्या खोलीत आपण आधी कधी झोपलेलो नाही, तिथं रात्री बारा वाजण्याच्या सुमारास झोपणं महाकठीण असतं. मी दोन पेन्सिली क्रॉसच्या आकारात बांधल्या आणि उशीखाली ठेवून दिल्या. म्हणजे जुनैदनं भिंतीमधून येऊन माझ्या

पलंगाशेजारी बसायचं ठरवलंच असतं, तर माझं संरक्षण झालं असतं. मी इंग्रजी झेड अक्षरावर माझी सर्व मानसिक शक्ती केंद्रित केली. तरीही मनात विचार आला, की झेड हे अक्षरच गाढ झोपेचं प्रतीक का आहे. एस किंवा दुसरं एखादं अक्षर का नाही?

झऽ ऽ झ ऽऽ झऽऽ मी विचार करीत राहिलो.

मी झोपेबद्दल आणखी एकाग्रतेनं विचार करीत राहिलो.

झ ऽ झ ऽ झ ऽऽ झ ऽऽ

मग आणखी खोलवर विचार करीत राहिलो झ ऽऽ झ ऽ झ ऽऽ झ ऽ झ ऽऽ झ ऽ झ ऽऽ झ ऽ झ ऽऽ झ ऽ झ ऽ

पाच वाजायला पाच मिनिटं असताना कोणीतरी कशावर तरी ठक ठक आवाज करतंय असं वाटून मला जाग आली. हा ठक ठक आवाज फार जवळून येत नव्हता. फार दुरूनही नाही. रस्त्यावरून येत नव्हता. तो रेल्वे लाइन्सच्या पलीकडून कुठून तरी येत होता. मग माझ्या लक्षात आलं, की तो लाउडस्पीकर ठेवलेल्या एका मिनारातून येत आहे. बहुतेक बिलालच माइकवर टिचकी मारत असेल. त्यानं दिलेला पहिला अजान आता कोणत्याही क्षणी ऐकू येणार होता.

आधी तर मला वाटलं, की बोटांनी कान बंद करून आपण 'झऽऽ'ची एक लांबलचक रांग लावत आहोत अशी कल्पना करावी, पण नंतर तो विचार सोडून देऊन मी खिडकी उघडून अजानची वाट पाहू लागलो. रस्त्यांवर अजूनही रात्रीचा अंधार होता. आकाशात मिनारांची फक्त आकृती दिसत होती. लाउडस्पीकर दिसण्याचा तर प्रश्नच नव्हता. ...अन् मग अजान, नमाज करण्यासाठी दिलेली हाक ऐकू आली.

'अल्लाहु अकबर, अल्लाहु अकबर...'

ओह! एकदमच माझ्या आणि बिलालच्या आनंदाचा स्कोअर एक झाला.

'अश् हद्दु अन् ला इलह इल अल्ला...'

हा तर इमामचा आवाज होता. मिनारातून बाहेर पडून तो झोपलेल्या शहरातील रेल्वे लाइनवरून आणि चांदण्यात न्हायलेल्या गल्ल्यांमधून शहराच्या टोकापर्यंत पसरत पसरत वाप्पुम्माच्या कानांवर पडत होता. शहराच्या टोकाला पोहोचल्यावर तो आणखी एक मशिदीच्या अजानमध्ये मिसळून जाता होता. ते दोन्ही अजान, एकमेकांचे प्रतिध्वनी आहेतसं वाटत होतं.

मी कडेच्या खिडकीशी येऊन वाप्पुम्माच्या घराकडे नजर टाकली. पांढरा पोशाख घातलेली वाप्पुम्मा वाकून आपल्या ओंजळीत हौदातील पाणी घेत होती. तिला तसं पाहून वाटत होतं, की ती जणू चंद्राला ओंजळीत घेऊन घरातील फिशटँकमध्ये नेऊन ओतणार आहे.

इकबालचाचा नजरेआड होताच मी यास्मिनबुआच्या टेलिव्हिजनवर युरी की येरिल परत दिसतायत का याचा शोध घेऊ लागलो. टेलिव्हिजनच्या कपाटातील खालच्या कप्प्यातील काळा बॉक्स ते कधी तरी नजरेस पडतील, अशी आशा निर्माण करीत होता. कारण आम्ही आधीच्या मोठ्या शहरात राहत होतो, तेव्हा टेलिव्हिजनच्या कपाटातील खालच्या कप्प्यात असाच काळा बॉक्स होता. मी आठवडाभर शोध घेत राहिलो, पण त्याचा काहीच उपयोग झाला नाही. आठव्या दिवशी सकाळी उम्मानं फोन करून मला शाळा सुटल्यावर यास्मिनबुआच्या घरी न जाता सरळ बोगनव्हिलाला यायला सांगितलं. तिथं जाऊन मला उम्मा-वाप्पा येईपर्यंत वाट पाहायची होती.

शाळेत जाताना मी नक्षीदार दारातून वाप्पुम्माला ड्राइव्हवेवर रांगेनं लावलेल्या झाडांना, पोर्टिकोच्या छतावरून खाली सोडलेल्या कुंड्यांमधील रोपट्यांना पाणी देताना पाहिलं. तिच्यामागं तिचं जुन्या फर्निचरनं, धुळीनं भरलेल्या बोळकांड्यांनी आणि रिकाम्या खोल्यांनी भरलेलं घर होतं. मी तिच्या गेटमधून डोकावतोय हे तिला माहीत होतं, पण मी तिच्याऐवजी यास्मिनबुआबरोबर राहायचं ठरवल्यानं ती दुखावली गेली होती. म्हणूनच तिनं माझ्याकडे पाहायचं साफ टाळलं.

संध्याकाळी नारळाच्या बागेतील झाडांवर पक्षी परतू लागले, तेव्हा एक टॅक्सी आमच्या घराच्या गेटपाशी येऊन थांबली. तिथं वाप्पांची आणि टॅक्सीवाल्याची काहीतरी बाचाबाची सुरू झाली. ड्रायव्हरनं रस्ता फार लहान असल्याची सबब सांगून घराभोवतीच्या बागेत यायला स्पष्ट नकार दिला. ट्रक येऊ शकेल इतक्या मोठ्या असलेल्या रस्त्यावरून आत यायला त्यानं नकार दिल्यामुळे वाप्पा अडून बसले की ड्रायव्हरनं टॅक्सीमधील सर्व सामान आत आणून ठेवावं. यावर ड्रायव्हरचं म्हणणं होतं, की सामान उचलायला तो काही हमाल नाहीय. दोघंही हमरीतुमरीवर येऊन भांडायला लागले, तेव्हा उम्मा मला म्हणाली, ''या दोघांना शांत करेपर्यंत तू छोटीला सांभाळ.'' छोटी झोपलेली होती. मी तिच्या गालांचा मुका घेतला, तेव्हा तिच्या गालांना च्युइंग गमचा वास असल्याचं मला जाणवलं, छोटीचा मुका घेतल्याबद्दल उम्मानं माझ्यावर डोळे वटारले.

''अरे, ती उठली तर या दोघांचं भांडण मिटवणं मला अशक्य होईल.'' ती म्हणाली.

एव्हाना दोघंही इतके संतापले होते, की प्रकरण मुद्द्यांवरून गुद्द्यांवर येऊ लागलं होतं. तशी वेळ आलीच तर मी छोटीला बोगनव्हिलाच्या कमानीखालील हिरवळीवर ठेवून वाप्पांच्या मदतीला धावायची मनाची तयारी ठेवली होती. बोगनव्हिलातील वाढलेलं गवत कापून झाल्यावर झाडांच्या फांद्या छाटून माळ्यानं गेटजवळ त्यांचा एक ढीग रचून ठेवला होता. तशी वेळ आलीच असती तर

त्यातील एखादी वाळलेली काटेरी फांदी हातात घेऊन मी त्या ड्रायव्हरला मागून झोडपलं असतं. मग तिचे काटे टोचून तो कळवळला असता आणि त्यानं गाडीकडे पळ काढला असता. पण त्याची गाडी सुरूच झाली नसती, कारण मी एव्हाना गाडीच्या एक्झॉस्टमध्ये कागदाचा बोळा कोंबून ठेवला असता. मग पोलीस येईपर्यंत त्याला डोंगरमाथ्यावरच राहावं लागलं असतं. पण कसं की त्या दोघांचं भांडण एकदमच थांबलं. वाप्पा ड्राइव्हवेवरून घराकडे चालू लागले होते आणि टॅक्सी घरापासून दूर जाऊ लागली होती. उम्मा वाप्पांना विचारत होती, "तुम्ही थोडा वेळ पडता का?"

उम्मानं व्हरांड्याचा दिवा लावला. दिव्याच्या प्रकाशात वाप्पा एखाद्या अनोळखी माणसासारखे वाटले मला; म्हणजे ते रोड, लठ्ठ किंवा वेगळेच काही तरी झाले होते असं नाही. पण ते खूप वेगळे दिसत होते. खास करून बोलताना किंवा हसताना – त्यांच्यात नक्की काय बदल झालाय, हे कळायला मला थोडा वेळ लागला. पण मग माझ्या लक्षात आलं, की त्यांच्या दातांमुळे ते वेगळे दिसत होते. त्यांचे दात एकदम नवे, चमकदार होते. हे चांगलं लक्षण होतं. त्यांना दातांचा नवा सेट मिळाला होता. याचाच अर्थ, ते इतक्यात मरणार नव्हते. ते आणखी थोडेच दिवस, आठवडे किंवा महिने जगणार असते तर त्यांच्या स्वत:च्या दातांवर त्यांचं काम चाललं असतं. ते आजारी पडल्यानंतर त्यांचे काही दात पडले होते, पण त्यांच्या तोंडात अन्न चावण्यापुरते दात नक्कीच होते. तसंही त्यांचं खाणंही बेतास बातच होतं. बहुतेक हे नवे दात, वाप्पांची शेवटची इच्छा पूर्ण करण्यासाठी आम्ही आमचं आधीचं, मोठ्या शहरातील जे घर सोडलं होतं, तिथं परत जाण्याचं पहिलं चिन्ह होतं. त्यांची शेवटची इच्छा पूर्ण करण्याची आता तातडी राहिली नसेल तर आम्हाला या डोंगरमाथ्यावरील घरात राहायची काहीच गरज नव्हती. दहा-वीस वर्षांनंतरही वाप्पा परत इथं येऊन राहू शकत होते, आपल्या जीवनातील शेवटचे दिवस समुद्रकिनाऱ्यावरील या छोट्या शहरात घालवू शकत होते. कदाचित मेट्रो ट्रेन सुरू होण्याच्या बरोब्बर आधी आम्ही आमच्या आधीच्या शहरी परत जाऊ शकलो असतो. आम्ही विकलेलं अपार्टमेंट आम्हाला परत मिळालं नसतं. पार्कजवळ भाड्याचं घरही आम्ही घेऊ शकलो नसतो. पण तरीही मला दररोज मेट्रो ट्रेन पाहता आल्या असत्या, कारण त्यांचे रूळ सर्व उपनगरांमध्ये गेलेले होते. त्या उपनगरांमध्ये मेट्रो ट्रेनच्या रुळांच्या दोन्ही बाजूंना हजारो घरं होती. छान बाल्कनी असलेली घरं. त्या बाल्कनींमधून मला मेट्रोचा भलामोठा पूल नक्की दिसला असता.

आठ

...मला जाग आली तेव्हा मागच्या नारळी-पोफळींच्या बागांमध्ये अजून अंधार होता. यास्मिनबुआ माझ्याकडे बघत माझ्या बिछान्याच्या खालच्या अंगाला बसली होती.

''तू झोपल्यानंतर आले होते मी,'' माझ्याकडे बघत ती म्हणाली. पण तिच्या चेहऱ्यावर नेहमीचं हसू नव्हतं, ''काल रात्री तुझ्या वाप्पांची तब्येत बिघडली. फारच बिघडली.''

नवीन दात घातले असले तरी वाप्पा आता फार काळ जगत नाहीत, याचंच चिन्ह होतं ते. दाराखालून प्रकाशाची तिरीप येत होती. बागेमध्येही काही लोक होते. मी त्यांना खाकरताना, घसा साफ करताना ऐकलं. समुद्र इतका शांत होता की एक आगगाडी जोरात शिट्टी फुंकत, झुकझुक करत शहराच्या स्टेशनमध्ये गेल्याचा आवाजही कानांवर आला. खरंतर वाप्पा समुद्राची गाज ऐकत राहायला आपल्या या मूळ गावी आले होते. पण ज्या दिवशी त्यांना त्या आवाजाच्या साथीची सर्वांत जास्त गरज होती, त्याच दिवशी समुद्र जणू वॉशिंग मशीनमधील टबच्या आकाराचा झाला होता आणि फक्त डावीकडून उजवीकडे आणि उजवीकडून डावीकडे घुसळत राहिला होता.

''आणखी थोडा वेळ झोप पाहिजे तर.'' माझ्या छातीवर आश्वासक हात ठेवत यास्मिनबुआ म्हणाली, ''आजचा दिवस फार लांबवर खेचला जाणार आहे.''

डोळे मिटताक्षणीच मला डोंगरमाथा आणि आमच्या सीक्रेट बीचला जोडणारी चढाची वाट मी आणि वाप्पा शेवटची चढलो, ते दृश्यच आठवलं. वर पोहोचल्याबरोबर ते मला म्हणाले होते, ''आता एकटं चालायला शीक.'' नंतर

त्यांनी आपला चालण्याचा वेग वाढवला होता. मागून येणाऱ्या माझ्याकडे ते डोळे मोठे करून पाहत होते. त्यांच्याबरोबर येण्यासाठी मी आपला वेग वाढवत तर नाहीय ना, इकडे लक्ष देत होते. ते आजच्यासारख्या दिवसासाठी माझी तयारी तर करून घेत नव्हते! त्या दिवशी मी उम्माला फोनवर मरियममौसीला सांगताना ऐकलं होतं, की ते सदासर्वदा आमचाच विचार करत असतात. झोपेतसुद्धा ते आमच्याचबद्दल काही तरी बोलत असतात. छोटीपेक्षाही त्यांना माझी काळजी जास्त होती. ती इतकी लहान होती की तिला त्यांच्याबद्दल काही आठवलंच नसतं, मी मात्र आता जाणत्या वयाचा झालो होतो. त्यांचं नसणं, मला जास्त जाणवणार होतं. मला त्यांना सांगावं वाटायचं की, "वाप्पा, तुम्ही माझ्याबद्दल काही काळजी करू नका. मी स्वत:ला कसा तरी सांभाळीन." म्हणजे ते नाहीत म्हणून मला खूप वाईट वाटेल, पण त्यामुळे मी स्वत:ला दु:खानं इतकाही वेडापिसा होऊ देणार नाही की मला परत हसतं-खेळतं करायला इलेक्ट्रिक शॉक्स द्यावे लागतील.

मला अजूनही माझ्या छातीवर यास्मिनबुआचा हात जाणवत होता. पण मी डोळे उघडले, तेव्हा ती जवळ नव्हती. घरामागील नारळी-पोफळीची बाग पिवळ्या प्रकाशानं उजळून निघाली होती. म्हणजे मी डोळे मिटण्या आणि उघडण्याच्या मध्ये बराच वेळ गेलेला असणार. गंमत आहे. मला तर एक मिनिटभरही झोपल्यासारखं वाटत नव्हतं.

आता घरात एकूण एकवीस लोक होते. ते दोनतीनच्या ग्रुपमध्ये घराच्या वेगवेगळ्या कोपऱ्यांत उभे होते. ओठांजवळ बोटं ठेवून ते एकमेकांशी काहीतरी कुजबुजत होते. माझ्याकडे ते अशा नजरेनं पाहत होते, की जणू मृत्युशय्येवरून बऱ्याचदा उठून आता कायमचा मीच मरणार होतो. वाप्पांच्या बेडच्या दोन्ही बाजूंना जमिनीवर उम्मा आणि वाप्पुम्मा बसलेल्या होत्या. वाप्पांचे हात हातात घेऊन त्या चोळत होत्या. जणू काही असं करून त्या वाप्पांच्या रूहला, आत्म्याला शरीराबाहेर येण्यास मदत करीत होत्या. छोटी पाळण्यात गाढ झोपलेली होती. आमचं आयुष्य बदलून टाकणाऱ्या सर्व क्षणांना ती झोपलेली तरी असे किंवा उम्माला बिलगून दूध तरी पीत असे. अशा वेळी सगळे लोक माझ्याचकडेच एका वेगळ्या नजरेनं पाहत किंवा माझ्या पाठीवरून हात फिरवत.

एकंदर वातावरण बघून मी घराच्या मागे गेलो. तिथं उजाड पडलेल्या गोठ्यात जाऊन मी दोन्ही हातात डोकं धरून एकटाच बसलो. वडील वारल्यावर माझ्या वयाची मुलं असंच तर करतात. हे असं का, हे मला नका विचारू, मिस्टर अनविन. साधारणपणे असंच घडतं. मुलं कुठं तरी जाऊन एकटी बसतात. तोपर्यंत एकटक कुठंतरी बघत बसतात, जोपर्यंत घरातून कोणी तरी येऊन

त्यांच्या खांद्यावर हात ठेवून, "तुझे वडील वारले," ही वाईट बातमी देत नाही. एकदा वाप्पांबरोबर मी टीव्हीवर एक चित्रपट पाहत होतो. त्या चित्रपटातही असंच काही तरी घडलं होतं, वाप्पा डोळ्यांच्या कोपऱ्यातून त्यावर माझी काय प्रतिक्रिया होतेय, हे पाहत होते. पण मी माझ्या हालचालींतून माझ्या मनात काय चाललंय, याचा सुगावा त्यांना लागू दिला नव्हता.

त्या गोठ्यात एक गाय सोडून गोठ्यातील सगळ्या गोष्टी होत्या. जमिनीवर थोड्या थोड्या अंतरावर लहान-लहान खुंटे ठोकलेले होते. पूर्वी तिथं गायींना बांधलं जात असावं. तिथं एक उथळ चर होता. त्यात गायींसाठी चारा घातला जात असावा. जनावरांना पाणी पाजायची एक बादली होती. त्या बादलीत मागच्या पावसाळ्यातील उरलेलं थोडंसं पाणी साठलेलं होतं. वाळलेल्या गवताची एक गंज होती. खूप दिवसांत वापर न झाल्यानं तिच्यातील गवत काळं आणि ठिसूळ झालं होतं. तिथं गाईच्या शेणाच्या थोड्या वाळक्या गवऱ्याही होत्या.

कोणीतरी म्हणजे यास्मिनबुआ किंवा वाप्पुम्मा गोठ्यात येऊन मला अखेर वाप्पांच्या इंतकालची– वारल्याची खबर देतील, याची वाट पाहत मी गोठ्यात बसलेलो होतो. एकदमच मला गवताच्या गंजीच्या मागे काही तरी धडपड चालल्याचा आवाज आला. एखाद्या कागदी पक्ष्यानं उडण्याची धडपड केल्यासारखा आवाज होता तो. बराच वेळ तो आवाज ऐकू येत होता. अखेर मी त्याचा छडा लावायचा निश्चय केला.

बघतो तर काय!

ते एक कबुतर होतं, स्वयंपाकघरापासून गोठ्यापर्यंत आणि तिथून मागच्या बागेपर्यंत सांडपाण्याचं, लोखंडी जाळी असलेलं छोटंसं गटार होतं. कबुतराचा एक पाय त्या गटाराच्या लोखंडी जाळीत अडकलेला होता आणि त्याच्या दुसऱ्या पायाला काही तरी चिकटलेलं होतं; ते काय आहे, हे पाहायला मी खाली वाकलो.

...आणि गंमत म्हणजे, काही महिन्यांपूर्वी संदेशवाहक म्हणून मी बिलालकडे जे कबुतर पाठवलं होतं, तेच कबुतर होतं हे. त्या वेळी मी पिवळ्या कागदावर संदेश लिहिला होता. आता तो फक्त एक फिका तपकिरी कागद राहिलेला होता. मी धावत घरात गेलो. आता तिथं आणखी जास्त माणसं जमलेली होती. पण घरात सूर्योदयाच्या वेळेस होती, तशीच शांतता पसरलेली होती. मी वाप्पांच्या खोलीच्या दरवाजात थोडा वेळ उभा राहिलो. थोडा वेळ ते कसे मरताहेत ते पाहिलं आणि मग आवाज न करता सागाची अलमारी असलेल्या खोलीकडे गेलो. जाड दोऱ्याचं रीळ सगळ्यांत वरच्या कप्प्यात होतं. कात्री अगदी तळाच्या कप्प्यात. या दोन्ही गोष्टी खिशात टाकून मी हळूच गोठ्यात गेलो.

हे कबुतर जन्मभर माझा गुलाम होण्यासाठीच जन्मलं होतं बहुतेक. नाही तर ते दुसऱ्यांदा त्या जाळीत कसं अडकलं असतं? मी त्याला पाळायचं, सर्कसमधील प्राण्यांप्रमाणे त्याला व्यवस्थित शिकवायचं आणि गुप्त संदेश घेऊन जाण्याच्या कलेत ते तरबेज होईपर्यंत त्याच्या स्वातंत्र्यात कपात करायची, असं ठरवलं. यावेळेसही मी त्याचा दुसरा पाय जाळीतून मोकळा केला. त्याला लांबवर फेरी मारता यावी, ऊन किंवा किडे पाहिजे असतील तर त्याला सुरणाच्या वाफ्यापर्यंत जाता यावं म्हणून मी त्याला खूप लांबवर जाणारा दोरा बांधला. मागच्या वेळी केलं तसं, शाळेतल्या ग्रंथालयातील नेहरूंच्या चित्रात दाखवलं होतं तसं एकदम हवेत उडविण्याचा प्रयत्न केला नाही. आत्तासुद्धा त्याच्या जवळ जवळ धातूसारख्या बळकट पंखांमध्ये लपलेल्या नाजूक शरीराचा स्पर्श करायला माझे हात शिवशिवले, पण मग माझ्या मनात मरणाच्या अगदी जवळ जाऊन पोहोचलेल्या लोकांचा, विशेषत: वाप्पांचा विचार आला.

गोठ्यातील अंधाऱ्या जागेत बसून मी लोकांना बोगनव्हिलामध्ये येता-जाताना, त्या आवारात हिंडताना पाहत होतो. पण मी मात्र कोणाला दिसत नव्हतो. ते पायवाटेनं सुरणाच्या वाफ्याजवळून प्लॉटच्या अगदी कडेला असलेल्या, छप्पर नसलेल्या बाथरूममध्ये येत-जात होते. बाथरूमच्या शेवाळलेल्या भिंतीआड एक बाई गेली, तेव्हा माझ्या मनात विचार आला की टारझननं त्याच्या मोक्याच्या जागेवरून तिला पाहिलं तर नसेल. यास्मिनबुआ त्या बाथरूममकडे गेली, तेव्हा तर तिला ओरडून धोक्याची सूचना देण्याचा विचारही माझ्या मनात आला, पण टारझन जवळपास कुठं असेल असं वाटत नव्हतं. कदाचित त्या क्षणी तो बोगनव्हिलामध्ये वाप्पांच्या बिछान्याजवळ उभा असेल. मी माझ्या गुलामाला काठीनं डिवचून इकडेतिकडे हिंडवत होतो. इतक्यात आमच्या घराच्या मागच्या बाजूनं, कोणी तरी मला हाक मारली.

गोठ्यातून डोळ्याला अंधारी आणणाऱ्या सूर्यप्रकाशात मी आलो, तेव्हा यास्मिनबुआ म्हणाली, "त्या गोठ्यात काय करत होतास रे? तुला तर वाप्पांच्या बिछान्याजवळ असायला पाहिजे; आता केव्हाही..."

मी जाऊन वाप्पांच्या बिछान्याजवळ बसलो. पण माझ्या मनात फक्त त्या कबुतराचेच विचार होते. त्याला नकाशा वाचायला लावण्याचे, योग्य ती दिशा शोधायला लावण्याचे, संदेश पोहोचवायला लावण्याचे आणि संदेश घेऊन यायला लावण्याचे... असेच वेगवेगळे विचार होते. कबुतराला शिकवणं कदाचित खूप कठीण काम असेल, पण ते अशक्य नव्हतं. नाही तर सैन्यानं युद्धकाळात या कामासाठी कबुतरांचा वापर कसा केला असता?

संध्याकाळी केव्हा तरी वाप्पांच्या खोलीच्या खिडकीतून सूर्य दिसला. गोल

गोल निखाऱ्यासारखा सूर्य; कडेनं लाल, गरमागरम आणि मधोमध नारिंगी, मग तो डोंगरकड्यावरून खाली घरंगळला आणि लगेच खोलीत काळोख झाला. रात्र झाल्यावर वाप्पांचा श्वासोच्छ्वास इतका हळू होत गेला की ते वारले आहेत, असंच वाटावं. पण त्यांची नाडी तपासायला बोलवलेल्या डॉक्टरांनी जवळजवळ निराश होऊनच मान हलवली, आणि परत येण्याचं आश्वासन देऊन ते निघून गेले. मग बाहेर पावसाची रिपरिप सुरू झाली... अन् मग वाप्पांनी एकदमच बोलायला सुरुवात केली. त्यांचं बोलणं इतकं स्पष्ट होत, की मला वाटलं की ते आत्ता उठतील आणि माझ्याबरोबर आमच्या सीक्रेट बीचकडे नेणाऱ्या रस्त्यावरून खाली उतरतील. पण लवकरच ते गप्प झाले. हिंदूच्या मृत्युदेवासारखा चेहरा असणारा त्यांचा एक, मी कधीही न पाहिलेला मित्र खोलीत आला. त्यानं वाप्पांशी काहीतरी बोलण्याचा प्रयत्न केला, पण वाप्पांकडून काहीच उत्तर आलं नाही आणि मग ते या जगात नाहीयेत, मरण पावलेत हे सांगण्यासाठी कोणत्याही डॉक्टरची आवश्यकताच राहिली नाही.

वाप्पांचं चेहऱ्यासकट पूर्ण शरीर कपड्यानं झाकून टाकलं गेलं. नंतर काही तासांनी आम्ही सगळ्यांनी मोटारींच्या एका छोट्या ताफ्यासह बोगनव्हिला सोडला. त्यांचं शरीर वाहून नेणारी ॲम्ब्युलन्स मोटारींच्या ताफ्यांमागे येत होती. ती ना सायरन वाजवत होती, ना निळ्या रंगाचा प्रकाशझोत टाकत होती.

त्या वेळची प्रत्येक बारीकसारीक गोष्ट मला नीट आठवतेय. मिस्टर अनविन, तुमचा विश्वास बसणार नाही, पण ज्या टॅक्सीमधून आम्ही त्या वेळी जात होतो, तिनंच दोन दिवसांपूर्वी वाप्पांना हॉस्पिटलमधून आणलं होतं. वाप्पांबरोबर भांडण सुरू केल्याबद्दल त्याला नक्कीच वाईट वाटत असणार. त्यातून तो रस्ता त्याची टॅक्सी आत येण्याएवढा मोठा आहे हे लक्षात आल्यावर तर त्याला नक्कीच पश्चात्ताप झाला असणार. त्याला दुःख झालंय, असं वरून वाटत नसलं तरी मनातल्या मनात तरी तो नक्कीच रडत असणार. गाडी मॅडम लेनमधून हळूहळू वाप्पांच्या बालपणीच्या घरी जात होती. अचानक माझ्या मनात आलं, वाप्पांशिवाय केलेला हा माझा पहिला प्रवास आहे. मी मागच्या काचेमधून पाहिलं, मागून येणारी ॲम्ब्युलन्स आमच्या टॅक्सीच्या इतक्या जवळ होती की तिचे हेडलाइट्स, प्रकाशाचे हात असल्याप्रमाणे आमच्या टॅक्सीला कवटाळत होते. वाप्पा टॅक्सीत नसल्यानं उम्माला काय वाटत असेल की! छोटीला काय वाटत असेल, हेही मला समजायचा काही मार्ग नव्हता. अर्थात ती इतकी लहान होती की तिला पुढे यातील काहीही आठवण शक्यच नव्हतं. तिच्या वाप्पांबद्दलच्या, त्यांच्या शेवटच्या दिवसाबद्दलच्या आठवणी, इतरांच्या आठवणींच्या आधारानंच ठरणार होत्या. पण मला काहीसं तरंगत असल्याचा भास होत होता. पंधरा महिन्यांच्या काळात

आम्ही दुसऱ्यांदा मुळासकट उखडले गेलो होतो.

मॅडम लेनमधील काही घरांच्या खिडक्यांमधून प्रकाश येताना दिसत होता. एका घराच्या खिडकीच्या काचेतून मला पुस्तक घेऊन येरझाऱ्या घालणाऱ्या मुलांची अंधुक आकृती दिसली. आयुष्यात खूप काही साधू पाहणारा, त्यासाठी पहाटे उठणारा मुलगा असावा तो. नारळीच्या बागांमधील घरांचे दिवे एकामागून एक बंद होत होते. वाप्पांचं शेवटचं दर्शन घ्यायला आलेले आमचे शेजारीपाजारी झोपायच्या तयारीत असावेत.

आम्ही त्या अंधाऱ्या, रिपरिपणाऱ्या शहरामधून जात असताना मला वाटत होतं, की आमचा मोटारींचा ताफा नाही तर समुद्रच दूर दूर जात आहे. तेव्हापासून मला समुद्र एखाद्या अशा जुन्या शेजाऱ्यासारखा वाटतो. असा शेजारी, जो कुंपणाच्या दुसऱ्या बाजूनं आमचा निरोप मुद्दाम न घेता नाहीसा झाला होता. मग त्यानं कुंपण ओलांडून आम्हाला मिठी मारून आमचा निरोप घ्यावा अशी आम्ही अपेक्षा करणं चुकीचंच असल्याप्रमाणे तो बेचैन, कधीही न झोपणारा आणि लहरी झाला होता.

शहरातील चौकात एका बसस्टॉपवर काही लोक वर्तमानपत्रांचे वेगवेगळे गठ्ठे तयार करत होते. वाप्पांचा फोटो आणि त्याखाली त्यांना श्रद्धांजली अर्पण करणाऱ्या आमची नावं असणारा मजकूर असणारं वर्तमानपत्र छापलं जायला आणखी एक दिवस जाणार होता. त्या यादीतील छोटीचं नाव पाहून लोकांना काय वाटेल? छोटी! ते नाव थोडंच होतं!

शहरातील चौकामधील बाकी दुकानं उघडायला अजून खूप वेळ होता. एवढ्या भल्या पहाटे फक्त एक फुलवाल्याचंच काय ते दुकान उघडं होतं. चांदीच्या कागदांनी लपेटलेली मोटरच्या चाकाइतकी मोठी चक्रं दुकानाच्या किंतानाला लटकत होती. ती चक्रं, फुलांच्या माळा गुंडाळून बनवल्या जाणाऱ्या पुष्पचक्रांचा आधार होती. दिवस उजाडल्यावर अंत्येष्टीसाठी जाणाऱ्या गिऱ्हाइकांसाठी माळा तयार करून त्या, त्या चंदेरी चक्राभोवती गुंडाळल्या जाणार होत्या. फुलांनी सजलेलं त्यातीलच एखादं पुष्पचक्र वाप्पांसाठी आणलं जाणार होतं. जुन्या कागदात गुंडाळलेलं ते पुष्पचक्र शोक करण्यासाठी आलेले लोक वाप्पुम्माच्या हॉलमध्ये घेऊन आले असते. पण वाप्पांच्या शरीरावर ते ठेवलं जाण्याच्या आधीच अंत्येष्टी विधी करणाऱ्या मौलवींनी ठासून सांगितलं असतं, की आपल्या इस्लाम धर्मात मृताच्या शरीरावर फुलं अजिबात वाहत नाहीत.

पाच वाजायला पाच मिनिटं असताना आम्ही मशिदीजवळून गेलो. मिनारांवरून माइकची ठक ठक ऐकू आली. बिलालच्या आवाजातील अजान ऐकून मला अजिबात वाईट वाटलं नाही. त्याचा मुद्दाम नाकातून काढलेला आवाज रेल्वे

लाइनजवळून जाणाऱ्या, जागोजागी खड्डे असलेल्या त्या रस्त्यावर आमचा पाठलाग करीत राहिला. आमची कार हिरव्या नक्षीदार फाटकातून आत गेली. फाटकावर उलट्या पिरॅमिड्ससारखे दिसणारे धातूच्या द्राक्षांचे घड होते. वाप्पांनी आपल्या एका पुस्तकात या फाटकाबद्दल काहीतरी लिहिलं होतं. फाटकातून आत जाताना माझ्या मनात विचार आला, बिलालच्या पहिल्यावहिल्या अजानचा इमामच्या मते काय दर्जा असेल? त्यांनी त्यासाठी बिलालला दहापैकी आठ-नऊ मार्क दिले असते तरी मला चाललं असतं. हो, पण दहापैकी दहा मार्क दिले असते तर मात्र ते फारच जास्त झाले असते.

तुमच्या हे लक्षात आलंय की नाही कोण जाणे; पण मिस्टर अनविन, शोकग्रस्त घर हे एखाद्या वस्तुसंग्रहालयासारखं असतं. दुखवटा व्यक्त करायला आलेले लोक घरातील भिंतीकडे कुतूहलानं पाहतात. कौटुंबिक फोटोंमध्ये ते मृत व्यक्तीचा चेहरा दिसतोय का हे पाहण्याचा प्रयत्न करतात. अशा लोकांना वाप्पुम्माच्या घरातील भिंतीवर बरंच काही पाहायला मिळालं असतं आणि तेसुद्धा योग्य कालक्रमानुसार. हॉलमध्ये प्रवेश करताच वाप्पांच्या बालपणीचे फोटो होते. त्यात त्यांनी, यास्मिनबुआनं आणि याझिनचाचूंनी केसांचे गंमतशीर प्रकार केलेले होते. प्रत्येक फोटोत वाप्पांच महत्त्वाचे होते असं नाही. पण त्यांचं नाव शहराबाहेरही झालेलं होतं. त्यामानानं त्यांच्या भावाचं आणि बहिणीचं नाव कौटुंबिक परिघाबाहेर कोणाला फारसं माहीत नव्हतं. शिवाय ते वारलेले होते. त्यांचा भाऊ आणि बहीण अजून जिवंत होते. त्यामुळे ते फोटो काढताना कोणाला वाटलंही नसेल एवढं महत्त्व आता त्यांच्या फोटोला आलेलं होतं.

वाप्पांचा मृतदेह ठेवण्यासाठी ड्रॉइंग रूममधील सगळं फर्निचर दुसरीकडं हलवलं गेलं होतं. ड्रॉइंग रूममध्ये कितीतरी कृष्णधवल फोटो लावलेले होते. बहुतेकांच्या पार्श्वभूमीला समुद्र होता. एका फोटोमध्ये वाप्पांचा वेगळ्याच प्रकारचा भांग होता. पण तो त्यांनी पाडलेला नव्हता. समुद्रावरील वाऱ्यानं पाडलेला होता. एका फोटोमध्ये ते तारुण्याच्या उंबरठ्यावर होते. त्यांनी कोणाकडून तरी मागून घेतलेले गॉगल्स घातलेले होते. त्यांच्या चेहऱ्यावरील चिडीवरून हे भलेमोठे गॉगल्स आपण उगीचच घातले असं त्यांना वाटतंय, हे स्पष्ट कळत होतं. त्यानंतर त्या फोटोसमोरून जाताना त्यांना बहुधा लाजल्यासारखं होत असावं. पण प्रसिद्धीच्या झोतात आल्यानंतर ते त्याच्याकडे पाहून हसले असावेत. वाप्पुम्माच्या घरातील ड्रॉइंग रूमच्या कोपऱ्यातील त्यांच्या जागेपेक्षा त्याला इतिहासात जास्त चांगली जागा मिळावी, असं त्यांना वाटलं असणार.

वाप्पांचा मृत्यू झाला, त्या दिवशी ड्रॉइंग रूममधील एक बंद खिडकी उघडली गेली. डाळिंबाच्या पिकलेल्या गुच्छाकडे उघडणारी खिडकी. वाप्पुम्माच्या

ड्रॉइंग रूममधील सर्वांत अधिक लक्ष वेधणारी गोष्ट त्या खिडकीशेजारच्या प्रशस्त जागेवर होती, ती गोष्ट होती ॲल्युमिनिअमच्या नक्षीदार फ्रेमनं सजवलेला एक डिस्प्ले बोर्ड. बहुतेक वाप्पुम्मानं तो जुनैद भैयाच्या फेकून दिलेल्या स्कूल प्रोजेक्टमधून काढून घेऊन वापरला होता. त्या बोर्डवर तिनं आपल्या सगळ्यात लहान मुलाच्या म्हणजे वाप्पांच्याबद्दल वर्तमानपत्रांमध्ये जे जे काही छापून आलेलं होतं, त्याची चकाकत्या व साध्या कागदांवरची कात्रणं टोचून ठेवलेली होती. प्रेसमध्ये त्यांच्याबद्दल छापून आलेल्या माहितीची वाप्पुम्मा अशी कलात्मक गोधडी-कोलाज करत आहे, हे ऐकल्यावर वाप्पा पहिल्यांदा गमतीनं हसले होते. पण नंतर गमतीगमतीनं का होईना वाप्पुम्माला न मिळू शकणारी स्वत:बद्दलची सामग्री ते तिला पाठवू लागले होते. काही कात्रणं काडेपेटीएवढी छोटी होती, तर काही मासिकाएवढी मोठी. वाप्पांच्या आजारपणाबद्दलची बातमी वाप्पुम्माला सौम्य शब्दात सांगितली गेली, तेव्हा तिनं तो डिस्प्ले बोर्ड फ्रेम करून ड्रॉइंग रूममध्ये टांगायचा असं ठरवलं.

दुपारपर्यंत वाप्पांना जे जे कोणी ओळखत होते, ते सर्व म्हणजे पावसात न्हायलेलं पूर्ण शहरच, त्यांना श्रद्धांजली द्यायला आलं. ते समुद्राजवळ एका लहानशा घरात राहत आहेत, प्रत्येक सूर्योदय त्यांना मृत्यूच्या अधिकाधिक निकट घेऊन जात आहे, संध्याकाळी सूर्यास्त पाहायला ते डोंगरमाथ्याच्या कड्यापर्यंत चालत जात आहेत, हे त्या कोणाला माहीतच नव्हतं. कित्येकांना हेही माहीत नव्हतं की त्यांना असाध्य रोगानं पछाडलं आहे, ते मृत्यूच्या छायेत जगताहेत. त्यामुळे त्यांच्या मृत्यूची बातमी ऐकून त्यांना वाप्पांनी त्यांच्या पुस्तकातील एका पात्रानं केली होती तशी आत्महत्या तर केली नाहीय ना, असा संशय आला.

सुरुवातीला आलेल्या लोकांमधील एक बिलाल होता. पण त्याला मशिदीकडून पाठवलं गेलेलं असल्यानं मला तो दुखवट्यासाठी नाही, तर मदतीला आल्यासारखा वाटला. सकाळ होताच पांढरी कुफ्री टोपी घालून आणि वर्तमानपत्राच्या कागदाच्या कव्हरमधील कुराणाच्या प्रती घेऊन बिलाल आणि त्याच्या मदरशातील आणखी चार जण वाप्पुम्माच्या घरी आले. ते सगळे अगदी एकसारखे वाटत होते. विशेषत: त्यांनी कुराणातील आयती, मजकूर वाचायला सुरुवात केल्यावर तर त्यांच्यात काही फरकच राहिला नाही. त्यांच्या कमरेच्या वरचा भाग इतका सूक्ष्मपणे हलत होता की खोलीच्या दुसऱ्या बाजूला असलेल्या बंद टीव्हीच्या काळ्या पडद्यावर पडत असलेलं त्यांचं प्रतिबिंब कोरलं गेल्यासारखं वाटत होतं. त्या प्रतिबिंबाकडे पाहिल्यावर वाप्पांना दफनभूमीपर्यंत सोबत करायला आलेले ते आमचे मृत पूर्वज तर नाहीयत ना, असं वाटत होतं. टीव्हीकडे पाहिल्यावर प्रत्येक वेळी माझ्या मनात हाच विचार येई, की युरी की येरिलमध्ये आता काही बदल तर झाला नसेल ना! कारण मी त्याला शेवटी पाहिलं त्याला आता दोनेक

वर्षं झाली असतील. अर्थात त्याच्यात बदल झाला असला काय किंवा नसला काय, त्याचा शो आता आमच्या आयुष्यासारखा राहिलाच नव्हता. आता आमचं कुटुंब फक्त तीन लोकांचं कुटुंब राहिलं होतं.

''इकडे ये.'' इकबालचाचांनी मला शेजारच्या खोलीत ओढत नेलं.

''आम्ही त्याला अंघोळ घालू, तेव्हा तू तिथं असलं पाहिजे.''

माझ्या मनात आलं, की वाप्पांच्या मृतदेहाला अंघोळ घालून तो पांढऱ्या मलमलमध्ये गुंडाळला जाईपर्यंत आपण आपल्या बागेजवळच्या जुन्या अपार्टमेंटमध्ये पळून जावं. वाप्पांच्या या लहानशा शहरापासून ते शेकडो किलोमीटर दूर असलं तरी! मला वाप्पांचं उघडंनागडं शरीर पाहायचं नव्हतं. मला ते आधीच दुरून दिसलं होतं आणि तेव्हापासून मला कातडं सोलून काढलेल्या पक्ष्याची आठवण येत होती.

वाप्पा कोमात, बेशुद्धीत गेले; त्याच्या आदल्या संध्याकाळी त्यांनी एक खुर्ची फरपटत बाथरूममध्ये नेऊन वॉश बेसिनजवळ ठेवली होती. उम्मा एक मासिक चाळत, बाथरूमजवळच्या पॅसेजमध्ये उभी होती. ते परत यायची वाट बघत. बाथरूममध्ये एका बादलीत नळाचं पाणी पडत होतं. ॲल्युमिनिअमच्या रिकाम्या बादलीचा तळ गाठला, तेव्हा पाण्याचा तडतड तडतड आवाज येत होता. मग जसजशी बादली भरू लागली, तसतसा त्यातील कर्कशपणा कमी होत गेला. बादली काठोकाठ भरल्यावर ते बाहेर वाहू लागलं, तेव्हा तर त्याचा आवाज खूपच मंद झाला. बाथरूममधील स्तब्धतेमुळे उम्मा थोडी बेचैन झाली. बराच वेळ झाला तरी आतून काहीच आवाज येईना, तशी तिची बेचैनी वाढतच गेली. मग आम्हाला स्टीलची खुर्ची जमिनीवर पडल्याचा आवाज ऐकू आला. मग मात्र ओठाशी आलेली किंकाळी दाबून ठेवून बाथरूमचं दार उघडण्यासाठी उम्मा पॅसेजमधून जोरात धावत गेली. उंच जिना चढून आल्याप्रमाणे तिचा ऊर धपापत होता.

खाली पडलेल्या खुर्चीजवळ वाप्पा उभे होते. कमरेच्या खालच्या केसाळ भागावरचा साबणाचा फेस सोडता, त्याचं पूर्ण शरीर उघडंनागडं होतं. (त्यांच्या हातातील रेझर ब्लेडवरील फेसाच्या फुलासकट) त्यांचा फेसाळ फुलानं भरलेला रेझर धरलेला हात कापत होता. उम्माला आपण काय पाहिलंय, याचं भान यायला काही क्षण जावे लागले. (आणि इकबालचाचानं मला वाप्पांना अंघोळ घालणार होते, त्या खोलीत ओढून नेईपर्यंत मला ते कळणार नव्हतं). मग तिनं काळजीपूर्वक दार ओढून घेतलं आणि ती वाप्पांच्या बाहेर येण्याची वाट पाहू लागली. अंगणात फरशांच्या फटीतील दाणे चोचीनं न थकता टिपणाऱ्या कबुतरांना पाहत राहिली. खूप वेळानं वाप्पा बाथरूममधून बाहेर आले. बाथरूममधून बाहेर

आल्यानंतर त्यांनी आमच्याकडे पाहिलंही नाही. पूर्ण संध्याकाळ अशीच गेली. अर्धीमुर्धी रात्र संपल्यावर ते बेशुद्धीत गेले. त्यातून दोनदा ते किंचित काळ बाहेर आले. एकदा त्यांना मिळालेल्या दोन नकारांची गोष्ट सांगायला आणि दुसऱ्यांदा सिगारेट पिण्याचा अभिनय करण्यासाठी.

इकबालचाचा वाप्पांच्या मृतदेहाला अंघोळ घालणाऱ्या लोकांमध्ये गेलेच नाहीत. ते एका बंद खिडकीजवळ उभे राहिले आणि तिच्या गजांकडे एकटक पाहत राहिले. अधूनमधून त्यांच्या नाकातून सूं-सूं असा आवाज येत होता. अधूनमधून ते शर्टच्या बाहीनं आपले गाल पुसत होते. वाप्पांचा नागडा देह एका खाटेवर पसरला होता. त्यांच्या कमरेच्या खालच्या भागावर अंजिराच्या पानाऐवजी एक ओलाचिंब पांढरा कपडा घातलेला होता आणि लोक प्रार्थना म्हणत त्यांच्या अंगावर पाणी ओतत होते. जणू काही त्यांच्या 'या' विशिष्ट अवयवाची ते थट्टाच करत होते. नंतर मी त्यांच्यातील एका माणसाला म्हणताना ऐकलं, की वाप्पांचं शरीर, त्यांनी धुतलेल्या सर्व मैयतींमधील सर्वांत स्वच्छ शरीर होतं. त्यांच्या शरीरावर नको असलेला एकही केस नव्हता. त्या शरीराला आत्तापासूनच 'जन्नते फिरदौस'चा (स्वर्गीय फुलाचा) सुगंध येऊ लागलेला होता.

अर्धी सकाळ उलटून गेल्यावर दोन फोटोग्राफर आले. दोघांनीही दाट दाढ्या राखल्या होत्या आणि दोघांच्याही हनुवटीखाली एकाच जागी पांढरे ठिपके होते. त्यांच्या कॅमेऱ्यांसोबत वेगवेगळ्या भिंगांची लांबट पिशवी होती. जणूकाही मौलवी त्यांना जवळून वाप्पांचे फोटो घेऊ देणार नाहीत, हे त्यांना आधीपासूनच माहीत होतं. त्यांनी घरात येण्याचंही धाडस केलं नाही. ते बागेतल्या कोपऱ्यात बसून राहिले आणि अधूनमधून वळलेल्या मुठीतून सिगारेटचे झुरके घेत राहिले. भिंतीकडे तोंड करून धूर सोडीत राहिले. मग दोघांतील एक उठला आणि पाण्याच्या टाकीजवळच्या आंब्याच्या झाडाकडे गेला. त्यानं गुडघ्यावर बसून कॅमेऱ्यातून आंब्याच्या खोडावर चढत असलेल्या काळ्या मुंगळ्यांच्या रांगेकडे पाहिलं. मला माहीत होतं, की त्याच्या भिंगातून एक-एक मुंगी, मोटरसायकलएवढी मोठी दिसत असणार. एरव्हीही काळ्या मुंग्या मडगार्ड नसलेल्या अगदी छोट्या छोट्या मोटरसायकलीच वाटतात. मला संशय आला, की तो फोटोग्राफर मृतदेह असलेल्या या घरात चोरटेपणानं, हळूच त्या मुंग्यांचे फोटो घेत आहे. तो मृतदेह, जवळच्या नातलगांपैकी शेवटच्या एका नातलगाची म्हणजे याझदी चाचांची वाट पाहत होता. मिस्टर अनविन, माझ्या मते सगळ्या फोटोग्राफरांना चोरी करायचा हा रोग असतो. उगीच नाही ते कोणाच्याही परवानगीशिवाय फटाफट फोटो काढत!

...लोक आदल्या रात्री पडलेल्या पावसाबद्दल बोलत होते. कदाचित आज दुपारीही पाऊस पडेल, ते म्हणत होते. शहरावर राखाडी ढग जमा झाले होते.

समुद्रावरून येणाऱ्या हवेला ओल्या मातीचा वास होता, त्या वासानं मला जोराची तहान लागली.

"चला घाई करा. परत पाऊस पडण्याआधीच आपल्याला दफन उरकायला हवं!" लोक एकमेकांना म्हणत होते.

मुंग्यांच्या रांगेला सोडून फोटोग्राफर पट्कन उठला. वेताचा हिरवा पेटारा बऱ्याच लोकांनी खांद्यावर घेतलेला पाहून तो घाईघाईनं गेटकडे गेला. तो दुसरा फोटोग्राफरही गेटजवळ गेला. दोघांनी थोडं वाकून वाप्पांच्या आयुष्यातील शेवटचे फोटो घेतले.

वाप्पांचं दफन पूर्ण होईपर्यंत पाऊस आला नाही. सगळे लोक वाप्पुम्मांच्या घरी परत आले. त्यांनी बागेतील प्लॅस्टिकच्या खुर्च्यांवर बसून पेपर प्लेटमध्ये जेवण केलं. तोवरही पावसानं खैर केली. पावसाचे थेंब पडायला लागल्यावर सगळ्यांनी घाईघाईनं एकमेकांचा निरोप घेतला आणि डोक्यावर छत्री ताणत ते निघून गेले. पावसाच्या आवाजानं आणि मधूनच छोटीच्या हसण्यानं घर भरून गेलं. अंधार वाढू लागला, तसं मी खिडकीजवळ जाऊन बाहेर डोकावलं. एक माणूस रेल्वे सिग्नलच्या खाली उभं राहून एखादं स्वप्न पाहत असल्याप्रमाणे वाप्पुम्माच्या घराकडे पाहत होता. खिडकीजवळ मी उभा आहे, हे लक्षात येताच तो वळला आणि चालत चालत दूर निघून गेला. माझ्यातील कोणीतरी मला सांगितलं, तो घरफोडी करायचा विचार मुळीच करत नव्हता. कदाचित तो वाप्पांच्या तरुणपणाबद्दल विचार करत असेल. वाप्पा लहान असताना ते असेच इथल्या एखाद्या खिडकीमागं बसत असतील आणि त्यांच्याच शब्दात सांगायचं, तर आपल्याबद्दल चांगला शोकसंदेश लिहिला जावा यासाठी प्रयत्न करत असतील, असं त्याला वाटत असेल.

नऊ

वाप्पा वारल्यावर आम्ही बोगनव्हिला सोडून रेल्वे लाइन्सजवळच्या जुन्या मोठ्या घरात राहायला आलो, त्या दिवसापासून मला समुद्राची आणि वाप्पांची उणीव खूप तीव्रतेनं भासू लागली. तसा समुद्र वाप्पुम्माच्या घरापासून पाच मैलांवर आणि शाळेपासून तीन मैलांहूनही कमी अंतरावर होता. तरीही घरातलं एखादं माणूस वारल्यानंतर जसं चुकल्या-चुकल्यासारखं वाटतं, तसंच काहीसं मला समुद्राच्या रोजच्या सहवासाशिवाय वाटत होतं.

वाप्पांच्या मृत्यूनंतर आठवडाभर, कुलूप लावलेल्या बोगनव्हिलाचा सगळ्यांना विसरच पडला होता. तिथल्या नेहमी सताड उघड्या टाकलेल्या खिडक्यांची, न आवरलेल्या बिछान्यांची, दोरीवर सुकून कातडीसारख्या ताठर झालेल्या कपड्यांची आणि समुद्री वाऱ्यानं सुकू लागलेल्या दमट कौलांची कोणाला आठवणच आली नाही. आठव्या दिवशी घरमालक आम्हाला भेटायला आले. त्यांच्या हातात पारदर्शक प्लॅस्टिक पिशव्या होत्या. त्यांचे तळ संत्र्यांनी आणि सफरचंदांनी फुगलेले होते. व्हरांड्यातील एका खुर्चीवर त्या पिशव्या ठेवून ते म्हणाले, की संत्री छोटीसाठी आहेत आणि सफरचंदं या मुलासाठी. ते हे वाक्य अशाप्रकारे म्हणाले, जणूकाही एखाद्या डॉक्टरनी वेगवेगळ्या आजारांच्या उपचारासाठी ती लिहून दिली होती आणि त्यामुळे ती एकत्र करायला नको होती.

वृद्धाश्रमात राहणाऱ्या लोकांना सोडल्यास मी पाहिलेल्या लोकांमधील ते सर्वांत म्हातारे गृहस्थ होते. शिवाय ते असा एकटाच माणूस होते, ज्याचा भांग काळा होता. एकदा मी वाप्पांनी त्यांना असं म्हणताना ऐकलं होतं की, केस काळे करणं हे जगातील सगळ्यात जास्त किचकट व कंटाळवाणं काम आहे.

त्यामुळे ते न्हाव्याकडून करून घेणंच उत्तम. त्या वेळी ते ओशाळल्यासारखे हसले होते. पण त्यांनी वाप्पांचा सल्ला कधीच मनावर घेतलेला दिसला नाही. कारण आत्ता ते व्हरांड्यात बसून वाप्पांबद्दल खूप चांगले बोलत होते, पण त्यांचा भांग आणखी जास्त काळा दिसत होता. वाप्पुम्मा एका डेलियाच्या कुंडीजवळ बसली होती. तिची नजर अधूनमधून हॉलमधील वाप्पांबद्दलच्या कात्रणांच्या फ्रेमकडे जात होती. परंपरेनुसार उम्माला आणखी बत्तीस दिवस एकांतात, बाहेरच्या माणसांच्या नजरेपासून दूर, वेगळं राहायचं असल्यानं ती एका पडद्यामागं बसली होती आणि घरमालकांच्या, वाप्पांबद्दलच्या आठवणी ऐकताना चिडत होती.

मग एकदमच शोकप्रकटन आटोपतं घेऊन त्यांनी क्षमायाचनेच्या सुरात आपलं घर म्हणजेच बोगनव्हिला त्यांना परत मिळेल का असं विचारलं. दोन लहान मुलांना घेऊन एखाद्या तरुण विधवेनं त्या घरात राहणं सुरक्षित नाही, असंही ते म्हणाले. वाप्पुम्मानं मधला पडदा सारून उम्माकडे प्रश्नार्थक नजरेनं पाहिलं. घरमालकाच्या बोलण्यावर तिनं काही बोलावं, यासाठी ती वाट पाहू लागली. तिला भीती होती की घरमालकाच्या प्रस्तावाला ती विरोध तर करणार नाही. उम्मा बराच वेळ गप्पच राहिली. पण शेवटी होकारार्थी मान हलवून तिनं बोगनव्हिला सोडायला आपण तयार आहोत या अर्थी मान हलवली. पण आम्ही तिथं जे सोडून आलो होतो, ते परत आणायला ती जाणार नव्हती. ती डोंगरमाथ्यावरील त्या घरात परत कधीच जाणार नव्हती. आपल्या वैवाहिक जीवनाचा अंतिम टप्पा तिनं जिथं घालवला, त्या या शहराच्या हिश्श्याच्या समुद्राकडेही ती डोळे वर करून पाहणार नव्हती. स्वयंपाकघराच्या जवळपास दाणे टिपणाऱ्या कबुतरांना ती परत कधीही दाणे देणार नव्हती की उंबरठ्याच्या आत येऊ पाहणाऱ्या कबुतरांना शूऽऽ करून बाहेर पिटाळणार नव्हती.

कबुतरांचा विचार मनात येताच मला एकदम वाप्पा वारले, त्या दिवशी मी गायींच्या गोठ्यात एका कबुतराला एका खांबाला बांधून ठेवलं होतं, हे आठवलं. वाप्पांच्या मृत्यूनंतरच्या दिवसांत मी शिवन आणि त्याच्या आई-वडिलांची वाट पाहण्यात इतका मग्न होतो, की माझ्या या पंख असलेल्या गुलामाचा मला विसरच पडला होता. उत्तरेकडून आलेली आगगाडी शहरातून जाताना मला प्रत्येक वेळी वाटायचं, की शिवन आणि त्याचे आई-वडील या गाडीतून छोट्याशा शहरातील झाडाझुडपांत लपलेल्या स्टेशनमध्ये उतरले असतील आणि मान खाली घालून, दुःखी डोळ्यांनी आमच्या घराच्या दिशेनं येत असतील. मी शिवन आणि बिलालला बरोबर घेऊन डोंगराखाली जाणाऱ्या मार्गानं गुपचूप सीक्रेट बीचला घेऊन जायचा बेतही केला होता. पण ते आलेही नाहीत आणि त्यांनी आम्हाला फोनही केला नाही. वाप्पांच्या मृत्यूची पेपरमध्ये छापून आलेली बातमी

त्यांनी पाहिली नसेल असं होणं शक्यच नव्हतं. ते घ्यायचे, त्या पेपरमध्ये ती बातमी पहिल्या पानावर छापून आली होती. अर्थात खऱ्या पहिल्या पानाच्या आधीच्या पानावर एका विमा कंपनीची जाहिरात होती. पण खऱ्या पहिल्या पानावर वाप्पांच्या आजारी पडण्याच्या आधीच्या फोटोसह त्यांच्या मृत्यूची बातमी होती.

आमचे घरमालक आम्हाला भेटून गेल्यानंतर काही दिवसांनी इकबालचाचा मला म्हणाले, ''चल बरं माझ्याबरोबर. आपण घर खाली करू या.''

अशाप्रकारे आमच्या आधीच्या आयुष्याचा भाग असलेल्या वस्तू घेऊन येण्यासाठी मी इकबालचाचांच्या बाइकवर त्यांच्या मागे बसलो. आमच्या मागोमाग ते सामान घेऊन येण्यासाठी एक व्हॅन येत होती.

मिस्टर अनविन, बोगनव्हिलाचं समोरचं दार थोडं तुसडं होतं. ते लगेच उघडायचं नाही, हे मी आधीच सांगितलंय नाही का तुम्हाला? इकबालचाचा समोरच्या दाराचं कुलूप उघडण्यासाठी खूप खटपट करत राहिले. त्या डबल डोअरला खांद्यानं ढकलून कुलूप उघडण्याचाही त्यांनी प्रयत्न केला, पण काही उपयोग झाला नाही. वाप्पा असते तर त्यांनी कुलूप उघडून ते दार सहजपणे उघडलं असतं. त्यांच्या हाते उघडलं जाताना दारानं इतकी कुरकुर नसती केली. त्यांना ते कसं उघडायचं, याचं तंत्र माहीत होतं. कुलपाची किल्ली देताना घरमालकानं त्यांना या बाबतीत काही टिप्स दिल्या होत्या. दाराची मूठ ओढा, उजव्या बाजूनं किल्ली दोनदा फिरवा. दाराच्या दोन्ही भागांना एकदमच एक हलकासा धक्का द्या. मग दार उघडलं जाईल.

इकबालचाचांना या अडमुठ्या दाराबद्दल काहीच माहिती दिली गेली नव्हती. त्यामुळे पहाट होत आल्यावर चोर जसे उतावीळ होऊन एखाद्या घराचं दार उघडायची धडपड करतात, तसंच काहीसं त्यांचं झालं हातं. माझं मन मात्र घरामागं गेलं, ते गोठ्यातील काळोख्या गव्हाणीत डोकावलं. तो दोरा तुटला होता. माझा गुलाम निसटून गेला होता, की कोणीतरी म्हणजे टारझन, घरमालक किंवा घरामागच्या भाजीच्या वाफ्याची मशागत करणाऱ्या माणसानं, कबुतराला सोडून दिलं होतं?

माझं मन घराच्या पुढच्या बाजूस परतलं, तोवर समोरच्या दाराचे दोन्ही भाग कर्ऽऽ कर्र करत वेगळे झाले होते. दरवाजाच्या चौकटीवर हात ठेवून इकबालचाचा समोरच्या खोलीचा आढावा घेत होते, जसे काही ते या घरात पहिल्यादांच आलेले होते. शेवटी त्यांची नजर खिडक्यांच्या सावल्यांकडे गेली.

''जा, तुझ्या सगळ्या गोष्टी एकत्र करून ठेव.'' ते कापत्या सुरात म्हणाले, ''बाकीच्या सामानाकडे मी बघतो.''

झोपायची खोली, वाप्पा गेले त्या दिवशी जशी उदास होती तशीच आताही

होती. त्या बिछान्यावरील वाप्पाचं शेवटचं झोपणं आठवताच, एक अस्पष्ट, वर्णन न करता येणारी बेचैनी माझ्यावर चाल करून आली. त्यांना नेहमी पलंगाच्या डावीकडच्या, खिडकीजवळच्या बाजूला झोपायला आवडायचं. पाऊस असो की ऊन, त्यांना ती खिडकी नेहमी उघडी असलेली आवडायची. त्यांचे कान नेहमी समुद्राच्या गाजेकडे लागलेले असायचे. माझ्या जिभेवर एकदम संत्र्याची चव आली. फारच विचित्र गोष्ट होती ही, कित्येक महिन्यांत मी संत्री खाल्ली नव्हती. घरमालकांनी आमच्यासाठी आणलेल्या फळांपैकी एकालाही मी हात लावला नव्हता. संत्र्याला नाही आणि सफरचंदालाही नाही. ही कदाचित दुःखाची चव असावी. आंबटसर, उग्र वास असलेली चव.

चुरगळलेल्या चादरीवर इकबालचाचांची सावली पडली, "चल, घाई कर," ते म्हणाले, पण त्यांच्या आवाजात ती घाई नव्हती. मला हलकेच बाजूला करून ते खाली वाकले आणि त्यांनी पलंगाखालून एक जुनी ट्रंक बाहेर काढली. त्या ट्रंकमध्ये फक्त काही जुने पडदे, दोन पेन्सिल-बॅटऱ्या, वाळवीनं खाल्लेली चार पुस्तकं आणि इकबालचाचांच्या चेहऱ्याचं वेडवाकडं प्रतिबिंब होतं. "तुझ्या सर्व वस्तू या ट्रंकमध्ये टाक. पुस्तकं, खेळणी, तुला पाहिजे त्या वस्तू. कपड्यांचं काय करायचं, ते मी पाहतो." चाचा म्हणाले.

मी सगळ्या वस्तू पॅक करू लागताच, माझ्या तोंडातील अदृश्य संत्र्यांची चव आणखी तीव्र होऊ लागली. इकबालचाचांनी दारालगतचं लोखंडी कपाट उघडलं. त्या कपाटाचा आकार आणि त्याची जागा पाहून ते निर्जीव कपाट नसून कोणीतरी जिवंत माणूस आहे, तोही रहस्यमय, असंच वाटायचं. विशेषत: वाप्पांच्या पलंगावरून पाहिल्यावर. ते कपाट नेहमी लपंडाव खेळतंय, असं मला वाटायचं. बेडरूमच्या दारालगत ते असं उभं होतं जणू काही कोणापासून तरी लपून उभं आहे. कदाचित दुसऱ्या एखाद्या फर्निचरपासून ते लपत असेल. हळूच पॅसेजमधून त्याला शोधायला येणाऱ्या फर्निचरपासून लपत असेल.

ते लोखंडी कपाट इकबालचाचांहूनही उंच होतं. त्यामुळे वरच्या खान्यापर्यंत हात पोहोचावा, यासाठी त्यांना चवड्यावर उभं राहावं लागलं. मी पाहिलं, की लोक फॅक्टरीमध्ये यंत्रांच्या साहाय्यानं माल जसा झटझट वेगवेगळा करतात, तसं त्यांनी वरच्या खान्यातील कपड्यांच्या ढिगातून कपडे वेगवेगळे केले. मग त्या कपड्यांच्या राशी त्यांनी खोक्यांमध्ये तशाच घातल्या. फक्त वाप्पांचे कपडे कडेला वेगळे ठेवले. जणूकाही वाईट आठवणींमुळे ते खराब झाले होते. त्यामुळे त्यांना सगळ्यांपासून वेगळं ठेवणं गरजेचं होतं.

"बाथरूममधील काही गोष्टी तुला घरी न्यायच्यात का ते पहा." ते म्हणाले. 'घर', कोणतं घर? डोंगरमाथ्यावरील हे घरच तर आत्तापर्यंत आमचं घर होतं.

हो! पण रेल्वे लाइन्सजवळचं घरही आमचंच घर होतं. ते घर 'आमचं घर' व्हायला फक्त एकच आठवडा लागला. पण हे असं होणार, हे मला फार पूर्वीपासून कळत होतं.

"चल, घाई कर." इकबालचाचा.

बेडरूममधून बाहेर येताना अंगणातील कबुतरांना पाहण्यासाठी मी पॅसेजमध्ये थांबलो. तिथं फक्त सात कबुतरं होती. बाकीची कबुतरं कुठं गेली? अनोळखी आवाजांनी भित्र्या कबुतरांना घाबरवून टाकून इथून हुसकावून तर नाही ना लावलं? घर, दुसरीकडे हलणार असल्याच्या आवाजांनी भरून गेलं होतं, फर्निचर हलवलं जात होतं. खूप दिवसांपासून बंद असणारी कपाटं उघडली गेल्यावर, लोकांना सटासट शिंका येत होत्या. काचेचं सामान एका हातातून दुसऱ्या हातात दिलं जाताना कधीकधी हातातून सुटून, जमिनीवर पडून फुटत होतं. पॅकिंगच्या कामात तरबेज असलेले मजूर हे काम नव्यानं करत असणाऱ्या मजुरांवर ओरडत होते. काही लोक कॉरिडॉरच्या भिंतीवर लावलेले काही फोटो मोठ्या मुश्किलीनं तिथून काढत होते. ते काही कौटुंबिक फोटो नव्हते. मला इतकंच माहीत होतं, की ते संशोधकांचे किंवा लेखकांचे फोटो होते. या लोकांनी आपल्या बुद्धिमत्तेच्या जोरावर समाजात इतका मानसन्मान मिळवला होता की लोक मोठ्या अभिमानानं त्यांचे फोटो भिंतीवर लावत होते. ते लोकांच्या खिशाला परवडेल असं सजावटीचं सामान झालं होतं. वाप्पांनी ते फोटो विकतही घेतलेले नव्हते. त्यांचा एक मित्र बीचवर पुस्तकालय चालवत होता. ते चालेना, तेव्हा त्या मित्रानं ते बंद करून मोठ्या शहरात जायचं ठरवलं. तिथं कायम राहायला जाण्याआधी वाप्पांच्या मित्रानं त्यांना हे फोटो भेट म्हणून दिले होते. वाप्पांनीही ती भेट कृतज्ञतेनं स्वीकारली. मग त्यांनी कॉरिडॉरच्या भिंतीवर ठरावीक अंतरावर ते फोटो लावले. त्या फोटोंना पाहून मला रेल्वेच्या खिडक्याच आठवायच्या. पण एका घरातील सामान बांधून ते शहराच्या दुसऱ्या टोकावरील घरात पोहोचवण्याचं काम करणाऱ्या मजुरांना त्याचं काय मोल! आपल्याला हे काम दिलेल्या लोकांचं या फोटोतील चिनी, गोऱ्या व काळ्या लोकांशी काय बरं नात असावं, असा पेच त्यांना पडलेला दिसला.

मी बाथरूमच्या दारावर टक टक केलं आणि सावधगिरीनं ते उघडलं. मनात धाकधूक होती की तिथल्या आरशासमोर उभ्या असलेल्या नागड्याधोप वाप्पांना तर पाहायला लागणार नाही मला! बोल्ट लावून बाथरूम आतून बंद करण्याच्या आपल्या हक्कासाठी आयुष्याच्या शेवटच्या टप्प्यावर त्यांना भांडावं लागलं होतं. मग नकळतच बाथरूम उघडायला लावण्यासाठी त्याच्या प्लायवूडच्या दरवाजावर टक टक करण्याची नवीन बाथरूम पद्धत सुरू झाली होती. तसंच वाप्पा पलंगाच्या कडेला बसलेले असताना किंवा आरामखुर्चीत पेंगत असताना त्यांचे ओठ किंचित विलग होत.

बाथरूममधील कपाट लहान व चौकोनी आकाराचं होतं. त्या कपाटाला, घराच्या समोरच्या दाराप्रमाणेच दोन दारं होती. रंग बाहेरच्या खिडक्यांच्या रंगाप्रमाणेच छान निळा होता. त्या कपाटातील एका खान्यात फक्त झुरळं होती. दुसऱ्या खान्यात अंघोळीपूर्वी आणि अंघोळीनंतर वाप्पा वापरत त्या गोष्टी, म्हणजे काही डिओड्रंटचे (घामाचा वास घालवणारे अत्तर) डबे, शेव्हिंग ब्रश, शेव्हिंग क्रीमची एक ट्यूब, वापरून फेकून देतात ती रेझर-ब्लेड्स, दाढीनंतर लावायच्या द्रवाची एक बाटली वगैरे होतं. त्या कपाटातील या सगळ्या गोष्टी मी एका पॉलिथिन बॅगमध्ये टाकल्या आणि ती बॅग मी ट्रंकमध्ये एका पुस्तकांच्या ढिगाखाली लपवून ठेवली. पित्याकडून वारसाहक्कानं मिळालेली माझी ही गुप्त संपत्ती होती. मी एवढं करेपर्यंत मला अंगणातून इकबालचाचांचा आवाज ऐकू आला. ते मजुरांशी काहीतरी बोलत होते. नंतर त्यांना हाका मारत कॉरिडॉरमधून येताना मी पाहिलं.

"संपलं का तुझं पॅकिंग?" दरवाजाच्या चौकटीवर हात ठेवून त्यांनी पॅसेजमधून विचारलं.

दरवाजाशेजारचं ते उंच लोखंडी कपाट श्वास रोधून उभं आहे, असं मला वाटलं. जणूकाही त्याला भीती होती की आपण इकबालचाचांच्या हाती पडलो तर आपण कितीही आरडाओरडा केला, त्यांच्या हातून निसटण्याचा प्रयत्न केला, तरी ते आपल्याला जबरदस्तीनं तिथून फरफटत नेऊन सामानाच्या व्हॅनमध्ये ठेवतील.

"हो!" मी म्हणालो.

"झालं तर मग. मी जाऊन घरमालकांशी बोलून येतो. तू इथंच थांब. कुठंही जाऊ नकोस."

इकबालचाचा गेल्यावर काही वेळानं मी दबक्या पावलांनी घरभर फिरून घेतलं. सामानाशिवाय घर कसं ओकंबोकं दिसत होतं. हळूहळू झाडावर झुकलेलं आभाळ राखाडी रंगाचं झालं आणि कमी कमी होत जाणाऱ्या सूर्यप्रकाशात सुरणाच्या वाफ्यामागच्या नारळी-पोफळीच्या बागांमध्ये जाणारा रस्ता जणू पुसून गेला. मी बोगनव्हिलाला आल्या आल्या मनानं डोकावलं होतं, त्यापेक्षा गोठा जास्तच अंधारलेला होता. पण मी ज्या खांबाला माझ्या गुलामाला दोरीनं बांधून ठेवलं होतं, तो खांब मी अजून पाहू शकत होतो. ती दोरी कुठं आहे, हे मी चाचपडून पाहिलं. ती मिळेल अशी फारशी आशा राहिली नसतानाच, मी तिच्यात पाय अडकून जमिनीवर जवळजवळ आडवाच झालो. मग मी बोटांनी दोरी कुठवर गेलीय याचा अंदाज घेत, पुढे पुढे जात राहिलो. ती आधी जनावराचं पाणी साठवण्यासाठी असलेल्या दोणीकडे गेली होती. नंतर गोठ्याच्या मधोमध असलेल्या गवताच्या गंजीकडे गेली होती. गोठ्याच्या शाकारलेल्या छपरामध्ये एक फट होती. तिच्यातून आत येणाऱ्या प्रकाशामुळे जमिनीवर प्रकाशाचं एक वलय

उमटलं होतं. कबुतर त्याच फटीतून उडून गेलं असावं. मी वर जाऊन त्याला ताब्यात घेईन, अशा कल्पनेनं ते छपरावर माझी वाट पाहत असणार. खांबाला दोरी बांधल्यानंतर मी खूप लांबवर दोर सोडून मग कबुतराचा पाय बांधला, हे फार बरं झालं असं मला वाटलं. नाहीतर बिचाऱ्या कबुतराला गोठ्यातील मातीत पडलेले दाणे वेचून त्या अंधारात खितपत पडावं लागलं असतं. मी माझ्या गुलामाला आता स्वातंत्र्य देऊन टाकावं, असा विचार केला. नाही तरी मी त्याला वाप्पुम्माकडे नेऊच शकलो नसतो. त्यातून आता तर नाहीच नाही. कारण इकबाल चाचांच्या मोटर-सायकलवर मागं बसून मला शहरात परत जायचं होतं. मी पतंगाच्या दोऱ्याप्रमाणे हळूहळू दोरा गुंडाळू लागलो. कबुतर जोरात विरोध करीत असल्यामुळे, वारं असलेल्या दिवशी पंतग उडवताना जसे हाताला हिसके बसतात, तसे माझ्या हाताला बसत होते. मी आणखी जोरजोरात दोरा गुंडाळू लागलो. शेवटी ते कबुतर जमिनीवर पडलेल्या प्रकाशवलयात मरून पडलं. ते असंख्य लाल मुग्यांनी भरलेलं होतं.

मी समोरच्या अंगणात दडादडा धावत गेलो. उम्माप्रमाणेच मीही बोगनव्हिला, डोंगरमाथा, ते कडे यांना कायमचं मनातून काढून टाकण्याचा निश्चय केला, पण हे वेगळ्याच कारणामुळे होतं. इकबालचाचा परत येण्याची वाट पाहत असताना माझ्या मनात विचार आला, की प्राण्यांना मारण्याच्या बाबतीत शिवनचा आणि माझा एकच स्कोअर झाला होता. त्यानं एक मासा मारला होता आणि मी एक कबुतर!!

इकबालचाचा परत आले, तेव्हा त्यांच्याबरोबर आमचे घरमालकही होते. त्या रिकाम्या घरात ते आगीच्या भक्ष्यस्थानी पडलेल्या जंगलात असल्याप्रमाणे चालत होते. इकबालचाचा घरातील एखाद्या कोपऱ्यात एखादं फर्निचर लपून तर राहिलं नाहीय ना, हे पाहत होते. घरमालक बारीक नजरेनं भिंतीवर एखादा तरी डाग पडलाय का किंवा लाकडी सामानाचं पॉलिश किंवा रंग तर गेला नाहीय ना, हे पाहत होते.

डोंगरमाथ्यावर अंधार भराभरा उतरला. समुद्रानंही आपला आवाज वाढवला. भाडं वसूल करायला आल्यावर घरमालक कधीही स्मितहास्य करीत नसत. पण आता त्यांनी स्मितहास्य केलं आणि माझ्या डोक्यावरून हात फिरवला. सामानाची व्हॅन बागेतून कशीबशी बाहेर पडून मॅडम लेनला लागली, तेव्हा त्यांनी हात हलवून आमचा निरोप घेतला. व्हॅनमागून आमची मोटरसायकल जात होती. घरमालक व्हरांड्याच्या भिंतीवर पाय दुमडून कमी वॅटच्या बल्बच्या पिवळ्या प्रकाशात उभे होते. त्यांनी आम्हाला निरोप दिला आणि दुसऱ्याच क्षणी हात उंचावून बल्ब बंद केला. सर्वत्र अंधार पसरला. वाप्पांनी मरण्यासाठी निवडलेलं घर अंधारात बुडून गेलं. त्याचं नामोनिशाणही राहिलं नाही.

मिस्टर अनविन, इथवर होती वाप्पांची गोष्ट. त्यांची गोष्ट जिथं संपते, तिथं माझी गोष्ट सुरू होते. इथून पुढे मी एकटाच चालत असेन.

भाग २

धडाधड घडणाऱ्या घटना

निश्चय

अंत

एक

वाप्पुम्माच्या घरी पहाटे-पहाटेच वर्तमानपत्र यायचं. यायचं कसलं, समोरच्या हिरव्या गेटवरून ते उडत यायचं! येताना ते वसंत ऋतूत डाळिंबाचा मोहर झटकून टाकायचं. पावसाळ्यात फांदीवरील पावसाचे थेंब हलवायचं आणि बाकीच्या वेळी धुळीचे लोट घेऊन यायचं. आमच्या दृष्टीनं महत्त्वाची बातमी वर्तमानपत्राच्या चौदाव्या पानावर आली होती. एरव्हीच्या दिवशी वाप्पुम्मा पेपर हातात घेऊन व्हरांड्यामध्ये जायची. चेहऱ्याच्या अगदी जवळ पेपर नेऊन त्यातील ठळक बातम्या हळूहळू वाचायची. पण त्या दिवशी त्या महत्त्वाच्या बातम्यांकडे लक्षही न देता तिनं भराभर पानं उलटली. चौदावं पान आल्यावर ती थांबली. तिनं पैसे देऊन छापून आणलेला लहानसा शोकसंदेश टक लावून पाहू लागली. वाप्पांच्या स्मितहास्य करणाऱ्या फोटोच्या वर, आज त्यांच्या मृत्यूनंतरचा कितवा दिवस होता तो, म्हणजे एकेचाळीसचा अंक लिहिला होता आणि फोटोखाली आम्ही सर्व त्यांची आठवण काढून किती अश्रू ढाळत आहोत, हे एका लहान ओळीत लिहिलं होतं. पण खरंतर काही दिवसांपासून आम्ही वाप्पांसाठी मुळीच रडलेलो नव्हतो.

मी छोटीला तो फोटो दाखवला. तिला वाप्पा अजून आठवताहेत की नाही हे पाहायला. फोटो पाहताच ती 'वाप्पा, वाप्पा' म्हणत नाचायला लागली. तिचा पापा घेत वाप्पुम्मा रडायला लागली. वाप्पुम्माच्या अगदी शेजारी राहणाऱ्या गौमती अम्मुम्मांनी उदास चेहरा केला आणि मी छोटीला वाप्पांची आठवण उगीच करून दिली, अशा अर्थानं माझ्याकडं पाहिलं.

त्या दिवशी उम्माला घराबाहेर पडण्याचा, पुरुष असलेल्या रस्त्यावर जाण्यास

मनाई करणारा निर्बंध संपला होता. तिला चाळीस दिवस सर्वांपासून अलग ठेवणारा निर्बंध संपल्यानं ती आजपासून घराबाहेर पडू शकत होती. पण तरीही ती घरातच राहिली. जणूकाही तिला घरात बंद करून ठेवणाऱ्या त्या निर्बंधाच्या ती प्रेमात पडली होती. पण दुपार होताच घरात अनपेक्षित पाहुणे आले आणि तिला घरात कैद करून ठेवणारा तो निर्बंध ती विसरली.

घराच्या डोअर बेलपाशी मरियममौसी उभी होती. मी दार उघडायला गेलो, तेव्हा मला रशीदचाचा आणि रियादला घेऊन येणारी कार दिसली. मरियममौसी वाप्पांच्या अंत्येष्टीच्या दिवशी येऊ शकली नव्हती. तिच्या त्या अनुपस्थितीची कसर तिनं उम्माला घट्ट मिठी मारून व मुसमुसायचा प्रयत्न करून भरून काढण्याचा प्रयत्न केला. जेवणाच्या वेळेपर्यंत रशीदचाचा व रियाद ड्रॉइंग रूममधून बाहेरही पडले नाहीत. त्यांनी, आम्हाला दिलेल्या भेटीचा सर्व वेळ एक प्रकारची कोडी सोडवत, सोफ्यावर बसून घालवला. रशीदचाचा एखाद्या ब्लॅक ॲन्ड व्हाइट फोटोकडे बोट दाखवत आणि रियादला त्यातील एखादा चेहरा ओळखायला सांगत. रियादनं आपली हार मानल्यावर, ते त्याला वेगवेगळे क्लू देत; एखाद्या नावाचं पहिलं अक्षर, एखाद्या घराची जागा, एखाद्या रस्त्याचं वर्णन, आणि त्याच्याकडून उत्तर वदवून घेत. मला शंका आली की ते, विशेषत: रियाद, उसना गॉगल घातलेल्या वाप्पांच्या फोटोची थट्टा तर करीत नाहीयत. भिंतीकडे पाहत, ते एकमेकांशी इंग्लिशमध्ये काही तरी खुसपुसत होते, तेव्हा माझं मन आम्ही सोडून आलेल्या शहरात फेरफटका मारून आलं. मेट्रो लाइन टाकणाऱ्या, पिवळं हेल्मेट आणि हिरव्या चकाकत्या टोप्या घातलेल्या माणसांमध्ये फिरून आलं. आम्ही शहर सोडलं, तेव्हा मेट्रोचा पूल अर्धामुर्धा बांधलेला होता. पण आता तो पूर्ण झाला होता. तो वळणं घेत-घेत सर्व उपनगरांमध्ये गेला होता. माझ्या मनानं फिरत्या दारातून बागेमध्ये प्रवेश केला आणि ते हवेत लटकणाऱ्या टिनच्या विमानाखाली घुटमळलं. झाडांवर फुलं आली होती, पण दुपारची वेळ असल्यानं बाग रिकामीच होती. आमच्या जुन्या अपार्टमेंटसमोरची मोकळी जागाही रिकामीच होती. आम्ही शहर सोडताना ज्या माणसानं वाप्पांना सलाम ठोकला होता, तो सिक्युरिटी केबिनमध्ये झोपलेला होता. जिन्यावर कोणीही नव्हतं. दोन जिन्यांमधील सपाट जागांमध्ये एकसारखंच पानापानांचं डिझाइन होतं. आमच्या जुन्या अपार्टमेंटच्या दाराच्या फटीतून टीव्हीचा दबका आवाज येत होता. तो युरी की येरिलच्या कलकलण्याचा आवाज होता. त्यानंतर आलं संगीत! आणि कोणाच्या तरी गुपचूपपणे चालण्याचा आवाज.

"मला बीच आवडतो." रियाद म्हणाला.

"नाही. आज नाही हं जायचं," रशीदचाचा म्हणाले.

"बीचवर जायचं, या विचारानंच आईला राग येईल."

"मग सोडून द्यायचा का आपण हा विचार?"

"हो, सोडूनच द्यायला हवा."

पण दुपार संपता संपता मी मरियममौसीच्या कुटुंबासोबत कारमध्ये होतो. आम्ही बीचवर निघालो होतो. उम्माला आमच्याबरोबर येण्यासाठी मनधरणी करण्यात खूप वेळ गेला. पण अपेक्षेप्रमाणे तिनं बीचवर यायला नकारच दिला. बीच बोगनव्हिलाच्या जवळ आहे, त्यामुळे ती येत नाहीय हे कारण न देता ती म्हणाली, "हे जाऊन चाळीस दिवस होताच मी अशी फिरायला बाहेर गेले, तर वाप्पुम्मांना बरं वाटणार नाही, म्हणून मी येत नाहीय."

"अगं, पण गोष्ट फक्त या चाळीस दिवसांचीच नाहीय. ते पहिल्यांदा आजारी पडले, तेव्हापासून तू घरातच बंद आहेस. किती काळ लोटला त्या गोष्टीला? दोन वर्षं? अडीच वर्षं का तीन वर्षं?"

यावर उम्मा गप्पच बसली. शेवटी एक सुस्कारा सोडून तिच्या बहिणीनं तिचा नाद सोडून दिला आणि वाप्पुम्माच्या दिशेला एक जळजळीत नजर टाकली. कार आमच्या शाळेजवळून गेली, तेव्हा कोणी तरी मला माझ्या अभ्यासाबद्दल विचारील, अशी मला धाकधूक वाटली. रियादनं पडक्या भिंतीमागची, सफेदी पोतलेली, पडायला आलेली आमची शाळा पाहावी, असं मला मुळीच वाटत नव्हतं. तो नक्कीच एअर कंडिशन्ड बसमध्ये बसून एअर कंडिशन्ड शाळेत जात असणार, पण कारमधून जाताना आम्ही सगळे गुपचूपच होतो. फक्त मरियममौसी सांकेतिक भाषेत रशीदचाचांबरोबर एका तरुण विधवेबद्दल बोलत होती. तिच्या मते त्या विधवेनं आपल्या दोन लहान मुलांबरोबर एका अशा घरात राहणं, जिथे राहायचं आता काहीही कारण नाही, हे जीवन वाया घालवण्यासारखं होतं. रशीदचाचांच्या लक्षात येत नव्हतं की, जिच्या नवऱ्यानं तिचा काहीही विचार केला नाहीय, अशा त्या बाईची मदत एक किरकोळ व्यापारी आणि त्याची बायको कशी काय करू शकतील. मरियममौसी म्हणाली, की त्या नवऱ्यानं स्वत:शिवाय दुसऱ्या कोणाचा कधीच विचार केला नाही आणि आता तर तो या जगातही नाहीय. आपल्या बोटांच्या टोकांकडे पाहत रशीदचाचा हसले अन् म्हणाले, "मला तर वाटत होतं, की लेखक व त्या प्रकारचे लोक सदैव जिवंत राहतात."

समुद्राच्या गर्जनेनं त्या दोघांच्या संभाषणाला पूर्णविराम दिला. रियाद आनंदानं ओरडू लागला, 'बीच... बीच...' नारळाच्या झाडांच्या मागं निळी रेघ दिसू लागताच त्यानं जीनचे पाय गुंडाळायला सुरुवात केली. कार थांबताच तो दार उघडून बाहेर धावला. डोंगरावरून खळाळत येणाऱ्या झऱ्यातून चालता चालता, समुद्रात उडी मारायच्या आवेशात तो समुद्राकडे झेपावला, बीचवरचा तो दिवस माझ्या दृष्टीनं

सगळ्यात वाईट दिवस ठरणार होता.

"तो विशिष्ट मुलगा आज फारच गप्प गप्प आहे," रशीदचाचा म्हणाले.

"हो ना! त्याची आई सांगत होती, की झोपेत असताना तो मेलेल्या माणसाबरोबर बोलत असतो." मरियममौसी उद्गारली.

"जहाज!" क्षितिजाकडे बोट दाखवत रियाद किंचाळला. त्याच्या घोट्याभोवती समुद्राची फेसाळ लाट घोटाळत होती. क्षितिजावर दोन ठिपके दिसत होते. जणू निळ्या आकाशावर पडलेले दोन डाग.

"कुठं आहेत? मला नाही दिसत." मरियममौसी.

"ती जहाजं नाही, नावा असतील!" रशीदचाचा.

"जहाजं कशावरून नसतील?" दुखावला गेल्याप्रमाणे रियादनं विचारलं.

"बीचवरून कधीही जहाज दिसत नाही."

रशीदचाचांचं मत लगेच खोडून टाकावं, असं मला वाटलं. बिलालनं सावरीच्या झाडावरून पाहिलेली हकिगत मौसी आणि तिच्या कुटुंबाला सांगून टाकावी, असंही मला फार तीव्रतेनं वाटलं. त्या समुद्री युद्धात तोफांनी आग ओकली होती. अरब स्वत:चा जीव वाचवण्यासाठी लढत होते. चाच्यांनी गलबत समुद्राच्या तळाशी जाण्याआधी तिथून समुद्रात उड्या घेतल्या होत्या. तिसऱ्या दिवशी त्यातीलच एका नारिंगी शर्ट घातलेल्या मृत माणसाला समुद्रानं बीचवर आणून टाकलं होतं. पण मी हे सर्व सांगितलं असतं, तर मरियममौसीच्या कुटुंबाच्या तोंडाला फेस आला असता. मग मी गप्पच राहिलो, कारण एक तर ती हकिगत सुरू कशी करावी हे मला कळत नव्हतं. आणखी महत्त्वाचं कारण म्हणजे तिचा शेवट कसा करावा, हेही मला समजत नव्हतं. मला खूप असोशीनं वाटलं की, योगायोगानं बिलाल तिथं यावा, त्यानं मला ती हकिगत सांगायचा आग्रह करावा आणि स्वत:हून ती सांगायला सुरुवात करावी. पण या क्षणी तो मदरशात असणार. जमिनीवर पायांचा क्रॉस करून बसला असणार आणि आपल्या वर्ग मित्रांबरोबर कुराण म्हणताना तो पुढं-मागं हलत असणार.

जहाज किंवा नावा, जे काही होतं, त्यांचे ठिपके दिसेनासे झाले होते. त्याबरोबरच इथल्या समुद्रानं आम्हाला दाखवलेल्या आणि आम्ही गुप्त ठेवलेल्या दृश्यांबद्दल या लोकांना सांगायची संधीही निघून गेली होती. आता रियाद वाळूत चालत असलेल्या खेकड्यांच्या मागे लागला होता. समुद्रकिनाऱ्यावरील ओल्या वाळूत उमटलेली रियादची पावलं, समुद्राच्या लाटा लगोलग पुसून टाकत होत्या. त्याचे आई-वडील माझ्यापासून थोड्या अंतरावर बसले होते. त्यांच्या सांकेतिक भाषेत ते परत गढून गेले होते.

"तो ड्राफ्ट्समन अजून लग्नाचा आहे का हो?" मरियममौसीनं रशीदचाचांना

विचारलं.

"फक्त दिवसा. रात्री तो एका फिलिपियन नर्सच्या फ्लॅटवर तिला भेटायला गेलेला असतो." रशीदचाचा जोरजोरात हसत म्हणाले.

मरियममौसीनं चुकचुक केलं. एक शिंपला उचलून ती त्याच्यावरच्या रेषा व रंग पाहू लागली. मग किनाऱ्याला भिडलेल्या एका लाटेत तिनं तो भिरकावून दिला.

"मग आपण अल फाहिम सुपर मार्केटमध्ये जातो, तेव्हा आपल्याला नेहमी दिसतो, तो लोखंडी सामानाचा मेकॅनिक?"

"त्याचं काय?" रशीदचाचांनी मौसीलाच प्रतिप्रश्न केला.

"नाही. म्हणजे त्याचा लग्नाचा विचार आहे का?"

"तू काय विवाह मंडळ काढणार आहेस का?" त्यांनी कंटाळून जाऊन विचारलं.

नाकानं जोरात फुरफुर करून ती समुद्राकडे पाहू लागली. मग दोघं बराच वेळ गप्पच राहिले. मौसी बोटानं वाळूत आपलं नाव लिहू लागली. रशीदचाचा समुद्राचे, डोंगराचे, समुद्रकिनाऱ्याचे फोटो घेऊ लागले. मी काही वेळ त्यांना आपल्या सीक्रेट बीचबद्दल सांगावं की नाही, या विचारात गढून गेलो. त्या वाळूच्या पट्ट्याला शोधून काढणाऱ्यांपैकी आता मीच काय तो उरलो होतो. माझ्या या माहितीनं ते प्रभावित झाले असते, पण सीक्रेट बीचची गुप्तता कमी झाली असती. परत क्षितिजावर काही ठिपके दिसू लागले. मी डोळे बारीक करून ती जहाजं आहेत की नाहीत हे पाहत असताना चंदेरी मासे सुळकन पाण्याबाहेर येऊन परत समुद्रात घुसले.

"तो हार्डवेअर मेकॅनिक कसा वाटतो तुम्हाला?" मरियममौसीनं एकदमच प्रश्न विचारला.

"तो खूप पीतो. दर संध्याकाळी रमचा गॅलन घेऊनच तो घरी जातो." रशीदचाचांनी माहिती पुरवली.

"खरंच?" मौसीनं विचारलं.

"हो खरंच!" ते उत्तरले.

"पण सौदी अरेबियात दारू विकता येते का?"

"हो, येते ना! त्यासाठी काही गुप्त जागा आहेत."

"रियादमध्येही आहेत?"

"हो, रियादमध्येही आहेत!"

"अहो, आपला रियाद कुठं आहे?" मरियममौसीनं एकदमच घाबरलेल्या आवाजात विचारलं.

दोघांनीही एकदमच खेकड्याचा पाठलाग करत रियाद गेला होता, त्या दिशेकडे पाहिलं. हळूहळू खूप दूर समुद्रात झुकणाऱ्या बीचच्या त्या भागात आता शुकशुकाट झाला होता.

हा बीच आम्ही बसलो होतो, तिथून खूप दूर समुद्राच्या पाण्यात झुकलेल्या व अंधुकशा दिसणाऱ्या नारळाच्या झाडांपर्यंत पसरलेला होता व त्यापुढे मैलोन्‌मैल पसरलेला होता समुद्र.

"खरंच, कुठं गेलाय तरी हा?" एकदम उभं राहून वाळू झटकत रशीदचाचा उद्‌गारले, त्यांच्या शर्टचा खालचा भाग सैल पडला होता. तो त्यांनी चोरून आणलेला माल चड्डीत लपवून ठेवत असल्याप्रमाणे, पॅन्टमध्ये खोचला.

"तिथंच तर उभा होता तो काही वेळापूर्वी." मरियममौसी एका जागेकडे बोट दाखवत म्हणाली. काही महिन्यांपूर्वी नारिंगी शर्ट घातलेल्या त्या माणसाचा मृतदेह याच ठिकाणी वाहत आला होता. मग जवळजवळ अनिच्छेनंच त्यांनी आपली नजर समुद्राकडे वळवली.

"कुठं गेला असेल हा?" रशीदचाचा स्वत:शीच बोलले. एकदमच ते बीचवर आले होते तेव्हापेक्षा खूप जास्त वय झाल्यासारखे, सुरकुतलेले, पराभूत झाल्यासारखे दिसू लागले. मला वाटलं, की ते आता कधीच आधीसारखे सांकेतिक भाषेत बोलू शकणार नाहीत.

मला क्षणभर वाटलं, की रियाद धीटपणे पाणबंधाऱ्याच्या बाजूनं, अंड्याच्या आकाराच्या खडकांकडे गेला असेल आणि त्यातील फटीतून अंग चोरत पलीकडे गेल्यावर त्याला अचानक सीक्रेट बीच दिसला असेल. मला अशीही भीती वाटली, की बोगनव्हिलात आल्यानंतर काहीच आठवड्यांनी मी आणि वाप्पांनी शोधून काढलेला सीक्रेट बीच आपणच शोधून काढला असा दावा करेल. आम्ही आपली नावं तिथल्या खडकांवर किंवा वाप्पा आपले कपडे काढून ठेवत त्या झाडावर कोरून ठेवायला हवी होती.

"तो त्या बाजूला जात होता." मरियममौसी समुद्राच्या बाजूला झुकलेल्या त्या दूरवरच्या झाडाकडे बोट दाखवत म्हणाली. तिच्या पूर्ण शरीरातून एखादा छोटासा करंट जात असल्याप्रमाणे तिचा हात आणि आवाज कापत होता.

"मग आता कुठंय तो?" रशीदचाचांनी विचारलं आणि ते लगेच आपला मुलगा शेवटी जिथं दिसला होता, त्या दिशेला चालू लागले. घाबरून गेल्यानं ते पादले, तेव्हा मी त्यावर हसत तर नाहीय ना हे पाहायला मरियममौसीनं माझ्याकडे पाहिलं, तिची नजर टाळण्यासाठी मी दूर कुठं तरी पाहू लागलो.

तिकडे नजर वळवताच मला रियाद दिसला. तो बीचच्या दुसऱ्या टोकाला होता. अजून खेकड्याचा पाठलाग करण्यातच दंग होता. तो कदाचित आधीचाच

खेकडा असेल किंवा एखादा नवा खेकडा. तो कदाचित त्याचे आई-वडील सांकेतिक भाषेत काही तरी बोलत असताना आणि मी त्याचा अर्थ लावत असताना आमच्या जवळून गुपचूप निघून गेला असेल किंवा वाळूतून आडवं-तिडवं पळत सुटलेल्या खेकड्याच्या मागे जाता जाता तो बीचच्या त्या टोकाला पोहोचला असेल. आमचा सीक्रेट बीच शोधून काढण्याची संधी त्याला मिळाली नाही, या विचारानं मला अगदी हायसं वाटलं. दुसऱ्या कोणी तो बीच आपण शोधून काढला, असा दावा करण्यापूर्वी आपण एखाद्या खडकावर आपली नावं लिहून टाकायची; मी ठरवलं, वाप्पांचं नाव मी मोठ्या अक्षरात लिहिणार होतो आणि त्याखाली माझं स्वत:चं नाव मी लहान अक्षरात लिहिणार होतो. त्याखाली आम्ही तो बीच कधी शोधून काढला ती तारीखही अगदी लहान अक्षरात लिहिणार होतो. पण आम्ही खडकांमधील त्या छोट्या जागेतून नक्की कोणत्या तारखेला आत रांगत गेलो आणि आत्तापर्यंत कोणीही पाऊल न ठेवलेल्या त्या जागेत कधी पाऊल ठेवलं, हे मला नक्की आठवेना. त्यामुळे मी तिथं मला आवडणारी कोणतीही तारीख लिहायचं ठरवलं. ती बरोबर नाहीय, असं कोणीही सिद्ध करू शकत नव्हतं. सर्व शोधांमध्ये असाच सोयिस्कर खोटेपणा असतो, असं वाप्पांचं मत होतं.

एका शेंगदाणे विकणाऱ्या मुलानं हाक मारली, तसा रियादनं खेकड्याचा पाठलाग थांबवला. खिसा चाचपल्यावर त्याला शेंगदाण्याचे चार कोन घेण्याएवढे पैसे मिळाले. मग ऑलिम्पिक खेळाडूनं टॉर्च हातात घ्यावा, त्याप्रमाणे ते कोन हातात घेऊन तो परत खेकड्यामागं धावू लागला. पण वाऱ्यानं ते कोन उडवून लावू नयेत म्हणून आता तो आणखी खबरदारी घेऊ लागला.

मी रियादला पाहिलंय, हे मरियममौसीला माहीतच नव्हतं. त्यामुळे रियादला हाका मारत मारत रशीदचाचा चुकीच्या दिशेनं रखडत चालले होते. अन् इकडे मरियममौसीनं रडायला सुरुवातही केली होती.

मग मी हळूच सांगितलं, "रियाद तिकडे आहे."

"कुठं?" दोघांनी एकदमच विचारलं. त्यांनी मी दाखवलेल्या दिशेकडे पाहिलं. रियादला पाहताच त्यांचा जीव भांड्यात पडला.

"रियाद, इकडे ये रे." रशीदचाचा जोरात ओरडले.

तो जवळ आल्यावर ते म्हणाले, "किती काळजी वाटली आम्हाला तुझी!"

"या मुलाला परत कधी म्हणून बीचवर नेऊ नका. इथंही नको आणि रियादमध्येही नको." मरियममौसी म्हणाली.

आम्हा सगळ्यांमध्ये शेंगदाण्याचे पुडे वाटून झाल्यावर रियाद वाळूचा किल्ला करण्यासाठी खाली बसला. पण त्याच्यात ते कसब अजिबातच नव्हतं. तो खूप

वेळ वाळूत गुडघे टेकून दोन्ही हातांनी किल्ल्याच्या भिंती, मनोरे, उतरती छपरं वगैरे बनवत होता, पण किल्ला पूर्ण झाल्यावर तो डायनासोरसारखा दिसत होता. किल्ल्यासारखा मुळीच दिसत नव्हता.

"वाहवा! बराच जमलाय की!'' रियादचा उत्साह वाढवण्यासाठी मरियममौसी उद्‌गारली, "ती डावी बाजू जरा परत बनव बरं!''

रियाद उठला. त्यानं स्वत:ची कलाकृती पायदळी तुडवली आणि एखादा खेकडा पाठलाग करण्यासाठी मिळतोय का हे पाहण्यासाठी त्यानं आजूबाजूला नजर टाकली.

"हा बघ, तुझ्या वडिलांचा फोटो!'' रशीदचाचा एकदम म्हणाले.

त्यांनी शेंगदाण्याच्या पुड्याची सुरळी उलगडली होती आणि त्यांनी तो कागद 'यांना कोणी पाहिलंय का' जाहिरात असल्याप्रमाणे हातात धरला होता. तो वाप्पुम्मानं पैसे भरून छापून आणलेला वाप्पांच्या स्मरणदिनाचा शोकसंदेश होता. छापल्या दिवशीच आपल्या स्मरणदिन शोकसंदेशाचा उपयोग शेंगदाण्याच्या पुड्या बांधण्यासाठी झाला, या दु:खानं व्याकूळ होऊन त्यातील वाप्पा जणू खिन्नपणे हसत होते.

"तुम्हाला आठवत असेल, मी तुम्हाला झोपेत वडिलांशी बोलणाऱ्या एका मुलाबद्दल सांगितलं होतं,'' दात दाबत मरियममौसी म्हणाली. "जो झोपेत मेलेल्या माणसांशी बोलतो तो?'' रियादनं विचारलं.

मरियममौसीनं डोळ्यांनी रियादला दटावलं. रशीदचाचांनी माझ्याकडे क्षमायाचना करत असल्याप्रमाणे कटाक्ष टाकला. मग त्यांनी एका हाताच्या तळव्यावर तो कागद ठेवून दुसऱ्या हाताच्या बोटांनी त्याच्या घड्या काढल्या आणि त्याची व्यवस्थित घडी घातली.

मिस्टर अनविन, मी जेव्हा कधी लोकांना पाहतो ना, तेव्हा ते त्यांच्या संपूर्ण तपशिलासह माझ्या लक्षात राहतात. त्यांच्या भोवतालचा प्रत्येक रंग मी न्याहाळतो. त्यांच्या जवळपासचा प्रत्येक आवाज मी ऐकतो. थडग्यात विसावलेल्या वाप्पांचा विचार मनात येताच, त्या विचाराला मी थांबवण्याचा प्रयत्न केला. पण ते माझ्या हातात नव्हतं. वाप्पांना हिरव्या पेटाऱ्यात ठेवण्यापूर्वी, एका लांबलचक कपड्यात गुंडाळलं गेलं होतं. तो कपडा आता मला दिसत होता. आता तो पांढरा किंवा करकरीत राहिला नव्हता. मी त्यात त्यांच्या शरीराची वळणं पाहिली. त्यांच्या थडग्यातील शांतता ऐकली. कदाचित त्याच वेळीस मी झोपेत रडून त्यांना परत यायला सांगितलं असेल.

"हेलिपॅडवर जाऊन तिथून पाहायचा का बीच?'' रशीदचाचांनी विचारलं.

"इथं हेलिपॅड आहे?'' रियादनं शंकेच्या सुरात विचारलं,

"बुर्ज खलिफाच्या वर आहे तसं?"

"नाही. नाही. हे खूप वेगळं आहे."

"आपण मागच्या सुट्टीत इथं आलो होतो. त्यानंतर बांधलंय का ते?"

"नाही रे. मी छोटं बाळ असताना बांधलंय ते." मरियममौसी म्हणाली.

हेलिपॅडच्या टोकावरून शेंगदाण्याच्या पुड्याच्या सुरळ्या घेऊन इकडेतिकडे हिंडणारा मुलगा, एका तुकड्यापासून दुसऱ्या तुकड्यापर्यंत जाणाऱ्या लोहचुंबकासारखा दिसत होता. मरियममौसी आणि रशीदचाचा एका दगडी बाकावर बसून पाणबंधाऱ्यापलीकडील राखाडी मळकट क्षितिजामागे पट्कन उडी मारून नाहीशा झालेल्या सूर्याकडे पाहत होते. रियाद माझ्याजवळ कुंपणापाशी उभा राहून बीचकडे पाहत होता.

"तुला सिंहासनाचा खेळ आवडतो?" त्यानं मला विचारलं.

याआधी अशा खेळाबद्दल न ऐकल्यानं मी गोंधळून जाऊन त्याच्याकडे पाहिलं.

"कॅप्टन अमेरिका?"

मी खांदे उडवून मला तो खेळ माहीत नाहीयसं दाखवलं.

"बरं. तुझा लाडका टी.व्ही. शो कोणताय?"

"युरी!" मी थुंकी गिळत सांगितलं.

"युरी?"– त्यानं प्रश्न केला.

"म्हणजे येरिल!" मी म्हटलं.

"हे नाव मी कधीच ऐकलं नाहीय." जणू काही माझी नक्कल करत असल्याप्रमाणे तो खांदे उडवत दूर पाहत म्हणाला.

"मोटरकारची डीलरशिप करणारा तो सुपरवायझर कसा वाटतो तुम्हाला?" मरियममौसीनं नवऱ्याला विचारलं.

या प्रश्नानंतर रशीदचाचा बराच वेळ गप्प राहिले. मग विचार करत असल्याप्रमाणे म्हणाले, "हा सुपरवायझरबद्दलचा विचार बरा आहे. एकदम चांगला नवरा होईल. तोही विधुर आहे आणि नशिबानं त्याला मूलबाळ नाहीय. त्याला चांगली नोकरीही आहे. फक्त एकच उणीव आहे त्याच्यात. ती म्हणजे त्याच्या डोक्यावर केस नाहीत."

मरियममौसी म्हणाली, "दुसऱ्या लग्नात टक्कल असणं किंवा नसणं यानं काही फरक पडत नाही. पण मुलं असल्यानं फरक पडतो आणि इथं तर दोन दोन मुलं आहेत."

"लहानीचा फारसा प्रश्न नाही. पण त्या मुलाला इथंच मागं राहावं लागेल."– रशीदचाचा.

माझ्या दिशेला पट्कन कटाक्ष टाकत मरियममौसी रागानं म्हणाली, “त्याच्याकडे कोण पाहील?” मग मी तिच्याकडे पाहतोय, हे बघून तिनं आपल्या रागाचं रूपांतर हसण्यात करायचा प्रयत्न केला.

“का बरं, त्याच्या वडिलांकडची मंडळी त्याच्याकडे पाहू शकत नाहीत? का तेही आपली जबाबदारी झटकून टाकणार आहेत?” रशीदचाचा चिडून म्हणाले.

यावर मरियममौसीनं, “शू ऽऽ शू ऽऽ” म्हणत रशीदचाचांना गप्प करायचा प्रयत्न केला.

दोन

घरात निद्रानाशाचा रोग जडलेल्या दोन बायका होत्या. दोघी विधवा. अर्धवट काळोखात त्या कुजबुजत बोलायच्या. दर रात्री झोपायचं सोंग घेऊन मी त्यांचं बोलणं ऐकत राहायचो. मी गुपचूप ऐकतोय, याची कल्पनाही नसलेल्या त्या दोघी जीवन-मरणाबद्दल बोलत असायच्या. दर रात्री त्यांचं असलंच काही तरी बोलणं चालू असायचं.

मशिदीतील इमाम दर शुक्रवारी नमाज, इबादत- प्रार्थनेच्या वेळी जीवन-मरणाबद्दल चर्चा करायचे. पण या दोघींचं त्याबद्दलचं बोलणं काही वेगळंच असायचं. त्यांचं विलक्षण धैर्य, सहनशक्ती पाहून मला घाबरायलाच व्हायचं. दोघींतील तरुण बाई मोठ्या असोशीनं, तपशीलवार मृत्यूबद्दल, विशेषत: स्वत:च्या मृत्यूबद्दल बोलायची. वयस्क बाई जीवनाबद्दल, विस्कळीत झालेले धागेदोरे परत उचलून जीवन पहिल्यासारखं करण्याबद्दल बोलायची. मी त्या दोघी कथाकार, वाईट काळाचा इतिहास लिहिणाऱ्या लेखिका आहेत अशी कल्पना करायचो. मध्येच छोटी रडून त्यांच्या बोलण्यात व्यत्यय आणायची. मला भीती वाटायची, की त्या आता झोपून जातील. पण नशीब म्हणजे छोटीच्या रडण्यामुळे त्यांचं बोलणं जिथं थांबलेलं असायचं, तिथूनच त्या परत बोलायला सुरुवात करायच्या. मग काही वेळानं त्यांचे आवाज आणखी हळू आणि कापरे व्हायला लागायचे. जणूकाही त्या एखादा गुप्त खेळ खेळत होत्या आणि त्यांच्या ओठांसमोर कागदाचा ताव ठेवलेला होता व त्या त्यातून बोलत होत्या. त्यांचं असं बोलणं, त्यांच्यातील एक, बहुतेकदा वाप्पुम्मा घोरायला लागेपर्यंत चालायचं.

एका रात्री मला उम्माच्या हुंदक्यांनी जाग आली. ती पलंगाच्या कडेला,

खिडकीतून येणाऱ्या चंद्रप्रकाशात बसली होती. ती थोडीशी हलली, तेव्हा भिंतीवर पडलेली तिची सावली मला वाऱ्यानं काढलेल्या आकृतीप्रमाणे वाटली. हुंदके देता देता ती मधूनमधून एवढंच म्हणत होती की तिला, मला मागे सोडून जायचं नाहीय. वाप्पुम्मा तिला परत परत रडणं थांबवायला सांगत होती. तिनं मरियममौसीचंही नाव घेतलं, पण ते इतक्या हळू घेतलं की त्याचा अर्थ काय लावावा हे मला समजेना. त्या रात्रभर बोलतच होत्या की काय? की माझ्यासारख्या पहाटे उठून जीवन-मरण, स्वर्ग-नरक या गोष्टींची चर्चा करत होत्या? रात्रीची तीन वाजून वीस मिनिटं झाली होती. भिंतीवरील घड्याळ, शिष्टाचार पाळणाऱ्या कोकिळांचं घर होतं. त्याला रात्री चमकणारे हात, चमचमता तपकिरी चेहरा आणि तरतरीत मेंदू होता. रात्री दहानंतर त्याचे टोले पडत नसत. सकाळी सहा वाजल्यानंतर ते परत टोले देऊ लागे. त्या टोल्यांचा आवाज 'कक्कूऽ कक्कूऽ कक्कू,' असा असे.

"तो अजूनही झोपेत त्याच्या वडिलांशी बोलतो," उम्मा हुंदके देत देत म्हणाली, "तो बाथरूममध्ये खूप वेळ स्वतःशी बोलत असतो. त्याला इथं सोडून जावंसं वाटत नाही मला." अर्धवट अंधारात उम्मानं माझा पाय चाचपडला आणि हळुवारपणे कुरवाळला.

"तो बराचसा त्याच्या वडिलांसारखाच आहे."– वाप्पुम्मा म्हणाली, "त्याचे वडील त्याच्या वयाचे होते तेव्हाची गोष्ट. एके रात्री मी उठून बघते तर काय, तो खिडकीजवळ उभा होता. खिडकी उघडून बाहेरच्या बागेकडे बघत होता. रात्री दोन वाजता इथं उभं राहून काय करतोयस रे, असं मी विचारलं; तेव्हा तो म्हणाला होता, उम्मा, इथं ये आणि बागेकडे बघ. चांदण्यात ती कृष्णधवल चित्रासारखी दिसतेय."

"मग तुम्ही त्यांच्याजवळ जाऊन बागेकडे पाहिलंत?" उम्मानं रडतच विचारलं.

"नाही गं!" वप्पुम्मा म्हणाली.

थोडा वेळ खोलीत फक्त पंख्याचा घरऽ घरऽ आवाज घुमत होता. पंखा खूप जुना होता. आधी तो पांढरा होता. मग त्याला तपकिरी रंग लावला होता. त्याच्या रेग्युलेटरमध्ये एक ते पाच स्पीड वाढवता येण्याची व्यवस्था होती, पण त्यातील चार आता कामच करत नव्हते. रेग्युलेटर नीट करायला इलेक्ट्रिशियनला असा किती वेळ लागला असता, पण आम्ही वाप्पुम्माच्या घरी राहायला आल्यानंतर म्हणजे पाच महिन्यांपासून इलेक्ट्रिशियन रेग्युलेटर दुरुस्तीला येतच होता. खरंतर तो वाप्पुम्माच्या घरापलीकडे पाच-सहा घरं सोडूनच राहत होता.

आणि त्या पाच महिन्यांत आमच्या आयुष्यात बरंच काही घडलं होतं, बदललं होतं. छोटी बोलायला लागली होती, पण फुलपाखरांपासून ते सगळ्या पंख असणाऱ्या पक्ष्यांना ती काऊ-कावळाच म्हणायची आणि उंदरांसकट सगळ्या

प्राण्यांना ती हत्ती-हत्ती म्हणायची! वाप्पांना ती पूर्णपणे विसरली होती. जवळपास कोणी नसताना तिला वाप्पांचा फोटो दाखवून तिला ते आठवतायत का, हे तपासून पाहिलं. तिनं तो फोटो टक लावून पाहिला. त्याच्याकडे पाहून ती रागावलीसुद्धा. पण मग तिचं लक्ष दुसरीकडे गेलं आणि ती धडपडत तिकडे निघून गेली.

वाप्पांची जीवनातील शेवटची इच्छा पूर्ण करण्यासाठी आम्ही जे शहर सोडलं होतं, तिथं मेट्रो लाइनचं काम हळूहळू परत सुरू झालं होतं. गोगलगाईच्या संथ गतीनं चाललेल्या त्या कामाबद्दल परत एकदा टीव्हीवर बातमी आली. मी तिथले अर्धवट बांधलेले खांब आणि पूल पाहिले. आम्ही ज्या बागेजवळ राहत होतो, तीही मी बातमीत ओझरती पाहिली. झाडांवर गडद लाल फुलं आली होती. टिनच्या विमानाखाली नेहमीसारखीच मुलं खेळत होती. उम्मानं पट्कन येऊन टीव्ही पाहावा म्हणून मी तिला जोरात हाक मारली, पण तिनं दारात येऊन टीव्ही बघेपर्यंत तो सीन निघूनही गेला होता. आता टीव्हीवाले पिवळ्या हेल्मेटमधील मजुरांना दाखवत होते. त्यांनी संप केल्यामुळे ही अक्षम्य दिरंगाई झाली, असं म्हणून मेट्रोचं काम संथ होण्याचं खापर त्यांच्यावर फोडत होते.

पाच महिन्यांच्या काळात बिलाल सिगारेट ओढायला शिकला होता आणि त्याचा परिणाम म्हणजे एकदा तो जवळजवळ मेलाच होता. झालं काय की एकदा त्यानं इमामच्या अलमारीतून एक सिगारेट चोरली. मी वाप्पुम्माच्या कपाटातून एक काडेपेटी चोरली. मग आम्ही दोघं एका रविवारच्या दुपारी अनाथालयाच्या मागं बसलो. मी समारंभपूर्वक त्याची पहिली सिगारेट शिलगावली. बिलालनं इमामची नक्कल करत एक जोरदार झुरका घेतला आणि सिगारेट घेतलेल्या हाताचं कोपर गुडघ्यावर टेकवून तो एका काजूच्या डहाळीकडे पाहत बसून राहिला. पण मग त्याला श्वास घ्यायला त्रास व्हायला लागला. तो खोकू लागला. इतका की त्याचे डोळे बाहेर पडताहेत की काय असं वाटू लागलं. ते पाहून मी इतका घाबरलो, की कुठं तरी पळून जावंसं वाटलं. पण शिवनचा गोल्डफिश हातात धरून त्याच्या काचेच्या घरात टाकणारा शूर-वीर होतो मी. मी त्याच्याजवळ बसून राहिलो. त्याच्या पाठीवर खाली-वर हात फिरवत राहिलो. त्याच्या तोंडातून खाली पडलेल्या कुजक्या पानांवर लाळेचा लांबसर ओहळ ओघळला. मग तो खोकला. त्यानं उलटी केली आणि दोन्ही हातांनी आपली छाती घट्ट पकडून ठेवली. त्याच्या हातातून सिगारेट हिसकावून घेऊन मी ती खाली फेकली. तिच्यावर जोरजोरात पाय आपटत राहिलो. माझ्या पावलांच्या ठशात ती पूर्णपणे गाडली जाईपर्यंत मी तिच्यावर पाय आपटतच राहिलो. काही वेळानं त्याचा खोकला थांबला. आपल्या डोळ्यांतील पाणी पुसत तो चिडूनच

पण हसला. यावरून निघालेला नीतिबोध आहे- तुमची पहिलीच सिगारेट असेल तर तुम्ही तिचा जोरदार झुरका घेऊ नका.

त्या पाच महिन्यांत मरियममौसी न चुकता रोज रियादहून फोन करतच राहिली. बहिणी-बहिणी खूप वेळ बोलत बसत. रात्री रशीदचाचा जेवायला आले किंवा उम्माचं लक्ष वेधण्यासाठी छोटी रडायला लागली, तरच त्यांचा टेलिफोन बंद होई. किंवा ढगांचा गडगडाट होऊन वीज चमकू लागली तरीही टेलिफोन बंद असे. उम्माला विजेची इतकी भीती वाटे, की ढगांचा गडगडाट आणि विजांचा चमचमाट संपेपर्यंत ती मोबाइलला हातही लावायची नाही. बहिणीचा फोन येताच उम्मा सर्वांपासून दूर एखाद्या कोपऱ्यात जाई आणि कोणाला ऐकू न येईल अशा आवाजात मौसीशी बोले. कधीकधी माझ्याकडे एकटक बघत ती 'नाही, नाही' म्हणत जोरजोरात मान हलवी. एके दिवशी तर त्या फोनवर भांडल्याच. उम्माही खालच्या आवाजात बोलायचंय हे पार विसरून गेली. मी ऐकलं की ती म्हणतेय, "एखादा माणूस विग घालतो म्हणजे त्याच्या डोक्यावर केस नाहीयत आणि त्याच्या आवडी फार ढोबळ आहेत." मग ती "हॅलो, हॅलो, हॅलो" म्हणत राहिली आणि तिनं फोन पलंगावर टाकला. तिच्या बहिणीनं फोन एकदमच बंद केला होता. बरेच दिवस आम्ही मरियममौसीच्या फोनचा रिंगटोन ऐकला नाही. मला तर मध्ये पूर्ण वर्ष गेल्यासारखं वाटलं, पण खरंतर मध्ये फक्त चारच दिवस गेले होते. चार दिवसांनी मौसीनं फोन केला. तेव्हा उम्मा नेहमीपेक्षा खूप शांतपणे तिच्याशी बोलली. त्या दिवशी ती माझ्याकडे जास्तच टक लावून पाहत होती. पण या वेळी तिनं मरियममौसीला 'नाही'ही म्हटलं नाही आणि जोरजोरात मानही हलवली नाही.

त्या पाच महिन्यांमध्ये माझ्या डोक्यातील वाप्पांचं थडगं रिकामं झालं होतं. त्यांच्या हाडांचे बारीक-बारीक तुकडे झाले होते. त्यांच्यावर घातलेली चादर कसरीनं खाऊन टाकली होती. रोज रात्री प्रार्थनेच्या गालिचावर बसून रात्रीची प्रार्थना केल्यावर वाप्पुम्मा अल्लाला वाप्पांची कबर प्रशस्त होऊ दे, अशी प्रार्थना करायची. कधीकधी छोटीला मांडीवर घेऊन ती तिला ती प्रार्थना परत म्हणायला लावायची. छोटीनं त्या ओळी चुकीच्या म्हटल्यावर आम्ही खूप हसायचो.

पण कबर प्रशस्त करण्याची प्रार्थना का करायला पाहिजे, हे मला कळायचंच नाही. मृत माणसाला मृत्यूनंतर जागा प्रशस्त झाली तरी तिचा काय उपयोग? उम्मालाही त्यामागचं कारण माहीत नव्हतं. तीसुद्धा आपल्या प्रिय माणसांची कबर प्रशस्त होवो, अशी प्रार्थना करतच मोठी झाली होती. कदाचित कुराणात त्याचं कारण असावं. बिलालला अर्धं कुराण तोंडपाठ होतं. तो म्हणाला होता, की त्याचं कारण खरंच कुराणात आहे. पण ते त्याला आठवत नाहीय.

त्या पाच महिन्यांत मी पाहिलेल्या कोणत्याही टेलिव्हिजन स्क्रीनवर युरी किंवा येरिलचा शो पाच मिनिटांसाठीही दाखवला गेला नव्हता.

त्या पाच महिन्यांत मी फक्त एकदाच बीचवर गेलो. तेही चोरून. समुद्राच्या लाटांकडे पाहता-पाहता माझ्या मनात विचार आला, की कदाचित आकाश सोडलं तर फक्त समुद्रच काय तो अनादी काळापासून एकसारखाच आहे. तसाच निळा रंग, लाटांची तशीच गर्जना, तसाच दमट वारा.

बीचकडे चोरून जाण्यासाठी मी शुक्रवारची दुपार निवडली होती. त्या दिवशीची मधली सुट्टी नेहमीपेक्षा मोठी असे आणि शुक्रवारच्या नमाजला जाण्याचा बहाणा करून शाळेतील बरीच मुलं स्कूल कंपाउंडच्या बाहेर जात. आमच्या खेळाच्या मैदानापासून सुरू होणाऱ्या नारळाच्या बागा डोंगराच्या पायथ्यापर्यंत पसरलेल्या होत्या. मी मेन रोडनं न जाता या बागांमधून गेलो असतो तर जेवणाची सुट्टी संपायच्या आत मी शाळेत परत आलो असतो. पण मला तिथं एकट्याला जायचं नव्हतं. ही त्यातील मुख्य अडचण होती. माझे साहसी बेत अजूनही माझ्याबरोबर बिलाल येऊ शकेल का आणि त्याचा मूड काय असेल, यावर अवलंबून असत. मी त्याच्यावर अवलंबून आहे, हे माहीत असल्यानं त्या दिवशी माझ्याबरोबर यायला बिलालनं खूप आढेवेढे घेतले. कडक उन्हात एक मैल चालत जाण्याची कल्पना त्याला अजिबात आवडली नव्हती. त्यानं बरोबर यावं म्हणून मी त्याला आमच्या सीक्रेट बीचबद्दल सांगायची लाच दिली. पण त्यानं माझं हे बोलणं हसण्यावारीच नेलं. ''तू या गावाबाहेरचा आहेस. बीचवर किंवा गावात मी गेलो नाहीय, अशी एकही जागा नाहीय.'' बिलालनं बढाई मारली.

पण मग आपल्याला उन्हात तंगडतोड करायची नाहीय, याचा विसर पडून त्यानं मला सीक्रेट बीचवर घेऊन जायचं चॅलेंज दिलं. मग काय आम्ही पट्कन बीचचा रस्ता पकडला. मी खिशात गुपचूप पिवळे खडू भरलेले होते. दुसऱ्या कोणी येऊन आमचा खासगी बीच बळकावण्यापूर्वी वाप्पांचं नाव तिथं लिहायचंच, असा मी ठाम निश्चय केला.

बीचवर एक मोठी नाव पालथी घातलेली होती. त्याच्या सावलीत गोलाकार बसून पत्ते खेळणाऱ्या कोळ्यांना सोडता बीचवर तसा शुकशुकाट होता. जवळ गेल्यावर माझ्या लक्षात आलं, की ते पत्ते खेळत नव्हते. ते आपल्या मासे पकडण्याच्या जाळ्यांची दुरुस्ती करत होते. भर दुपारची वेळ असल्यानं त्यांच्या सावल्या त्यांच्या पायाशी आल्या होत्या. ते ज्या रिकाम्या गोलाभोवती बसून काम करत होते, त्या गोलात पडलेल्या होत्या. पण ते कामात इतके गढून गेलेले होते, की त्यांचं दुसरीकडे कुठंच लक्ष नव्हतं. आम्ही त्यांच्याजवळून गेलो, तेव्हा त्यांनी डोळे वर करून आमच्याकडे पाहिलंही नाही.

समुद्राच्या फेसाळ लाटा किनाऱ्याला येऊन भिडत होत्या. त्यांच्याजवळून खेकडे तुरुतुरु चालले होते. त्यांना पाहताच मला रियादची आठवण आली. मी त्याची खोली कल्पनेत पाहण्याचा प्रयत्न केला. मरियममौसी म्हणाली होती, की रियादची स्वत:ची अशी एक वेगळी खोली आहे आणि त्या खोलीत त्याच्या परवानगीशिवाय कोणी जायचं नसतं. माझ्या मनात आलं, की या घटकेला रियाद काय विचार करत असेल बरं? तो कधी तरी माझ्याबद्दल विचार करत असेल का आणि असलाच तर माझ्याबद्दल काय विचार करत असेल?

...मुख्य समुद्रापासून, त्यावर उभ्या असलेल्या गलबताच्या दोन सांगांड्यांपासून काळ्या खडकांनी लपवून ठेवलेला 'आमचा' सीक्रेट बीच खूप लांब होता. शिवाय त्या बीचच्या आणि आमच्यामध्ये तो अर्धवर्तुळाकार भयंकर पाणबंधारा होता. ही वाट अवघड होती. या वाटेला पर्यायी एक दुसरी सोपी वाट होती. तिच्यासाठी डोंगरकपारीपर्यंत चालत जावं लागायचं. तिथून खाली येणाऱ्या गोल-गोल रस्त्यानं सीक्रेट बीचपर्यंत जाता यायचं. पण बेत बदलायला आता वेळ नव्हता. त्यामुळे आम्ही निसरड्या पाणबंधाऱ्यावरूनच जायचं ठरवलं. तोल सांभाळण्यासाठी दोन्ही बाजूंना पक्ष्याच्या पंखांसारखे दोन्ही हात पसरून आम्ही चालायला लागलो. ही एकप्रकारे तारेवरून चालायची कसरतच होती.

आम्ही काहीच शेवाळलेले दगड पार केले असतील की आमच्यामागून कोणीतरी जोरात टाळ्या वाजवू लागलं. इतक्या जोरानं की चुकूनमाकून इकडे आलेला एखादा कावळा घाबरून दूर उडून गेला असता. आम्ही दोघं घाबरून जाऊन गर्रकन मागं वळलो. असं करताना आमचा तोल जवळजवळ गेलाच होता.

एक कोळी आपलं जाळं नीट करण्याचं काम सोडून देऊन तिथं उभा राहून टाळ्या वाजवत होता. जोरात मान हलवून त्यानं आम्हाला त्याच्याकडे बोलावलं. त्याला ओळखताच मला दरदरून घाम सुटला.

"तो माझ्या वाप्पांचा मित्र आहे. त्याचं नाव आहे कुन्युमोन." आम्ही निसरड्या वाटेनं परत बीचवर जायला निघालो, तेव्हा मी बिलालच्या कानात पुटपुटलो.

"मग?" त्याचा प्रश्न.

"आता तो मला इकबालचाचांकडे घेऊन जाईल. त्याला आमच्या घरातले सगळे लोक माहीत आहेत."

"मला खरंतर यायचंय नव्हतं इथं. तूच मला या गोंधळात घातलंस!" बिलाल रागानं पुटपुटला.

आम्ही पाणबंधाऱ्यावरून मुद्दामच हळूहळू चाललो होतो. आता त्या गलबतांना रेलून कुन्युमोननं एक सिगारेट शिलगावली होती. आम्ही त्याच्याजवळ पोहोचेपर्यंत त्याची सिगारेट जवळजवळ पूर्ण ओढून झाली होती.

"कुठं चालला होता रे तुम्ही?" आमच्याकडे न बघता खूप रागावल्याचा आव आणत त्यानं विचारलं.

"त्या खडकावर!" बिलाल म्हणाला. माझा घसा पूर्ण सुकून गेला होता. "काल बीचवर खेळताना माझा बॉल हरवला होता."

कुन्युमोननं आमच्या युनिफॉर्मकडे पाहत विचारलं, "आता तुम्ही शाळेत असायला हवे होता ना?"

"हो, पण तीन तासांनंतर शाळा सुटली. आता आम्हाला सुट्टी आहे." बिलाल म्हणाला.

"कसली सुट्टी आहे आज?"

"आमचे एक शिक्षक वारले."

"ते कसे काय?"

"अपघात झाला त्यांचा." बिलालनं लगेचच उत्तर दिलं, "बाकी काही मला माहीत नाही."

कुन्युमोननं खांद्यावरून मागं पाहत जाळं शिवणाऱ्या एका इसमाला विचारलं, "काय रे, तुझा मुलगा पण शाळेतून परत आला? एक शिक्षक वारले म्हणे."

"काय की! माहीत नाही." जाळ्यावरची नजरही न काढता तो इसम म्हणाला, "मला तर तो शाळेला गेलाय की नाही, हेही माहीत नाहीय."

यावर त्याच्याभोवतीचे कोळी फिस्सकन हसले. त्यांचे डोळे आधीप्रमाणेच खाली जाळ्यावर होते. बोटं जाळं नीट करत होती.

"तू कुठं राहतोस रे?" कुन्युमोननं बिलाला विचारलं.

"मी अनाथालयात राहतो." तो म्हणाला.

"आणि तू रे?" माझ्या छातीकडे बोट करत कुन्युमोननं मला विचारलं.

क्षणभर तो मला रागावतोय की माझे पाय ओढतोय, हेच मला कळेना. मी कुठं राहतो हे त्याला माहीत होतं. आपल्या मृत मित्राचं कुटुंब डोंगरमाथ्यावरून रेल्वे लाइनजवळच्या घरी राहायला आलंय, हे त्याला चांगलंच माहीत होतं.

वाप्पा वारल्यानंतरच्या पहिल्या आठवड्यात तो वाप्पुम्माला भेटायलादेखील आला होता.

"कुठं राहतोस तू?" कुन्युमोननं मला परत विचारलं.

"आम्ही दोघंही अनाथालयात राहतो." बिलाल म्हणाला.

"जा!" आमच्या खांद्यांना हलकेच ढकलत तो म्हणाला.

"परत कुणी इथं येऊन त्या खडकांजवळ खेळू नका." त्यानं आम्हाला तंबी दिली.

आम्ही घाईघाईनं शाळेकडे निघालो. आम्ही बऱ्याच नारळी-पोफळीच्या बागा

पार केल्या. त्यांचे वेगवेगळे मालक होते. पण त्यांच्या सीमारेषा दिसतील अशा नव्हत्या. कुन्युमोननं मला ओळखलं नाही याचं मला आश्चर्य तर वाटलंच, पण त्यापेक्षा जास्त खेद वाटला. त्यानंच तर मला आपल्या नावेत बसवून समुद्रावर नेलं होतं. समुद्राबद्दल मला जी काही माहिती होती, ती कुन्युमोनमुळेच होती.

बिलाल किंवा माझ्याकडे घड्याळ नव्हतं. तसंही घनदाट राईत प्रवेश केल्यावर किती वेळ गेला, किती वाजले हे कळतंच नाही. दूरवर शाळेची घंटा वाजत असेल या विचारानं आम्ही आमची चालण्याची गती वाढवली आणि ती खरीच वाजली, तेव्हा तर आम्ही एकमेकांत धावण्याची शर्यतच लावली. एकमेकांना हरवण्याचा प्रयत्न करत, आम्ही ओस पडलेल्या मैदानावर धाप लागेपर्यंत धावलो.

त्या रात्री घरातील बायका गावगप्पांसारख्या आपापल्या दुःखाच्या कहाण्या सांगत असता, मी मला अनाथ करू शकतील, अनाथालयात जागा मिळवून देऊ शकतील, अशा दुर्दैवी घटनांबद्दल विचार करण्याचा प्रयत्न केला. संभावित घटनांबद्दल विचार करण्यात दंग असताना माझ्या मनानं आपल्या इथं रिश्टर स्केलमध्ये दोनअंकी म्हणून नोंदवला गेलेला भूकंप आलेला आहे आणि आपण काही कारणास्तव घराबाहेर पडताच आपलं म्हणजेच वाप्पुम्माचं घर धाड्कन कोसळतंय, अशी कल्पना केली. या विचारात गुंगलो असतानाच मला गुंगी आली. मी जागा झालो, तेव्हा उम्मा रडत होती. हुंदके देता देताच म्हणत होती, ‘मला याला मागं सोडायचं नव्हतं’ तिचं बोलणं ऐकून माझ्या मनात आलेली पहिली गोष्ट ही होती की ती कुठं जायचा बेत करत होती आणि दुसरी गोष्ट होती की तिनं मला सोडून वाप्पांचं हे शहर सोडावं, असं कोणाला वाटत होतं?

मग मी परत झोपेच्या अधीन होण्याआधी खिडकीच्या काचांवर उन्हाचे पांढरे कवडसे पडले. बागेतील पक्ष्यांनी त्यांच्या नित्यकर्माला सुरुवात करण्यापूर्वी भिंतीवरील घड्याळातील पक्ष्यांनी आपलं काम सुरूही केलं होतं – कक्कू... कक्कू.... कक्कूऽऽ!

तीन

पौर्णिमेचा पूर्ण चंद्र सगळ्याच गोष्टींना बदलून टाकतो. तो मला गाणं गुणगुणायला लावतो. गाण्यावर ताल धरायला लावतो. एवढंच नाही तर तो मला आनंदानं जवळजवळ वेडावून टाकतो. तो जणू अल्लानं बागेवर लावलेला झिरो वॅटचा बल्ब असतो आणि सूर्य आकाशात येऊन त्याला फिकट करून टाकीपर्यंत तो रात्रभर जळत असतो. तुम्ही नवीन जागेत राहायला जाता, तेव्हा रात्री जळणाऱ्या दिव्याइतकं धैर्य तुम्हाला कोणीच देत नाही.

मला स्वत:च्याच संगतीत मध्यरात्रीनंतर खिडकीशी उभं राहून पूर्ण चंद्र पाहायला व झाडाच्या पानांवर चमकणारं त्याचं प्रतिबिंब पाहायला खूप आवडतं. त्या वेळी काही हलता कामा नये, अगदी झाडाचं पानसुद्धा नाही.

आम्ही वाप्पुम्माकडे राहायला आल्यापासून उत्तररात्री पूर्ण चंद्र पाहायला मिळालाच नाही. ज्यांची झोप हलकी आहे किंवा ज्यांना झोपच येत नाही, अशा दोन बायकांजवळून आणि कोणीतरी आपला पाठलाग करीत आहे या भीतीनं जोरजोरात किंचाळत जाणाऱ्या आगगाड्यांमुळे ज्याची झोप चाळवली जात आहे अशा बाळाजवळून गुपचूप जाणं सोपं नव्हतं. या दोन बायका जेव्हा एकमेकींची साथ देत घोरत असत आणि खिडकी उघडून शांत बागेकडे बघायला मी मोकळा होई, तेव्हा अल्लामियाचा हा दिवा विझून गेलेला असे.

ज्या दिवशी स्वयंपाकघरात खूप काम करायला लागे, त्या दिवशी दोघी अंथरुणाला पाठ टेकताच घोरायला लागत. एका रात्री चंद्र आमच्या शहरावर पृथ्वीचं एक कृष्ण-धवल चित्र असल्याप्रमाणे बसला होता. मी अंथरुणातून गुपचूप बाहेर पडलो आणि बॅले नर्तक चालतात तसं चवड्यांवर चालत खिडकीपाशी आलो.

आवळ्याच्या झाडापाशी असलेल्या हौदात चांदोबा लाटांबरोबर हलत होता. याच हौदाजवळ बसून वाप्पुम्मा पाच वेळा नमाज करायची. हौदाच्या पलीकडे चार विटांवर ठेवलेलं कोंबडीचं एक उंच खुराडं होतं. त्या खुराड्यात आता फक्त एकच कोंबडा राहिला होता. एका महिन्यापूर्वी तिथं एक कोंबडासुद्धा होती. पण आधी काही न सांगता एक दिवस अचानक मरियममौसी आली. ती दुपारच्या जेवणासाठी थांबली आणि खुराड्यातील कोंबडी अल्लाला प्यारी झाली. मरियममौसी या वेळी एकटीच आली होती. येताना घाईघाईनं बऱ्याच भेटवस्तू घेऊन आली होती. छोटीसाठी बाहुली, माझ्यासाठी खजूर, वाप्पुम्मासाठी शिंपल्याची जपमाळ आणि सगळ्यांसाठी चॉकलेट्स. आल्याबरोबर आपण फारच थोडा वेळ थांबणार आहोत असं तिनं सांगितलं अन् मग वाप्पुम्माला एकटीला बाहेर सोडून ती उम्माबरोबर एका खोलीत निघून गेली. खोलीला आतून कडी घालून ती आणि उम्मा काय बोलत होत्या की! बिचाऱ्या वाप्पुम्माला कोंबडीला पकडण्यासाठी तिच्याशी लाडंलाडं बोलावं लागलं. या गुन्ह्यासाठी अरबीमध्ये अल्लाची क्षमा मागावी लागली. अन् मग कोंबडीचा गळा सुरीनं कापावा लागला. उसांच्या विरळ ताट्याखाली त्या रक्तबंबाळ कोंबडीची तडफड कमी झाल्यावर मी घरात जाऊन दाराच्या की होलमधून बंद खोलीत काय चाललंय, याचा अंदाज घेऊ लागलो. दोघी बहिणी, आम्ही रात्री वाप्पुम्माबरोबर झोपायचो त्या कॉटवर बसल्या होत्या. दोघींचे चेहरे संध्याकाळी टीव्हीत येणाऱ्या भांडकुदळ नणंदा-भावजयांसारखे दिसत होते. उम्मानं दोन्ही हात गुडघ्यांभोवती लपेटलेले होते. मरियममौसी थोडी दूर बसलेली होती. तिच्या मांडीवर एक अल्बम होता. दोघा बहिणींच्या मध्ये हातात बाहुली घेऊन छोटी झोपलेली होती. एक पान काढून मरियममौसीनं बळजबरीनं तो अल्बम उम्माच्या हातात दिला. अल्बमकडे एक ओझरती नजर टाकून उम्मानं किळस आल्याप्रमाणे नजर दुसरीकडे वळवली. मरियममौसीनं अल्बमचं आणखी एक पान उम्माला दाखवलं. उम्मानं परत दुसरीकडे बघितलं.

याच वेळी मोठमोठ्या गुलाबी तुकड्यांमध्ये कापलेल्या कोंबडीला घेऊन स्वयंपाकघराकडे जाताना वाप्पुम्मानं मला पाय दुमडून खोलीत पाहताना बघितलं. मला दरवाजापासून दूर हुसकावत ती म्हणाली, ‘‘जा. गल्लीत क्रिकेट मॅच चाललीय, तिथं जाऊन खेळ बरं!’’

मी गल्लीत गेलोही, पण माझ्या संकोची स्वभावामुळे मला खेळायला घ्या म्हणून मी कोणत्याच टीमला सांगितलं नाही. बस्स... तिथं बसून मॅच बघत राहिलो. बॅटिंग करणाऱ्यांच्या चेहऱ्यावर खोटीखोटीच एकाग्रता होती आणि बॉलिंग करणाऱ्यांच्या देहबोलीत खोटाखोटाच आक्रमणाचा भाव होता. अर्ध्या तासानं मी घरी आलो, तेव्हा घरात चिकन करीचा खमंग वास पसरलेला होता आणि आता

वाप्पुम्मा बंद खोलीच्या की होलमधून आत काय चाललंय, ते पाहत होती.

जवळजवळ आणखी एका तासानं ते बंद दार उघडलं गेलं. उम्मा आणि मावशी खोलीतून बाहेर आल्या. मरियममौसीच्या चेहऱ्यावर एक प्रकारचं स्मित होतं. ते कुणाला दिसू नये या प्रयत्नात तिचा चेहरा, दातात थोडी कळ येत असल्यासारखा दिसत होता. उम्माचे डोळे लाल झाले होते आणि नाक एकदमच सर्दी झाल्यासारखं फुरफुरत होतं.

मरियममौसीनं वाप्पुम्माच्या स्वयंपाकाची नेहमीपेक्षा जरा जास्तच स्तुती केली. तिनं आपल्या नवऱ्याला मिस कॉल केला. त्यानं इंटरनेटवरून तिच्याशी चॅट केल्यावर ती त्याला म्हणाली, ''बरं का! करीमकडची चिकन करी आता सगळ्यात चविष्ट चिकन करी राहिलेली नाही. वाप्पुम्मानं इतकी मस्त केलीय ना चिकन करी!''

मौसीनं वाप्पुम्माला रशीदचाचांशी बोलण्याचा खूप आग्रह केल्यावर वाप्पुम्मा त्यांच्याशी बोलली. सुरुवातीचं बोलणं झाल्यावर रशीदचाचा म्हणाले, ''वाप्पुम्मा, हे बरं नाही हं! तुम्ही आपले खास पदार्थ फक्त माझ्या बायकोला तेवढे खायला घालता.'' चाचांकडून आपली स्तुती ऐकून वाप्पुम्मा इतकी खूश झाली की ती म्हणाली, ''अहो, असं काही नाहीय हो. आता पुढल्या वेळी तुम्ही आलात ना की तुम्हालाही खायला घालीन मी आमच्या कोंबड्याची चिकन करी. मग सांगा, कधी येताहात तुम्ही आमच्या घरी?''

''लवकरच. इन्शा अल्लाह, खूप लवकर.'' रशीदचाचा उत्साहानं म्हणाले.

रशीदचाचांनी भारतात पाऊल टाकल्या दिवशी खुराड्यातील कोंबडा मरणार होता. एखाद्या वाईट स्वप्नातून उठवल्या गेलेल्या म्हाताऱ्या माणसाप्रमाणे तो खुराड्यात येरझाऱ्या घालत होता. पूर्ण चंद्र आकाशात असताना कोंबडे झोपू शकत नाहीत. चांदण्यानं त्यालाही जागंच ठेवलं होतं. अशा वेळी कोंबड्यांना तुम्ही खुराड्यातून बाहेर काढलंत, तर ते मंद क्वॅकऽ क्वॅक आवाज करत झोपेत चालणाऱ्या माणसाप्रमाणे इकडेतिकडे हिंडत राहतात. नाही मिस्टर अनविन, ही माझ्या मनची गोष्ट नाहीय. मी ती 'का, का आणि का' या पुस्तकात वाचलीय. त्या पुस्तकात अशाच छोट्या छोट्या, विचित्र पण खऱ्या गोष्टी दिलेल्या आहेत. मी ते पुस्तक वाचलं नसतं तर तुम्हाला आणि मला त्या गोष्टी कळल्याच नसत्या, 'का, का आणि का' पुस्तकात लिहिलंय, की अशा रीतीनं चांदणं त्यांना कितीही दूर जाण्यास प्रवृत्त करतं.

वाळुंजीच्या लांबट पानांच्या टोकाशी चंद्र, पावसाच्या थेंबाप्रमाणे चमकत होता. रेल्वे लाइनच्या पलीकडच्या रस्त्यावर रांगेनं वडाची झाडं होती. काही झाडांच्या खाली बसेस थांबायच्या. शेवटच्या फेरीनंतर त्या तिथंच असायच्या.

त्यांच्यावर खिडक्यांपर्यंत ताडपत्री घातलेली असायची. चांदण्यात दिसणारं हे दृश्य, एखाद्या चित्राप्रमाणं स्थिर, नि:शब्द होतं. काळोखात दिसणाऱ्या बसच्या आकृतीमागं झाडांखालून कोणी तरी गेलं तेव्हा, माझं काळीज लक्कन हललं. माझ्या मांड्यांच्या सांध्यापर्यंत लघवी एखाद्या जेटप्रमाणे वेगात आली, पण तिथं येताच ती थांबली. ती भीतीच्या एका मोठ्या बिंदूत परिवर्तित झाली. पांढरे कपडे घातलेली एक बाई मागं-पुढं बघत रस्ता व रेल्वेचे रूळ यांच्यामधील हिरव्या पट्टीपर्यंत चालत आली. मग ती सिग्नल पोस्टजवळ थांबली. तिथं एक लाल गोल दिसायचा. तो पुढील सूचना मिळेपर्यंत, आगगाड्यांनी शहरात जाऊ नये, अशी सूचना द्यायचा.

कोण आहे ही बाई? ही झोपेत चालतीय का भूत आहे?

एक क्षण मला वाटलं, की घरात झोपलेल्या बायकांना उठवून त्यांना ही गोष्ट सांगावी, ऐकल्यावर उम्माची तर घाबरगुंडीच उडाली असती. पण ती काय भानगड आहे, याचा शोध घेण्यासाठी वाप्पुम्मा बागेत आली असती. मी एका सावलीमागं लपून त्या बाईवर नजर ठेवण्याचा निश्चय केला. ती बाई दोन रुळांच्या मधोमध जाऊन उभी राहिली. रुळाच्या वळणावर उभ्या असलेल्या इमारतीकडे पाहत राहिली. त्या इमारतीचं छप्पर चांदण्यात चमकत होतं. छपराचे वासे भडक रंगाच्या प्रकाशात न्हाऊन निघाले होते. रेल्वे रुळांच्या मधोमध ती एकदम ताठ व निश्चल उभी होती जणूकाही कोणी तिचा फोटोच काढणार होतं.

...अचानक सिग्नलच्या खांबावरचा भगभगीत लाल दिवा, प्रसन्न हिरव्या रंगाचा झाला. लवकरच लांबवरून गाडीच्या खडखडाटाचा आवाज ऐकू येऊ लागला. गाडीचा अखंड चाललेला आक्रोश ऐकू आला. या आगगाडीला आमच्या स्टेशनवर थांबायची उसंत नव्हती. वाप्पुम्माच्या घरी राहायला आल्यावर या गाडीचा खडखडाट मला नेहमी जागं करायचा. आधी आधी तर भूकंप झालाय की काय, या विचारानं मी धास्तावून उठायचो.

क्षणाक्षणाला जवळ येणाऱ्या आगगाडीचा आवाज कर्कश होत गेला. तरीही ती बाई रुळांच्या मधोमध काहीही हालचाल न करता उभीच राहिली. अचानकच गाडीची धडधड, खडखड दूर गेल्यासारखी वाटली. पण मग परत तो भीतिदायक आवाज येऊ लागला. गाडी रुळावरून घसरली तर नाहीय ना, या भीतीनं माझं काळीज धडधडू लागलं. गाडीनं दिलेल्या लांबलचक शिट्टीनं आभाळ फाटल्यासारखं वाटलं. तो तिला रुळांवरून बाजूला व्हायचा इशारा असावा. पण ती बाई उलट त्या कान फाटायला लावणाऱ्या शिट्टीच्या दिशेनंच जाऊ लागली. मी फट्कन खिडकी बंद केली आणि माझ्या बिछान्याकडे पळत आलो. डोळे घट्ट मिटून गाढ झोपेत असल्याचं सोंग घेतलं. माझ्या मिटल्या डोळ्यांतूनही मला झेपावत्या

आयताकार डब्यांच्या साखळीनं बनलेल्या त्या आगगाडीची छाया माझ्या झोपायच्या खोलीच्या भिंतीवर धाड् धाड् आपटत असल्याचा भास झाला. मग आगगाडीचं किंकाळणं बंद झालं. मी डोळे उघडले, तेव्हा भिंतीवर कोणत्याही प्रकारची छाया नव्हती. तिच्यावर ठोकलेल्या खिळ्यांवर टांगलेल्या वस्तू, चित्रं मात्र होती.

दुसऱ्या दिवशी सकाळी गवळ्याला गुड्स शेडजवळच्या एका खंदकात एका बाईचं मृत शरीर मिळण्यापूर्वी– तशी ही जागा, मी त्या बाईला पाहिलं होतं त्या जागेपासून खूप लांब आहे– वाप्पुम्मानं तिच्या स्वप्नात वाप्पा आल्याचं सांगितलं. तिच्या स्वप्नात ते एक लहान मुलगा बनून आले होते आणि एका खिडकीशी उभे राहून चांदण्यात न्हायलेली बाग बघत होते. मला एकदम खीऽ खी करून हसावं वाटलं. कारण मिस्टर अनविन, ते स्वप्न नव्हतंच. खिडकीशी तर मीच उभा होतो.

गौमती अम्मुम्माच्या नवऱ्यानं सकाळी फिरून आल्यावर आम्हाला सांगितलं, की खंदकातून बाहेर काढलेल्या मृत शरीराला डोकंच नव्हतं. आमच्या गेटपासून आम्हाला मृत शरीराभोवती दाटीवाटीनं उभा असलेला लोकांचा एक जमाव दिसत होता. येणाऱ्या-जाणाऱ्या गाड्यांमधून डोकं बाहेर काढून प्रवासी मृतदेहाला ओझरतं पाहत होते. एका झुडपात त्या बाईचं डोकं मिळाल्यावरही तिची ओळख कोणालाच पटली नाही. लोकल चॅनल्समधून तिचा चेंदामेंदा झालेला चेहरा दाखवून, ‘या कोणाला माहीत आहेत का?’’ असं क्विझ प्रोग्रॅमप्रमाणे विचारल्यावरही तिला ताब्यात घ्यायला कोणी आलं नाही, त्या बाईला शेवटचं आपणच पाहिलं आहे या विचारानं माझ्या मनात अपराधीपणाची भावना आली. जणूकाही मीच तिच्या मृत्यूला जबाबदार होतो. मला अगदी मनापासून वाटत होतं, की तिच्या नातेवाइकांपैकी कोणी तरी यावं आणि गुड्स शेडमागं घाईघाईनं खड्डा खणून त्यात पुरलेलं तिचं शव बाहेर काढून, तिचे मृतावशेष या शहरापासून दूर घेऊन जावेत.

“ती माझी उम्मा असू शकेल.’’ एकदा बिलाल म्हणाला. खोटं खोटं दु:ख दाखवण्यासाठी त्यानं आपले डोळे बारीक केले; बोटं जिभेवर घासून, ओली करून ती थुंकी त्यानं स्वत:च्या डोळ्यांना, गालांना लावली. छोट्या शहरातील या मुलांची विनोदबुद्धी खूपच विचित्र असते. शिवननं हेच वेगळ्या तऱ्हेनं दाखवलं असतं आणि त्याचे हावभाव पाहून मी फक्कन हसलो असतो. बिलालच्या नाटकीपणामुळे मला शिवनची आणखीच प्रकर्षानं आठवण आली.

“मला एक आई होती,’’ बिलाल एकदम म्हणाला. त्याच्या विनोद करण्याच्या प्रयत्नाला मी जोरजोरात हसून दाद दिली नाही. फक्त एक अर्धस्मित केलं. या गोष्टीनं तो दुखावला गेला असेल.

"अरे, खरंच मला एक आई होती." हाताच्या मागच्या बाजूनं गालांना लावलेली थुंकी पुसत तो म्हणाला, "मला ती चांगली आठवतीय."

आणि मग मिस्टर अनविन, बिलालनं मला त्याची गोष्ट सांगितली. त्या क्षणापर्यंत त्याच्याही जीवनात माझ्या जीवनासारखा भूतकाळ असेल, हे मला जाणवलंच नव्हतं. त्याला पाहून त्याला भूतकाळ किंवा भविष्यकाळही असेल, असं कधी वाटायचंच नाही.

बिलालची गोष्ट इतकी लहान होती, की ती ऐकून माझी निराशाच झाली. ती वर्तमानपत्रातील बातमीपेक्षाही लहान आणि साधीसुधी, सपक होती. तीसुद्धा त्यानं इतक्या घाईगडबडीनं सांगितली, की त्याचा भूतकाळ ऐकून कोणालाही त्याच्यावर दया आली नसती. पण आता मी त्याची गोष्ट तुम्हाला सांगतो. अगदी बारीकसारीक तपशिलासह. असे तपशील तुम्ही फक्त गोष्टीतच वाचता... शेवटी मी एका कथाकाराचा मुलगा आहे आणि वाप्पांच्या पावलावर पाऊन ठेवून त्यांच्या वाटेनं पुढे जाणं, हे माझं अत्यंत आवडतं स्वप्न होतं. शिवाय तुम्हीही प्रतिभावंतांना शोधून त्यांच्या प्रतिभेला पैलू पाडता.

...तर ही आहे बिलालची गोष्ट.

बिलालची सुरुवातीची आठवण होती, तो अनाथ कसा झाला याबद्दल. कोणीतरी आपल्याला आपलं मूल मानून संगोपनासाठी घ्यावं, यासाठी त्यानं खूप वाट पाहिली. त्याला चांगलं आठवत होतं, की तो एका काळोख्या, विचित्र शहरातून आपल्या आईबरोबर चालत होता. त्याच्या आईच्या खांद्यावर एक ज्यूटची पिशवी होती आणि हातात एक प्लॅस्टिक बॅग, त्यांच्याजवळच्या सामानावरून ते लांबच्या प्रवासाला निघालेले होते असं वाटत होतं, पण आपण आईला आपण कुठं निघालोय हे विचारलं की नाही, हे त्याला आठवत नव्हतं. बैठ्या घरांच्या विरळ सावल्यांमधून ते गुपचूप चालले होते. दुकानांवर टांगलेल्या कागदी चांदण्यांवरून तो डिसेंबर महिना असावा, असा त्याचा अंदाज आहे. बागेवरून येणाऱ्या गार वाऱ्यानं त्याला शहारल्यासारखं झालं. पोलीस स्टेशनच्या खिडक्यांमधून खिन्न, पिवळा प्रकाश येत होता. तिथं आल्यावर तिनं त्याचा हात हातात घेऊन रस्ता पार केला. रस्त्याच्या पलीकडे एक बस स्टॅन्ड जणू त्यांचीच वाट पाहत उभं होतं. आता विचार करता बिलालला आपली आई त्या दिवशी योग्य क्षणाची वाट पाहत होती असं वाटतं. त्या दिवशी त्याला आपण कधी एकदा लांबच्या प्रवासाला निघतोय आणि बसमध्ये आपल्याला खिडकीजवळची जागा मिळतेय, असं झालं होतं.

त्याला दूरवर जाणाऱ्या आगगाड्यांचे आवाज येत होते. ते ऐकून आपल्याला एखाद्या जुन्या, खटारा बसमधून प्रवास करायला मिळण्याऐवजी आगगाडीतून

प्रवास करायला मिळावा, असं फार फार वाटलं होतं. तो त्याचा आगगाडीचा पहिला प्रवास असता.

ट्रॅफिक आयलंडच्या पलीकडील एका झाडामागं एक अंधुक लाल ठिपका दिसला. त्याची त्रिज्या इतकी लहान होती, की तिच्या प्रकाशात त्या सिगारेट पिणाऱ्याचा चेहराही दिसला नसता. बिलालच्या शेजारी त्याची आई चुळबुळ करत उभी होती. ती आपल्याकडे डोळ्यांच्या कोपऱ्यांमधून पाहतीय, हे बिलालला जाणवलं. अगदी हळूहळू एक गाणं गुणगुणत तिनं बिलालच्या हातात ती प्लॅस्टिकची बॅग दिली.

"मी येईपर्यंत इथंच थांब." ती म्हणाली.

तो मोकळा रस्ता पार करण्याआधी तिनं रस्त्याच्या दोन्ही बाजूंना पाहिलं. ती अंधारात दिसेनाशी होईपर्यंत तिनं लावलेल्या जाईच्या स्वस्त अत्तराचा वास आसमंतात दरवळत होता. बिलाल वाट पाहत, सांगितलेल्या ठिकाणी उभा राहिला. हळूहळू रात्र ओसरली. पोलीस स्टेशनच्या खिडक्यांमधून येणारा रोगट पिवळा प्रकाश आणखीनच फिकट होत गेला. शेवटी तर राखाडी रंगाचा झाला. पहाटेच्या फिकट निळ्या प्रकाशात त्याला एक माणूस दिसला. मशिदीसमोरच्या कट्ट्यावर तो त्या दिवशीच्या वर्तमानपत्रांचे गठ्ठे बांधत होता.

...त्या दिवशीच्या पहाटेपासून वर्तमानपत्रांमध्ये बिलालच्या मनावर खोल जखम करण्याची शक्ती आली होती. आपण अनाथ, पोरके झालो आहोत ही भावना, ताजी असताना त्याला फार यातनादायक वाटे. तिची तीव्रता आता बऱ्याच प्रमाणात कमी झाली होती, पण तरी ती जिवंत तर होतीच. अजूनही त्याला वर्तमानपत्र आपल्या पार बदलून गेलेल्या जीवनाची आठवण करून देई. वर्तमानपत्र पाहताच त्याच्या मनात कळ उठे.

दिवस उजळत गेला तसं त्याला एकदम वाटलं, की त्याची आई आता परत येणारच नाहीय. या जाणिवेनं त्याला थंडगार हाताप्रमाणे पकडून ठेवलं. बस स्टॉपच्या एका पायाला त्यानं घट्ट मिठी मारली आणि दुसऱ्या हातानं ती प्लॅस्टिकची बॅग उराशी कवटाळली. अचानक त्याच्या तोंडून एक जोरदार किंकाळी फुटली. वर्तमानपत्रं वेगळी करणारा माणूस हातातील काम थांबवून त्याच्याकडे धावत आला. बस स्टॉपपासून थोडं दूर उभं राहून कपाळाला आठ्या पाडत त्याच्यावर गुरकावला, "ए, मुतणं थांबव रे बाबा!"

बिलालच्या नकळत त्याच्या मांड्यांमधून गरम पाण्याची धार लागली होती आणि स्टॉपच्या रेड ऑक्साइडच्या फरशीवर त्याचं तळ साचलं होतं. वर्तमानपत्र विक्रेत्याच्या ओरडण्यानं ती धार तर थांबली, पण त्याचं मुसमुसणं अजून चालूच होतं. त्याचं बोलणं ऐकून तो माणूस त्याला पोलीस स्टेशनला घेऊन गेला.

अजूनही त्याचं स्फुंदणं चालूच होतं. विचित्र म्हणजे त्या दिवशी तो जिथं जिथं जात होता, तिथं तिथं त्याच्या आईचा वास त्याच्याबरोबर येत होता. कदाचित मिट्ट काळोखात ते या शहरात यायला निघाले, तेव्हा तिनं त्याच्या शर्टवर अत्तराचे थेंब शिंपडले असावेत. ते आधी शेतांमधून चढउतार करत आले, तेव्हा तांदळाच्या सुकत चाललेल्या पिकाच्या वासानं त्यांना सोबत केली होती. त्याच्या अंगाला येणाऱ्या मुताचा वास घालवायला एका पोलिसानं त्याला नळाखाली बसवलं आणि साबणाच्या छोट्याशा लाल तुकड्यानं त्याचं पूर्ण शरीर घासलं. तरीही त्या अत्तराच्या वासानं त्याची पाठ सोडली नाही. त्याच्या आईनं प्लॅस्टिक बॅगमध्ये त्याचे तीन शर्ट, दोन हाफ पॅन्ट्स, एक पातळ पांढरा टॉवेल, एक स्वच्छ कंगवा, एक दात घासायचा ब्रश, ग्लुकोज बिस्किटांचा अर्धा पुडा आणि कुराणची एक फाटकीतुटकी प्रत ठेवलेली होती.

त्यातील शेवटच्या गोष्टीनं दिवस संपता संपता त्याला मातकट रंगाच्या कशाबशा उभ्या असलेल्या मशिदीत आसरा मिळाला. ती इमारत बांधकाम संपत आलेल्या इमारतीपेक्षा, धुळीत मिळू पाहणाऱ्या पडक्या वास्तूसारखी जास्त दिसत होती. पंधराहून जास्त दिवस त्यानं नाजूक डिझाइन असलेल्या एका कमानीसारख्या खिडकीजवळ बसून काढले. त्याचं सगळं लक्ष त्या बस स्टॉपकडे असायचं. त्याला एक वेडी आशा होती की त्याची आई परत येईल आणि सांगितलेल्या ठिकाणी तो न दिसल्यानं वेडीपिशी होऊन त्याचा शोध घेऊ लागेल. रात्री तो पिवळट पडत चाललेल्या वर्तमानपत्रांनी कव्हर केलेल्या झुंबराखाली पसरलेल्या हिरव्या प्लॅस्टिक चटईवर पडून राही. लाकडी दरवाजांची वाट पाहत उभ्या असलेल्या कमानींमधून वाऱ्याच्या झुळकी येत. झुंबराच्या न दिसणाऱ्या घंटा मंद आवाज करीत. त्याच्या अश्रूंनी भिजलेल्या डोळ्यांसमोर मशिदीनं हळूहळू आकार घेतला. तिच्यावर मटारीच्या दाण्यासारख्या हिरव्या घुमटानं छत्र धरलं. तिच्या चारी बाजूंना फिकट पिवळे मनोरे-मिनार आले. संगमरवराच्या चमचमत्या फरशा आल्या. नमाजासाठी लोकांना आवाहन करण्यास उपयोगी पडणारी ध्वनियंत्रणा आली. हात-पाय धुण्याची सोय करणारा पाण्याचा हौद आला. त्याचबरोबर बिलालभोवती एक अनाथालयही वाढू लागलं. त्या अनाथालयात त्याच्यापेक्षा जास्त सुदैवी मुलं राहू लागली. ती जगाशी एकाहून अधिक माणसांच्या द्वारे जोडलेली होती. त्याचा मात्र जगाशी एकाच बाईमुळे संबंध होता. त्याच्या आईमुळे! आणि तीसुद्धा शहर म्हणवणाऱ्या, गोंधळ-गोंगाट करणाऱ्या हिडीस इमारतींवर भोपळ्यासारखा सूर्य उगवण्याच्या खूप आधी अंधारात मिसळून नाहीशी झाली होती.

मशीद आणि अनाथालयाच्या औपचारिक उद्घाटनाआधीची संध्याकाळ. रंगाचा

शेवटचा हात मारला जाणाऱ्या अनाथालयात अनाथ मुलांची रीघ लागली होती. पूर्ण अनाथालयात पालक नसणारा असा बिलाल एकटाच मुलगा होता, हे कळल्यावर बिलालला आश्चर्यही वाटलं आणि खूप दुःखही झालं. काही मुलांना तर आई, वडील असे दोन्ही पालक होते. ज्या कुटुंबाचं उत्पन्न सामान्य कुटुंबापेक्षा फार कमी होतं, त्या कुटुंबातील मुलांना मशीद अनाथ मानते आणि ईदच्या सणासाठी सनाथ मानून त्यांना त्यांच्या घरी जाऊ देते, हे बिलालला समजायला बरेच आठवडे जावे लागले. ईद साजरी केल्यावर ती मुलं आनंदी असत आणि घरापासून दूर यावं लागल्यानं उदासही. ती मशिदीतील अनाथालयात परत येत, तेव्हा त्यांच्या शॉर्ट्सच्या आत खेळण्यातील बंदूक आणि टिकल्यांची माळ लपवलेली असे.

रमदानची ईद असो किंवा बकरी ईद, बिलाल अनाथालयात एकटाच असे. त्याच्या आजूबाजूला असायचे अनाथालयातील इतर मुलांचे रिकामे पलंग आणि सोबतीला दूर दिसणारं कब्रस्तान. मी त्याला ईदसाठी बोगनव्हिलाला बोलावलं, तेव्हा तो खूपच आश्चर्यचकित झाला होता.

...हा होता बिलालच्या गोष्टीचा शेवट.

बिलालच्या गोष्टीनं मी हेलावून गेलो. मी पाहिलेली पांढऱ्या कपड्यातील ती बाई, त्याची आई असू शकेल आणि तिनं कदाचित अचानक त्याच्या शोधासाठी या शहरात यायचं ठरवलं असेल, या विचारानं मी आणखीच बेचैन झालो. मी कल्पना केली, की खूप वर्षं आधी वेगळ्या मार्गानं जाण्याआधी तिनं त्याला पोलीस स्टेशनजवळच्या ज्या बस स्टॅन्डवर सोडलं होतं, तिथं ती आधी गेली असेल. चांदण्या रात्री सुन्या सुन्या शहरात ती बिलालला हाका मारत हिंडतेय, असं चित्र माझ्या डोळ्यांसमोर आलं. रस्त्यावरची कुत्री तिला पाहून भुंकत राहिली असतील, तिची सावली तिचा पाठलाग करत राहिली असेल. स्टॅन्डवरील एखाद्या बसजवळून जाता जाता शहरामधून जाणाऱ्या रेल्वे मार्गाची तिला आठवण आली असेल आणि तिनं त्याच्या कडेकडेनं जावं, असा विचार केला असेल. खिडकी बंद करून पलंगाकडे धाव घेण्याआधी रेल्वे रुळावर जे जे घडलं, त्याचा मी योगायोगानं साक्षीदार झालो होतो.

ती खरंच बिलालची उम्मा असेल का? मला वाटतं, ही माझ्या कल्पनेची अचाट भरारीही असेल. गोष्ट सांगायची तीव्र इच्छा असलेल्या लोकांना कल्पनेची भरारी मारायचा रोगच असतो.

चार

मला आठवतंय, की माझ्या हातातून इतिहासाचं पुस्तक खाली गळून पडलं. त्यानंतर डोळ्यांसमोर पसरलेल्या अंधाराच्या एका लांबलचक बोळाशिवाय मला दुसरं काही आठवत नाहीय. जणू काही मी अजाणता त्या अंधाऱ्या भुयारात पाऊल टाकलं होतं आणि माझ्या एखाद्या छोट्याशा चुकीसाठी अल्लानं मला घाबरवण्यासाठी त्या भुयाराच्या दोन्ही बाजू अंधारात बुडवून टाकल्या होत्या. एखाददुसरं मिनिट मी बेशुद्ध असेन. शुद्धीवर आलो, तेव्हा पूर्ण वर्ग खुर्च्यांच्या रांगांमधील मोकळ्या जागेत जमा होऊन माझ्या ओल्या चेहऱ्याकडे टकामका बघत होता. हातात पाण्याची बाटली घेऊन आमच्या इतिहासाच्या बाई वाकून माझ्याकडे बघत होत्या. बाटलीतील अर्धंअधिक पाणी त्यांनी माझ्या चेहऱ्यावर शिंपडलेलं होतं. मला स्वतःचीच इतकी लाज वाटली, की परत एकदा बेशुद्ध पडावं आणि परत कधी शुद्धीवर येऊच नये असं वाटलं. शाळेत असं घेरी येऊन पडल्यानं तुम्हाला टोपणनाव वगैरे काही मिळत नसेल, पण तुम्ही असे घेरी येऊन मूर्च्छित झाला होता हे वर्गातील मुलांच्या कायम लक्षात राहतं. तुम्हाला फेफरं येऊन बेशुद्ध होण्याचा रोग आहे असं त्यांना वाटतं आणि तुम्हाला कोणी खेळायला घेत नाही. खेळताना टीममध्ये आणखी एखाद्या खेळाडूची खूप गरज असली तरी ते तुम्हाला खेळायला बोलवत नाहीत. शाळेत असताना बेशुद्ध पडणं, ही वाईटच गोष्ट आहे. पण त्याहूनही किंवा सगळ्यात जास्त वाईट गोष्ट आहे, वर्गात असताना चड्डीत शी करणं.

"तुझा मोठा भाऊ किंवा बहीण या शाळेत शिकताहेत का?" बाटलीतील पाणी मला प्यायला लावल्यावर आमच्या बाईंनी मला विचारलं.

"नाही." मी म्हटलं.

"चुलत, मामेभाऊ?"

"नाही."

"मग याला घरी कोण पोहोचवणार?" बाईंनी कडक स्वरात मुलांना विचारलं, जणूकाही मला कोणामुळे घेरी आली होती, याचाच तपास करत होत्या त्या.

"मी पोहोचवीन त्याला घरी." बिलालनं हात वर करून उत्साहानं म्हटलं.

"याचा उत्साह तर बघा." पूर्ण वर्गाला हसवत त्या म्हणाल्या. पर्समधून तीन नोटा काढून बिलालला देत त्या म्हणाल्या, "ऑटोनं ने त्याला."

"त्याला घरी सोडल्यावर मला परत शाळेत यावं लागेल का?" बिलालनं विचारलं.

"त्याचा काय उपयोग?" बाईंनी विचारलं आणि दुसऱ्यांदा वर्ग हास्याच्या खळखळाटात बुडून गेला.

स्कूल गेटजवळ आल्यावर बिलालनं तिथं थांबून माझ्या तब्येतीची चौकशी केली. थोडाच वेळ अंधारून आल्यासारखं वाटलं होतं मला, पण आता खूपच शक्ती आल्यासारखं, ताजंतवानं वाटत होतं. जणू काही बेशुद्ध पडल्यानंतरच्या काही मिनिटांत मी माझी झोप पूर्ण करून घेतली होती. जणूकाही दर रात्री मला झोप न आल्यानं कॉम्प्युटरच्या गेममध्ये असतात तसे माझे निगेटिव्ह पॉइंट्स जास्त होऊन माझा शक्तिपात झाला होता. आता माझ्यातील बॅटरी पूर्णपणे भरली होती आणि हिरवा प्रकाश देऊन ती तो संकेतही देत होती.

"आपण शहरातील चौकापर्यंतच ऑटो घेऊ या का? वाचवलेल्या पैशातून आपण काहीतरी खाऊ शकू."

"आपण पूर्णच चालत जाऊ या ना. म्हणजे सगळेच पैसे वाचतील."

"तसं नाही करू शकणार आपण. कोणीतरी आपल्यावर लक्ष ठेवून आहे. मागं वळून नको पाहूस." बिलाल.

पण मी मान वळवून पाहिलंच. ज्या ज्या वेळी कोणीतरी मला अमुक अमुक मुलांकडे पाहू नकोस असं सांगतं, त्या त्या वेळी मी हमखास त्या मुलांकडे पाहतो. या वेळी मी मागे वळून पाहिलं, तेव्हा मला आमच्या इतिहासाच्या बाई एका खिडकीजवळ स्थिर उभ्या राहून आमच्याकडेच रोखून बघताहेत असं दिसलं. त्यामुळे आम्ही शहराच्या चौकापर्यंतच रिक्षा ठरवली. मग पोलीस स्टेशनमागच्या एका घाणरेड्या बेकरीत उरलेल्या पैशांचे कोला आणि केक घेतले. कोलाच्या बाटलीतील शेवटचा थेंब मी चाखत होतो, तेव्हा कडुलिंबाच्या फांदीने अर्धवट झाकल्या गेलेल्या एका खिडकीतून मला अत्यंत परिचित असलेल्या एका गाण्याचे स्वर ऐकू आले. खिडकीपासून बऱ्याच अंतरावर असलेल्या टीव्हीवरून ते स्वर

येत होते. टीव्हीचा शो बहुतेक आई आणि मुलगा किंवा पूर्ण कुटुंब एकत्र बसून पाहत होतं.

"तो युरीचा शो आहे." मी उत्साहित होऊन म्हटलं.

"कोणाचा म्हणालास?" बिलालनं गोंधळून जाऊन विचारलं.

"अरे, तो युरी की येरिल आहे ना, त्याचा शो. टीव्हीवरचा एक शो."

"बरं, मग त्याचं काय?"

या छोट्याशा शहरातील कोणीतरी युरी की येरिलचा रशियात तयार झालेला शो बघत असेल, युरी की येरिल किंवा त्यांचे आई-बाबा किंवा तिच्या मोठ्या भावानं– हा मला मीच आहे, असं वाटे– किंवा कधीमधी झिरझिरीत कागदात गुंडाळलेली भेटवस्तू घेऊन येणाऱ्या पाहुण्यानं बोललेला एकही शब्द कळत नसतानाही, त्यांची गोष्ट समजत असेल यावर माझा विश्वासच बसेना. तसे उन्हाळ्याच्या सुट्टीत बरेचसे रशियन या छोट्या शहराच्या गल्ल्यांमध्ये फेरफटका मारायचे. त्यामुळेच डोंगराच्या शिखराशी असलेल्या जवळजवळ सर्व हॉटेलमधील मेन्यू कार्डात रशियन भाषेत पदार्थांची नाव असलेलं एक पान असे. समजा, असा एखादा रशियन माणूस गल्लीत फिरता फिरता बेकरीजवळ कोक घ्यायला थांबला आणि त्याच्या कानांवर युरी की येरिल या शोचं शीर्षकगीत अस्पष्टसं गेलं, तर पानाच्या थुंकीनं रंगलेली ही गल्ली त्याच्या कायमची लक्षात राहील. ती बेकरी, तिच्यावरची ती छोटीशी खिडकी त्याच्या आठवणीत कायमची कोरली जाईल.

इतिहासाच्या बाईंनी उदारहस्ते दिलेल्या पैशांमधील शेवटचा रुपया खर्च करून झाल्यावर आम्ही घराकडे मोर्चा वळवला. ट्रॅफिक आयलंड आल्यावर आम्ही दोघांनी वेगवेगळ्या दिशा पकडल्या. बिलाल मशिदीच्या शेवाळलेल्या भिंतीला वळसा घालून मनीप्लान्ट्सनी झाकलेल्या हिरव्या इमारतीकडे गेला आणि मी रेल्वे लाइनच्या कडेकडेनं जाणाऱ्या कच्च्या रस्त्यावर चालू लागलो.

घराजवळ आल्यावर मी पाहिलं, की एक अनोळखी माणूस छोटीला बळजबरीनं कडेवर घेऊन बागेत येरझाऱ्या घालत आहे. तो तिला बोटानं कोमेजू लागलेली फुलं, लाल आणि जांभळी फुलपाखरं दाखवत होता. खरंतर त्यातील काहीएक तिथं नव्हतं. पण तो छोटीला रमवण्याचा, नादी लावायचा प्रकार असावा. मला गेटजवळ पाहताच तो जसा काही थिजून गेला आणि छोटी त्याच्या छातीवर हात रोवून त्याला ढकलण्याचा प्रयत्न करू लागली. त्याच्या डोक्यावर दाट चमकते केस होते. त्याच्या केसांचा भांग मशीननं शिवल्यासारखा वाटत होता. छोटीच्या चुळबुळीनं आणि त्याला दूर ढकलण्याच्या प्रयत्नामुळे आपण काळजीपूर्वक केलेली केशसज्जा बिघडून तर जाणार नाही ना, या भीतीनं तो माणूस धास्तावलेला वाटला. त्यानं विग घातलेला आहे, हे लक्षात येताच, उम्मानं अशा माणसाबद्दल

मरियममौसीला काय सांगितलं होतं, ते मला आठवलं. ती म्हणाली होती, की विग घालणाऱ्या माणसांच्या डोक्यावर केस तर नसतातच, शिवाय त्याच्या आवडीनिवडीही फारच ढोबळ असतात. उम्माच्या या उद्‌गारांवर चिडून मरियममौसीनं तिकडे फोन धाड्‌कन आपटला होता. नंतर तिनं उम्माला फोन करायला तब्बल चार दिवस घेतले होते. बहिणी-बहिणीत हा अबोला सुरू होण्यापूर्वी त्या या माणसाबद्दल तर बोलत नव्हत्या? तो माणूस माझ्याकडे पाहून क्षमायाचना करत असल्याप्रमाणे हसला. कदाचित छोटीनं त्याच्यावर अचानक हल्ला केला तर त्याचा प्रतिकार करण्यासाठी म्हणून किंवा खबरदारी म्हणून, त्यानं एक हात आपल्या हनुवटीखाली ठेवलेला होता.

हॉलमध्ये वाप्पांच्या अर्धस्मित करणाऱ्या फोटोच्या अगदी खाली, एका सोफ्यावर बसून रशीदचाचा डुलकी घेत होते. त्यांच्या मांडीवर उघडून ठेवलेलं वर्तमानपत्र होतं. मी आमच्या झोपायच्या खोलीत गेलो. उम्मा आणि मरियममौसी पलंगाच्या विरुद्ध दिशेला बसलेल्या होत्या आणि दोघींमध्ये भयाण शांतता पसरलेली होती. उम्मानं आपल्या केसांची छान वेणी घातली होती. तिनं घातलेले स्टार्चचे कपडे इतके ताठर होते की ते कागदाचे कपडे वाटत होते. मला पाहून ती कसनुशी हसली आणि खिडकीबाहेर पाहू लागली. मला आश्चर्य वाटलं की मी इतक्या लवकर का घरी आलो हा प्रश्नही तिनं विचारला नाही. माझ्या उजव्या डोळ्याजवळचा लाल मोठा डागही तिला दिसला नाही. घेरी येऊन खाली पडल्यानं मला तिथंच तर मुका मार बसला होता. काल रात्री तिच्या बहिणीच्या फोनचा तो खास रिंगटोन वाजून त्यांच्यात काही तरी बोलणं झालं. तेव्हापासून तिचं काहीतरी बिनसलेलं होतं. त्यांच्यात नेहमीप्रमाणं खूप वेळ बोलणं झालं नाही. उम्मानं फोन लगेचच बंद केला. मग खोलीतील दिवा घालवून टाकून ती पलंगावर गुपचूप पडून राहिली. काही वेळानं ती मोठमोठे उसासे टाकू लागली आणि मग तर स्फुंदून स्फुंदून रडू लागली. पंख्याचे असतात तसे तिच्या हुंदक्यांच्या आवाजाचे वेगवेगळे प्रकार होते. तिला झोपलेल्या वाप्पुम्माला आपल्या हुंदक्यांनी जागं करायचं नव्हतं. त्यांनी तिला धीराचे शब्द आणि कुराणामधील आयती ऐकवू नयेत यासाठीही ती अत्यंत हळू आवाजात हुंदके देत होती. तिनं माझ्यावर ओणवं होऊन माझ्या कपाळाचा मुका घेतला नसता तर मलाही ती रडतीय हे कळलं नसतं, पण तिचे कढत अश्रू माझ्या चेहऱ्यावर टपटपले. आणि माझ्या गालांवरून ते माझेच अश्रू असल्यासारखे खाली ओघळले. मी झोपेचं सोंग घेऊन अंथरुणावर पडून राहिलो. मला वाटलं होतं, की ती तिच्या शेजारी झोपलेल्या छोटीचाही ती पापा घेईल. पण तिनं तसं केलं नाही. ती उठून बसली आणि कक्कू... कक्कू करणाऱ्या कोकिळेच्या घड्याळाकडे पाहत राहिली.

उम्माचे हात माझ्या केसांवरून हळुवारपणे फिरत होते. त्यानंतर ती काय करते, हे मला माहीतच होतं. ती आता टेबलाशी जाईल. तिथल्या वहीतून एक पान फाडून घेईल आणि माझ्या नावानं तिचं शेवटचं पत्र लिहील. मग छोटीला कडेवर घेऊन दाराच्या जुन्यापान्या बिजागिरी जितक्या हळू दार उघडू देतील, तितक्या हळुवारपणे ते उघडून गुपचूप बाहेर निघून जाईल. बहुतेक रोजच वाप्पुम्मा वर्तमानपत्रातील बातम्या जोरात वाचून दाखवी. त्यात अशा बायकांच्या बातम्या असत, ज्या नदीवर बांधलेल्या धरणाच्या खोल पाण्यात उडी घेण्याआधी आपल्या मुलांना त्यात फेकून देत, स्वत:ला आग लावून घेत किंवा स्वखुशीनं फाशी जात.

मी खिडकीच्या तावदानावर सूर्यप्रकाश येईपर्यंत जागं राहायचं असं ठरवलं. असं कोणाला कळू न देता जागं राहणं आणि झोपेच्या राज्यात जाणं यांच्यामधील सीमारेषेवर मी खूप वेळ घुटमळत राहिलो आणि मग कधी झोपेच्या राज्यात गेलो, ते मला कळलंच नाही. झोपेच्या राज्यात मी एका स्वप्नात घुसलो. त्या स्वप्नाच्या मधोमध एक शिवण होती. ती स्वप्न आणि सत्य यांना बेमालूम जोडत होती. सत्यात उम्मा गप्प असलेल्या कोकिळेच्या घड्याळाकडे टक लावून बघत होती आणि स्वप्नात तिच्यात आणि वाप्पुम्मामध्ये जीवन आणि मरण यांच्याबद्दल वादविवाद चाललेला होता. शेवटी एकदाचा तो वाद संपला. उम्मा तो वाद जिंकून घराबाहेर पडली. वाप्पुम्माचा हरलेला, कुरकुरणारा आवाज एका अंधाऱ्या बोळकांडात जाऊन विरला.

चकचकीत फांदीखाली कक्कू, कक्कू करणाऱ्या लाकडी कोकिळांच्या आवाजानं मला जाग आली. खोली रिकामी होती. खिडक्यांखाली आंब्याच्या पानांच्या सावल्या झगमगत होत्या. मी पट्कन पलंगावरून खाली उडी घेतली आणि घाबरत घाबरत पूर्ण घर पालथं घातलं. स्वप्नात घडलेल्या घटनेचा थेट परिणाम म्हणून स्वप्नाबाहेर उम्मा मरण पावली की काय, या शंकेची पाल मनात चुकचुकली.

...एरव्ही मी शाळेत जाताना मला निरोप द्यायला ती कधी बाहेर यायची नाही, पण त्या दिवशी ती खाली उतरून घराच्या ड्राइव्हवेपर्यंत आली. मी रेल्वे लाइन ओलांडून मेन रोडवरच्या वडाच्या झाडाखालून चालू लागेपर्यंत ती गेटजवळ उभी राहून माझ्याकडे एकटक पाहत होती...

..."चल, सलम अंकलशी ओळख करून देते मी तुझी." कॉटवरून कशीबशी उठत, हातानं कपडे नीट करत, मरियममौसी मला म्हणाली, "एव्हाना छोटीची त्यांच्याशी दोस्तीही झाली आहे."

पण घाईघाईनं हवेत हात हलवत उम्मा म्हणाली, "नंतर नंतर गं ते सगळं. त्याला आधी खाऊन तर घेऊ दे."

मी शाळेच्या मधल्या सुट्टीआधी आलोय, हे वाप्पुम्माच्याही लक्षात आलं नाही. ती घरामागील शेडमध्ये उकळत्या पाण्याच्या भांड्यापाशी जमिनीवर बसलेली होती. चेहरा उतरलेला, हालचालींत एकप्रकारची अस्वस्थता. उकळत्या पाण्याची वाफ भांड्यावरील झाकणाला आतून ढुशी मारू लागली, तशी तिनं पळीनं झाकण बाजूला केलं. थड् आवाज करत ते जमिनीवर पडलं. त्यात उकळणारा रस्सा बुडबुड्यांनी वेढून गेला होता. हळूहळू ते बुडबुडे फुटू लागले आणि तिनं केलेल्या रश्शाचा खमंग वास मागची भिंत ओलांडून मागच्या घरात शिरला. गौमती अम्मुम्मानं मधल्या भिंतीच्या वर मान उचलात विचारलं, "पाहुणे आलेले दिसताहेत.' वाप्पुम्मानं चेहऱ्यावरील रेषही न हलवता "हो." म्हटलं आणि गौमती अम्मुम्मासाठी एका लहानशा वाडग्यात तो वाफाळणारा रस्सा काढून ठेवला.

पुढच्या वेळी तुम्ही घरी याल, तेव्हा कोंबड्याचा रस्सा करीन असं वचन वाप्पुम्मानं रशीदचाचांना दिलं होतं, पण आता ते तिला भेटायला येऊनही तिनं कोंबड्याला जीवदान दिलं होतं. जांभळाच्या झाडाजवळच्या चिखलात तो आरामात इथं-तिथं चोच मारत होता. पण फार्ममध्ये वाढवलेली कोंबडीची पिल्लं मात्र रश्श्याच्या पाणीदार थडग्यात तरंगत होती. ते पाहून मला जहाजातील पेट्रोल पाण्यात पसरून त्यात मेलेल्या, तरंगणाऱ्या बदकांच्या बातमीची आणि त्यांच्या त्या फोटोची आठवण आली. मरियममौसीनं डायनिंग टेबलवर विग घातलेल्या त्या माणसाजवळ मी बसावं आणि त्याला सलम अंकल म्हणावं म्हणून हट्टच धरला. एव्हाना छोटीची त्या अंकलच्या मिठीतून सुटका झाली होती. ती झोपण्याच्या खोलीत मजेत खेळत होती.

माझ्या प्लेटमध्ये भाताचे चमचेच्या चमचे रिकामे करत सलम अंकल, तेवढा भात मी खाल्लाच पाहिजे असा आग्रह करत होते. ते अशाप्रकारे मला आग्रह करत होते, जणू हे त्यांचंच घर होतं आणि मी इथला पाहुणा होतो.

मरियममौसीनं गृहस्वामिनीची भूमिका स्वीकारली होती. ती क्रॉकरी टेबलावर फिरवत होती. रिकामे झालेले ग्लास पाण्यानं भरत होती.

"तुम्ही फारच कमी खाताय हं!" म्हणून सलम अंकलना आणि "तुम्ही फारच जास्त खाताय हं!" म्हणून चाचांना खोटं खोटं रागवत होती.

उम्मा बेडरूममध्येच बसली होती. घराची खरी मालकीण वाप्पुम्मा चिकन करीचं लहानसं भांडं हातात घेऊन मागच्या अंगणातील फरशीवर उभी होती. पलीकडच्या अंगणातील फरशीवर उभ्या असलेल्या गौमती अम्मुम्माबरोबर ती काहीतरी बोलत होती.

पाहुणे निघून गेल्यावर मी शाळेतून लवकर घरी आलोय, हे वाप्पुम्माच्या

लक्षात आलं आणि उम्मानं माझ्या उजव्या डोळ्याच्या वर नकाशासारखा पडलेला लालसर डाग पाहिला. घेरी येऊन पडण्याचा माझा पहिला प्रसंग मी दोघींना वेगवेगळा सांगितला जणूकाही मी दुसऱ्या जगात जाऊन परत आलो होतो. माझं बोलणं ऐकून त्यांना माझी काळजी वाटू लागली. पण त्यांच्या मनात दुसरंच काहीतरी खदखदत असावं. रात्री दोघीही अगदी गुपचूप होत्या. जीवन-मरणाबद्दल वादविवाद नाहीत की तक्रारवजा एक शब्द नाही. ही चिडिचूप त्यांच्यावर कोणीतरी लादलीय, असं वाटत होतं. मधून मधून सुस्कारे टाकल्याचा किंवा घोरण्याचा आवाज येत होता. तब्बल तीन दिवस आणि तीन रात्री त्यांचा हा अबोला टिकला. दिवसभर त्या एकमेकींच्या सावलीपासूनही दूर राहायच्या. फक्त रात्रीच काय त्या एका खोलीत असत, कारण आम्ही चौघंही तिथल्या जोडपलंगावर झोपत असू. त्या कॉटचं तोंड बागेमधील आंब्याच्या हलत्या सावल्या पडायच्या त्या भिंतीकडे होतं. मला वाटायचं, की खोलीतील पंख्यांच्या वाऱ्यामुळे आंब्याची पानं हलताहेत, पण खरंतर ती बागेतील वाऱ्याच्या झुळकीमुळे हलायची.

उम्मा खूप वेळपर्यंत फोनवर बोलत असायची. नेहमीपेक्षा खूप शांत शांत असायची. तिच्या जवळून वाप्पुम्मा गेल्यावर तर ती आणखीनच कमी बोलायची. चौथ्या दिवशी पांढरं पागोटं घातलेला आणि वेडीवाकडी वाढलेली पांढरी दाढी असलेला एक खूप उंच म्हातारा आमच्याकडे आला. त्याच्या हातात एक छत्री होती. पण तो माणूस तिचा उपयोग चालताना हातात धरलेल्या काठीसारखाच जास्त करत होता. उम्मानं त्याला वाप्पांच्या अर्धस्मित करणाऱ्या फोटोखाली एका जुन्यापुराण्या सोफ्यावर बसवलं आणि 'थंगलचाचा' आलेयत, असं वाप्पुम्माला सांगून आपलं अबोल्याचं व्रत सोडलं.

सोफ्यावर बसलेल्या थंगलचाचांना वाप्पुम्मा डॉक्टरना भेटणाऱ्या लहान मुलाच्या उत्साहानं (!) भेटली. पण मग मात्र ती दोघं फार वर्षांनी भेटलेल्या बालपणीच्या मित्रांप्रमाणे तासन्तास बोलत राहिले. जोरात शिट्टी वाजवत एखादी आगगाडी घराजवळून जाई, तेव्हाच काय तो त्यांच्या बोलण्यात खंड पडे. रुळांवर बसून सिगारेट फुंकणाऱ्या किंवा गप्पागोष्टी करत बसलेल्या लोकांकडे पाहूनच त्या आगगाड्या धूर ओकीत, शिट्ट्या वाजवीत. एक लांबलचक आगगाडी वळणावरून वळून पुढे गेली अन् थोडी शांतता पसरली, तेव्हा थंगलचाचांचं बोलणं माझ्या कानावर आलं. ते म्हणत होते, "उम्माचे आई-वडील खूप आधीच वारलेले आहेत. तिची बहीण मरियम आणि तिचा नवरा रियादमध्ये राहताहेत आणि त्यांचा वाया गेलेला भाऊ कुठं आहे, ते एक अल्लालाच माहीत. त्यामुळे तिची काळजी घेणारा, तिला जवळचा असा मीच एक नातेवाईक आहे. त्यामुळे, एका दुःखद घटनेमुळे तिचं आयुष्य मातीमोल होऊ नये याची काळजी घेणं, हे मी

माझं कर्तव्य मानतो. तो मुलगा खूप चांगला आहे.'' हे ते माझ्याबद्दलच बोलताहेत असं मला वाटलं, पण मग पुढे ते म्हणाले, ''मुलगा चांगला कमावताही आहे.'' त्यांचे हे शब्द ऐकल्यावर माझ्या लक्षात आलं, की ते सलम अंकलबद्दल बोलत आहेत. काही वेळानं ते म्हणाले, ''सुरुवातीला त्या मुलाला परिस्थितीशी जुळवून घेणं थोडं कठीण जाईल.'' मला वाटलं, की ते सलम अंकलच्या विगबद्दल आणि छोटीमुळे तो सांभाळणं त्यांना किती जिकिरीचं होणार आहे याबद्दल बोलत आहेत. पण नंतर ते म्हणाले, ''वाप्पुम्मांच्या छायेखाली मुलगा सुखरूप आणि सुखात राहील.'' आता हे ते माझ्याबद्दलच बोलताहेत, हे माझ्या पट्कन लक्षात आलं. घराजवळून बऱ्याच आगगाड्या निघून गेल्यावर आणि काळ्या चहाचे बरेच कप पोटात रिचवल्यावर थंगलचाचांनी आपलं बस्तान हलवलं. ड्राइव्ह वेवरच्या मातीवर ठरावीक अंतरावर छत्रीचे ठसे उमटवत ते हळूहळू नजरेआड गेले.

त्याच रात्री उम्मा आणि वाप्पुम्मांनं रात्रीच्या काळोखात आपलं बोलणं पुन्हा सुरू केलं. मीही परत कान देऊन त्याचं बोलणं ऐकू लागलो. पहिल्यांदा वाप्पुम्माच बोलली. तुला जीवन नव्या उमेदीनं जगता आलं तर मला आनंदच होईल, असं वाप्पुम्मा म्हणाली. यावर मला मरण आलं तर फार चांगलं होईल, असं उम्मा म्हणाली; पण तिच्या आवाजात एक मोठ्ठी काळजी दूर झाल्याचा भाव होता. नेहमीसारखी वाप्पुम्मा तिला धीर देणारे शब्द उच्चारत नव्हती. ती काहीच बोलली नाही. परत एकदा एक कानठळ्या बसवणारा भोंगा वाजला. गाडीचा खडखडाट ऐकू आला. भिंतीवर गाडीची लांबलचक हलती सावली पडली. छोटीनं एक छोटासा हुंदका दिला आणि ती परत शांत झोपी गेली. माझं मन घरातून उडालं आणि बोगद्यातून, नारळी-पोफळीच्या बागांमधून, शांत-निवांत भातशेतीजवळून, चमचमत्या तलावांजवळून, नद्यांजवळून, झोपलेल्या गावांजवळून वेगानं जाणाऱ्या आगगाडीमागून धावू लागलं. पण माझ्या कानांनी वाप्पुम्माचे शब्द टिपलेच. वाप्पुम्मा उम्माला म्हणत होती, ''आपल्या मुलाबद्दल काही काळजी करू नकोस. मी त्याच्या वाप्पाला मोठं केलं, तसंच यालाही मोठा करीन.''

वाप्पुम्मानं आपल्या लांबट बोटांनी माझा हात थोपटला. ''माझा सगळ्यात लहान मुलगा वारला तरीही मी जिवंत आहे, यामागं परवरदिगारचा काहीतरी हेतू असावा.''

माझ्या डोळ्यांपुढे वाप्पांची दोन रूपे आली. एक ते लहान मुलगा असतानाचं आणि दुसरं त्यांची हाडं हाडं निघाली होती तेव्हाचं.

''त्याच्या मुलाला मोठं करण्यासाठीच अल्लानं मला अजून जिवंत ठेवलं असावं.''

यावर कोणीही काही बोललं नाही. बागेतून वाऱ्यानं सळसळणाऱ्या पानांचा

आवाज आला. आंब्याच्या पानांच्या सावल्या भिंतीवर लवलवत होत्या. मला परत वाटलं, की पंख्याचा वाराच त्यांना हलवत आहे. मी झोपेच्या कुशीत शिरणार इतक्यात माझ्या कानांवर उम्माचा आवाज आला, ''पण मी अजून काहीही ठरवलेलं नाहीय. कदाचित मी कुठेच जाणार नाही. माझ्या लेकरांसोबत मरेपर्यंत इथंच राहीन.''

आता मागे वळून पाहता उम्मानं हे शब्द खरंच उच्चारले होते की झोपेच्या कुशीत जाताना मला हे शब्द ऐकल्यासारखे वाटले याबद्दल मी खात्रीपूर्वक काहीही सांगू शकत नाही. पण त्या रात्री मी खूप गाढ झोपी गेलो, एवढं मात्र मला नक्की आठवतंय, त्या रात्री मला चांगली किंवा वाईट या शब्दात ज्यांचं वर्णन करता येईल किंवा यांपैकी कोणतीही नसणारीही स्वप्नं पडली नाहीत.

पाच

"उद्याचं वाईट वाटतंय तुला?" मी डायनिंग टेबलच्या कॉर्नरवर बसून रात्रीचं जेवण जेवत असताना उम्मानं मला विचारलं. वाप्पुम्मा झोपायच्या खोलीत छोटीबरोबर बसलेली होती. फणसाच्या झाडाला वेढलेल्या वेलींच्या जाळीत जाईची फुलं फुललेली होती. ती फुलं काळ्या बुंध्यावर पांढरे ठिपके घातल्यासारखी दिसत होती.

जिन्याखालच्या भिंतीवर काळविटाचं एक तोंड लावलेलं होतं. त्याच्या सारंगीसारख्या शिंगांवर पातळ धागे गुंडाळलेले होते. मी खूप लहान म्हणजे छोटीपेक्षा एखाद्या वर्षानं मोठा असताना, त्या काळविटाच्या थंड नजरेनं, त्याच्या शिंगांच्या धारदारपणानं आणि मी जिन्याचा कठडा धरून वरून खाली धावताना त्या शिंगांवर माझं डोकं आदळेल या भीतीमुळे माझ्या मनाचा थरकाप उडे.

पण ज्या दिवशी मला कळलं, की हा काळवीट जंगलातून नाही तर एका कारागिराच्या अंगणातून इथं आलेला आहे आणि त्याची शिंगं हाडांची नसून कागदाच्या लगद्यापासून बनवलेली आहेत, त्या दिवसापासून मी त्याच्या जवळून जाताना त्याच्या मधासारख्या डोळ्यांत आपलं प्रतिबिंब निरखून पाहिल्याशिवाय कधी राहिलो नाही. तो काळवीट या घराइतकाच जुना होता आणि वाप्पा, यास्मिनबुआ आणि याझिन यांची ते लहान असताना, त्या भिंतीवरील सजावटीची एकमेव वस्तू होता. वाप्पुम्मानं त्याला येता-जाताना हात लावायची मला मनाई केली होती, जेव्हा जेव्हा मी जिन्यातून खाली येताना त्या काळविटासमोर उभा राहून त्याच्या चमकत्या डोळ्यात माझं प्रतिबिंब पाही, तेव्हा तेव्हा वाप्पुम्मा जिन्याच्या कठड्याच्या गजावर चेहरा दाबून माझ्याकडे निरखून पाहत राही, त्या

वेळी काळविटाच्या डोळ्यांतील तिचं प्रतिबिंब वेडवाकडं, पिंजऱ्यात कोंडलेल्या आफ्रिकन मुंगसासारखं दिसे.

... "मी तुझ्याशी बोलतेय. काळविटाशी नाही," उम्मा म्हणाली. "उद्या जे होणार आहे, त्यामुळे तू खूश आहेस ना?"

खरंतर दुसऱ्या दिवशी जे होणार होतं, त्यामुळे मी मनातल्या मनात दुःखी होतो. ज्या क्षणी मला समजलं, की दुसऱ्या दिवशी सकाळी मरियममौसी आपल्या नवऱ्याबरोबर आणि मुलाबरोबर येणार आहे, तेव्हापासून माझं मन बेचैन झालेलं होतं. रियाद भेटायला येणार आहे या कल्पनेनं मला मी त्याच्यापुढे फार खुजा आहे, असं वाटू लागलं. जे जे पिझ्झा मी खाऊ शकत नव्हतो, त्यांच्यामुळे आणि मला माहीत नसणारे कितीतरी टीव्ही शोज आहेत आणि मी त्यांना मुकतोय, या कल्पनेनंच मला कससं व्हायला लागलं.

"म्हणजे तुला उद्याबद्दल काहीच उत्साह नाहीय?" माझं मन वाचता येत असल्याप्रमाणे उम्मा म्हणाली.

मला तिला सांगायचं होतं, की मला उद्याबद्दल खरंच वाईट वाटतंय, पण माझं बोलणं ऐकून ती कदाचित रडायला लागेल या भीतीनं मी गप्पच राहिलो.

"तुला कशाचं वाईट वाटतंय हे जर तू मला सांगितलंस, तर मी त्याबाबत काहीतरी करू शकेन." ती जोर देऊन म्हणाली.

मी क्षणभर विचार केला. तिला नक्की काय सांगावं, हे मला कळेना. मला कशाचं वाईट वाटतंय हे समजा मी सांगू शकलो तरी त्याबद्दल ती काही करू शकेल की नाही, हे मला माहीत नव्हतं.

"सांग बरं मला." तिचा आवाज कठोर होता, पण त्यात अजिजी होती.

"उद्यासाठी माझ्याकडे नवीन कपडे नाहीत," माझ्या तोंडून शब्द बाहेर पडले.

"मीही नवीन काही घालणार नाहीय." ती स्वतःचा बचाव करत असल्याप्रमाणे म्हणाली.

"माझ्या सगळ्या शर्टच्या कॉलर फाटलेल्या आहेत." मी म्हणालो.

रियाद माझ्यामागे उभं राहून माझ्या मानेकडे पाहत आहे आणि मी किती बिच्चारा आहे म्हणून माझी कीव करत आहे, अशी मी कल्पना केली.

माझं बोलणं ऐकून उम्माचे डोळे अचानक दातदुखी झाल्याप्रमाणे बारीक झाले. नाक चोंदल्याप्रमाणे ती शिंकू लागली. मग घड्याळाकडे नजर टाकून ती पट्कन खुर्चीतून उठून चालायला लागली, पण मध्येच थांबून ती परत वळली आणि खुर्चीत जाऊन बसली.

"आता दुकानात जायला फार वेळ झालाय. एव्हाना सगळी दुकानं बंद

झाली असतील.'' ती म्हणाली.

मी खिडकीत जाऊन फणसाच्या झाडाच्या पलीकडे नजर टाकली. मेन रोडवरील एका दुकानात रेडिमेड कपडे विकत. तिथं मी दुकानाच्या शोरूममध्ये माझ्यासारखा कचकड्याचा पुतळा पाहिला होता. त्यानं घातलेला अंड्याच्या बलकाच्या रंगाचा पिवळा शर्ट मला फार आवडला होता. त्या शर्टच्या खांद्यावर कशिदा केलेलं एक चित्र होतं. शर्टच्या पाकिटावर एक छानसं पदक होतं. त्या शोरूममध्ये चार जणांचं एक छान कुटुंब होतं. नवरा, बायको, त्यांचा एक मुलगा आणि दोन पोनिटेल घातलेली एक छोटीशी मुलगी! वाप्पा जिवंत असते, तर आमचं कुटुंबही असंच दिसलं असतं. शोरूममधील ते कुटुंब पाहून वाटत होतं, की वाप्पांसकट आम्ही सर्व किमतीची लेबलंही न काढता, आमचे सगळ्यात नवीन कपडे घालून बाहेर निघालो आहोत. पण आम्ही ते कुटुंब होऊच शकलो नसतो, कारण त्या कुटुंबातील सगळी माणसं कोड झाल्यासारखी पांढरीफटक होती. शाळेत जाता-येताना मी या दुकानावरून जायचो. त्या कुटुंबाकडे पाहून माझ्या मनात नेहमी यायचं, की सगळी शहरं सोडून हे कुटुंब आमच्याच छोट्या शहरात कसं काय येऊन पोहोचलं असेल! त्या कुटुंबातील सर्व जण खूप दूरच्या शहरातून ट्रकनं इथं आले असतील. ते सगळे वेगवेगळ्या वेळी, वेगवेगळ्या ट्रकमधूनही इथं आले असतील. दुकानाच्या शोरूममध्ये एकत्र उभं राहून एका सुखी कुटुंबाचं चित्र उभं करण्याचा आदेश मिळण्यापूर्वी त्यांची एकमेकांशी ओळखदेखही नसेल.

दुकानाचं नाव दाखवणारे नियॉनचे दिवे एव्हाना बंद झाले होते. काचेच्या खिडकीवरचं मधमाशांच्या पोळ्यासारखं दिसणारं शटर बंद झालं होतं. 'उद्या सकाळी त्या दुकानातला तो शर्ट विकत घ्यायचाच.' मी माझ्या मनाला बजावलं. माझ्या कपाटातील शर्टच्या राशीतील दुसरा कोणताही शर्ट घालावासा वाटेना. माझी उंची आणि साइझ फारसा बदलला नसला तरी माझी आवड आता पार बदलली होती.

''केव्हा उघडतं ते दुकान?''

''साधारण दहा वाजता.''

''मग फारच उशीर होईल रे. मरियममौसी आल्या-आल्या आपल्याला तिच्याबरोबर निघायचंय. ती येणार आहे साडेनऊच्या सुमाराला. बरं. मी बघते कसं जमवायचं ते.''

''जमत नसेल, तर तुम्ही सगळे मला सोडून जा तिथं.''

उम्मानं डोळे मिटून एक सुस्कारा टाकला. तिनं डोळे उघडले, तेव्हा तिच्या डोळ्यांत पाणी आलेलं होतं.

''बरं!'' उम्माच्या डोळ्यांतील अश्रू गालांवर ओघळण्याआधी मी पट्कन

म्हणालो, ''मरियममौसी आल्याबरोबर आपण निघू या. मी लाल टी-शर्ट घालीन. त्याची कॉलर इतकी काही खराब झालेली नाही.''

''मला एक आयडिया सुचलीय. हो, पण तुला ती आवडली तरच आपण तसं करू,'' उम्मा म्हणाली.

उम्माची आयडिया न ऐकताच मला आवडायला लागली होती.

''तुझ्या आधीच्या युनिफॉर्मचा शर्ट! नवीनच आहे की तो!''

मेन रोडवरचं कपड्यांचं दुकान नाही तरी दुसऱ्या दिवशी सकाळपर्यंत उघडणारच नव्हतं. त्यामुळे मला उम्माची शर्टची आयडिया भलतीच आवडली. ती राखाडी रंगाची पॅन्ट आणि तिच्यावरचा पांढरा शर्ट मी जेमतेम एक महिनाच वापरला असेल. वाप्पांची तब्येत जास्तच बिघडायला लागल्यावर आम्ही आमचं मोठं शहर सोडून वाप्पांच्या छोट्या शहरात जायचं ठरवलं. आपल्या शहरातील समुद्राचा आवाज ऐकत मरणाला सामोरं जायची त्यांची इच्छा पूर्ण करण्यासाठी. युनिफॉर्मची ही पॅन्ट व शर्ट एकदम नवे होते. प्रत्येक शैक्षणिक वर्ष संपताना युनिफॉर्मवर शाई उडवायचा आमचा कार्यक्रम व्हायचा. पण त्याला अजून पूर्ण वर्ष जायचं होतं. त्या पॅन्ट-शर्टनी एका ट्रंकच्या तळाशी बसून आमच्याबरोबर मेट्रो लाइनशेजारच्या आमच्या अपार्टमेंटपासून बोगनव्हिलाच्या बंगल्यापर्यंत आणि तिथून वाप्पुम्माच्या घरापर्यंतचा प्रवास केला होता.

''मला आवडली तुझी आयडिया!'' मी खूश होऊन म्हटलं.

ती ट्रंक एका पलंगाखाली होती. वाईट आठवणींच्या गाठोड्याप्रमाणे आम्ही ती ट्रंक पलंगाखालून बाहेर ओढली. ट्रंकमध्ये कितीतरी पडदे एकावर एक घड्या घालून ठेवलेले होते. आता ते पडदे घालण्यासारख्या खिडक्याच आमच्या घरात नव्हत्या. त्या सगळ्या पडद्यांच्या खाली तो शर्ट आणि ती पॅन्ट होती. ड्रायक्लीनिंगच्या ब्राउन पेपरच्या पाकिटात नीट ठेवलेली. उम्मानं ते पाकीट उघडून शर्ट-पॅन्टवरची धूळ झटकली, तेव्हा त्यातून डांबराच्या गोळ्या खाली पडल्या.

''मला वाटतं, शर्ट-पॅन्ट धुवायला हवेत.'' उम्मा म्हणाली.

ती ते कपडे घेऊन मागच्या अंगणातील धुण्याच्या दगडापाशी गेली आणि कंदिलाच्या प्रकाशात तिनं ते कपडे कणीक तिंबल्याप्रमाणे चांगले चुबकून काढले. मी फणसाच्या झाडापाशी जाऊन लांबवर पसरलेल्या जाईच्या वेलीवरील पांढरे ठिपके खुडले. ती सगळी फुलं मी एका मोठ्या पानापासून केलेल्या द्रोणात गोळा केली. त्या लांबवर आडव्यातिडव्या पसरलेल्या वेलींवर खूप खूप फुलं होती. शिवाय खाली जमिनीवर गळून पडलेल्या पानांच्या ढिगांवरही किती तरी फुलं होती. ओल्या कपड्यात पाण्याचा एकही थेंब राहू नये, अशाप्रकारे उम्मानं कपडे पिळून काढले आणि मग ते कपडे वाळवण्यासाठी वापरात येणाऱ्या इलेक्ट्रिक

वायरवर पसरले. तिचं ते काम संपताच मी तिला फुलांनी भरलेला द्रोण दिला.

"उद्या केसांत माळू शकशील तू ही फुलं." मी तिला म्हटलं.

साडीला हात आणि ब्लाउझच्या बाहीला तोंड पुसत उम्मा म्हणाली, "विचार करीन मी यावर."

तिनं फ्रिजमध्ये दुधाच्या पिशवीजवळ ती फुलं ठेवली, तरीही त्या फुलांचा सुगंध आमचा पाठलाग करतच होता.

झोपायच्या खोलीतील दिवा बंद केल्यावर उम्मा स्वत:शीच पुटपुटली, "रात्री पाऊस तर येणार नाही?"

यावर वाप्पुम्मा म्हणाली, "अजून दोन महिने तरी पाऊस इकडे फिरकणार नाही."

पावसानं किंवा अचानक पडलेल्या गारांनी तारेवर वाळत घातलेला युनिफॉर्म ओला तर होणार नाही ना, या भीतीपोटी उम्मा पावसाबद्दल बोलली होती. उम्मा आणि वाप्पुम्माची कुजबुज ऐकू यावी म्हणून मी खूप वेळ जागाच राहिलो. खूऽऽप वेळानं उम्मानं वाप्पुम्माला विचारलं, "उद्या आमच्या बरोबर याल ना तुम्ही?" यानंतर खूप वेळ खोलीत एक चमत्कारिक शांतता पसरली.

अखेर वाप्पुम्मा, "हो, येईन की मी तुमच्याबरोबर!" म्हणाली आणि खोलीतील अवघडलेपणा संपला.

"मरियम कधी येणार आहे? पाहुण्यांसाठी कोंबड्याला मारून रस्सा करावा, असं वाटतं का तुला?" वाप्पुम्माचा प्रश्न.

यावर उम्माचं उत्तर होतं, "नाही. त्याची काहीएक गरज नाही. जेवणाची व्यवस्था झालेली आहे."

मरियममौसी आणि तिचं कुटुंब एअरपोर्टहून टॅक्सीनं सरळ आमच्याच घरी आलं. त्यांना यायला अर्धा तास उशीर झाला होता. नंतर घरून निघायलाही आणखी थोडा उशीर झाला. याचं कारण होतं, छोटीचा बर्फासारखा पांढराशुभ्र झालरी-झालरीचा सुंदर फ्रॉक. छोटीला आधी घातलेला पिनॅफो काढून टाकून तिला मावशीनं आणलेला फ्रॉक घालायसाठी तिच्या खूप मागं लागावं लागलं. खरंतर तो फ्रॉक बार्बीच्या कपड्यांचा खूप मोठा अवतार होता.

शेवटी दहा वाजून दहा मिनिटांनी दोन टॅक्सींमधून आमचा लवाजमा निघाला. रेल्वे क्रॉसिंग ओलांडल्यावर आमचा कच्चा रस्ता मेन रोडला येऊन मिळाला.

पोलीस स्टेशनच्या मागच्या बाजूस रस्ता एकदमच उतरणीला लागला आणि जमिनीखालच्या भुयारी रस्त्याला जाऊन मिळाला. तो अचानक उतरणीला लागलेला रस्ता जणू आमच्या जीवनातील उतरत्या कळेचं प्रतीक होता. त्या रस्त्यावरच रजिस्ट्रारचं ऑफिस होतं. रजिस्ट्रार ऑफिसचा खालचा भाग गडद राखाडी रंगाचा

होता. बाकीची इमारत पांढऱ्या रंगाची होती. इमारतीच्या प्रवेशद्वाराशी सगळी पानं गळून पडलेलं एक उघडंबोडकं झाड होतं. त्याच्या पानं नसलेल्या फांद्या जळक्या काड्यांसारख्या दिसत होत्या. छपरावर मागच्या पानगळीची वाळकी पानं साचलेली होती. वाऱ्याचा झोत आला की ती पानं छपरावरून खाली पडत. मागच्या पानगळीनं दिलेलं वरदान असल्यासारखी.

सलम अंकल व्हरांड्यात एका बाकावर बसून आमची वाट पाहत होते. त्यांच्याबरोबर दोन म्हातारे बसलेले होते.

"त्यांच्यातील एक सलम साहेबांचे अब्बाजान आहेत. नक्की कोणते, ते माहीत नाही." त्या म्हाताऱ्या माणसांकडे बघत मरियममौसी उम्माच्या कानात कुजबुजली. सलम अंकल आम्हा सगळ्यांना एका खोलीत घेऊन गेले. तिथं लेजर्सच्या ढिगाऱ्यामागच्या डेस्कवर एक चपट्या नाकाचा आणि डोक्यावर विरळ केस असलेला एक माणूस बसलेला होता. त्याच्या मागच्या लोखंडी शेल्फमध्ये आणखी काही लेजर्स होती. त्यांच्या साइडवर तिरकसपणे काही संख्या, काही अक्षरं लिहिलेली होती. त्या माणसानं शिपायानं समोर आणून ठेवलेलं लेजर उघडलं. लेजरमध्ये एक जाडजूड, पॉलिश केलेली लाकडी पट्टी होती. त्यानं त्या पट्टीनं सलम अंकलना एका पानावरची जागा दाखवली. त्यावर आधी अंकलनी आणि नंतर उम्मानं सही केली.

"पहिला साक्षीदार कोण आहे?" त्या माणसानं विचारलं.

रशीदचाचांनी हात वर केला. आम्ही सगळ्यांनी सगळं एकाच वेळी पाहिलेलं असताना त्यांनी पहिला साक्षीदार मी आहे, हे कशाच्या जोरावर सांगितलं असा विचार माझ्या मनात आला. रशीदचाचांनी लेजरवर वाकून फर्राटेदार सही केली.

"दुसरा साक्षीदार?" डेस्कमागच्या माणसानं हातानं आपल्या डोक्यावरील टकलावरील केसांचं छोटसं बेट चाचपत परत एकदा पुकारा केला. सलम अंकलच्या वडिलांनी मी दुसरा साक्षीदार आहे, असं सांगितलं. रशीदचाचांनी देऊ केलेलं पेन त्यांनी नाकारलं, तेव्हा खरा प्रकार लक्षात येऊन डेस्कमागच्या त्या माणसानं त्या म्हाताऱ्या माणसाचा अंगठा हातानं पकडून तो इंक पॅडवर, शाईच्या पॅडवर दाबला आणि बदला घेत असल्यासारखा उचलून तो लेजरच्या कागदावर जोरात उमटवला.

आम्ही सर्व एकामागून एक रजिस्ट्रार ऑफिसमधून बाहेर आलो आणि टॅक्सीत बसू लागलो. रजिस्ट्रार ऑफिसच्या इमारतीकडे लक्ष जाताच माझ्या लक्षात आलं, की त्या इमारतीचा आणि माझ्या शर्ट-पॅन्टचा रंग एकच आहे. वरचा अर्धा भाग पांढरा आणि खालचा अर्धा भाग राखाडी. शिवनच्या अंगावर याच रंगाचे कपडे असतील. माझ्या जुन्या शाळेच्या शेकडो मुलांच्या अंगावर हेच रंग असतील.

सकाळी शर्ट-पॅन्ट घालता क्षणी माझ्या लक्षात आलं, की मी शेवटी ते घातले तेव्हापेक्षा मी आता जास्त उंच आणि रोड झालो आहे. पॅन्ट माझ्या गुडघ्याच्या थोडीच खाली येत होती आणि शर्ट माझ्या साइजपेक्षा एक साइझ मोठा, ढगळ झालेला होता. या सगळ्यांचा परिणाम माझ्या दृष्टीनं फार भयंकर होता. आपल्या तरुणपणीचे कपडे घालून संथ गतीनं शहरभर फिरणारे म्हातारे मला आठवले.

सलम अंकलच्या घराच्या दिशेनं आता तीन मोटारी निघाल्या होत्या. आमच्या पुढच्या मोटारीत उम्मा होती. तिला सलम अंकल आणि एकमेकांचं हुबेहूब प्रतिबिंब असलेल्या दोन म्हाताऱ्यांबरोबर पाहून मला क्षणभर वाटलं, उम्माला पळवून नेणाऱ्या तीन अनोळखी माणसांचा आम्ही पाठलाग करीत आहोत. एका मोटारीत वाप्पुम्मा आणि मी होतो आणि सर्वांत मागच्या मोटारीत छोटी आणि मरियममौसीचं कुटुंब. मी सीटच्या टोकावर बसून तिन्ही मोटारी पाहत होतो. आयुष्याच्या त्या टप्प्यावर आमचं तीन जणाचं कुटुंब तितक्याच मोटारींमध्ये वेगवेगळं बसलेलं होतं. एकमेकांपासून वेगळं होत होतं.

आम्ही आमच्या ओळखीच्या रोडवरून चाललो होतो. समुद्राचा आवाज वाढत चाललेला होता. पुढच्या गाडीच्या इंडिकेटरनं एक इशारा केला आणि ती आम्हाला डांबरी रस्ता सोडून हिंदकळवणाऱ्या छोट्या, कच्च्या रस्त्यानं पुढे घेऊन चालली. त्या छोट्याशा रस्त्याच्या दोन्ही बाजूंना चुन्यानं रंगवलेली घरं होती. समुद्राचा आवाज आता फारच मंद झाला होता. रस्त्यानं आणखी काही वळणं घेतल्यावर तो ऐकूच येईनासा झाला. चाकांखालचा रस्ता आता इतका चिंचोळा झाला होता की आमच्या मोटारी जवळ आल्यावर रस्त्यावर चालणाऱ्या माणसांना घरांच्या फुलं फुललेल्या कंपाउंडना लगटून उभं राहावं लागत होतं. एका वळणावर तर समोरून आलेल्या ऑटोरिक्षाला जायला वाट करून देण्यासाठी आमच्या मोटारींच्या ताफ्याला चक्क रिव्हर्स गिअर टाकून मागं-मागं जावं लागलं. ऑटो अंग चोरत कसाबसा त्याच्या मार्गानं गेला आणि आम्ही आमच्या मार्गाला लागलो. तिथून मात्र रस्ता थोडा रुंदावत गेला. बोगनव्हिलाच्या मागे होत्या तशाच नारळी-पोफळीच्या एका बागेतून आम्ही पुढे जात राहिलो. ... आणि मिस्टर अनविन, एका नारळाच्या झाडाच्या शेंड्यावर मी कुणाला पाहिलं माहीत आहे?...टारझनला. टारझन आठवतो तुम्हाला? हो. तोच. वाप्पांचा बालमित्र. झाडांवर झपाझप चढणारा, घरट्यांमधून पक्ष्यांची अंडी चोरून त्यांचा बलक झटक्यात गिळून टाकणारा, छत नसलेल्या बाथरूममध्ये अंघोळ करणाऱ्या बायकांवर नजर ठेवणारा, अर्धंअधिक झाड चढून गेल्यावर तो थबकला. पाठीची कमान करून आमच्या मोटारी वळणावर वळून दिसेनाशा होईपर्यंत त्यांच्याकडे पाहत राहिला.

नारळी-पोफळीच्या बागांच्या सीमारेषेवर एक लकाकता निळा पट्टा दिसला.

दूरवरून समुद्राची गाज परत ऐकू येऊ लागली. आमच्या मागच्या मोटारीत मजेत बसलेल्या रियादनं मोटारीच्या खिडकीबाहेर डोकं काढलं आणि जोरजोरात ओरडायला सुरुवात केली. धुळीनं भरलेला तो रस्ता उंच झुडपांच्या व काटेरी वेलींच्या कुंपणाशी येऊन थांबला. त्या कुंपणातून लग्नाच्या सजावटीत असतात, तशी फिकट गुलाबी रंगाची फुलं डोकावत होती. खूप पानं असलेल्या झाडांनी वेढलेल्या प्लॉटभोवती ते कुंपण उभं होतं. त्या प्लॉटच्या मधोमध सलम अंकलचं घर होतं. घर म्हणजे काय एक अर्धवट बांधलेलं सिमेंटचं घर आणि त्यामागं एक जुन्या पद्धतीचं घर. या घराच्या भिंती होत्या रंग नसलेल्या आणि खिडक्यांचे गज लोखंडाच्या गंजाच्या रंगाचे. समोरच्या अंगणात बांधकामाच्या सामानाचे ढीग पडलेले होते. नुकत्याच वापरून रिकाम्या केलेल्या रंगांच्या डब्यांमध्ये एक नवीन बाग आकार घेत होती. जोमानं वाढत होती. व्हरांड्यात पॉलिश केलेल्या लाकडाच्या फळ्या एकावर एक रचून ठेवल्या होत्या. त्यांच्याभोवती पडलेल्या लाकडांच्या ढलप्या पाहून मला छोटीनं रागारागानं उसकटलेल्या आपल्या बाहुलीच्या फिकट गुलाबी कुरळ्या केसांची आठवण आली. थंगलचाचांची भेट रजिस्ट्रारच्या ऑफिसमध्ये होईल, असं मला वाटलं होतं. पण ते इथं सलम अंकलच्या घरी होते. प्लॅस्टिकच्या खुर्चीवरून उठून, छत्रीच्या दांड्याला काठीसारखं आपटीत, ते लगबगीनं आमच्या मोटारींच्या बाजूला आले. त्यांनी आल्या आल्या जाहीर केलं, की रजिस्ट्रार ऑफिसपेक्षा हे घर जवळ असल्यानं, त्यांनी इथंच यायचं ठरवलं. मरियममौसीनं त्यांना डोळ्यांवरून त्यांचे विचित्र गॉगल्स काढायला आणि आवाज खाली आणून बोलायला सांगितलं. तिच्या सूचना त्यांनी लगेच अमलात आणल्या.

एक म्हातारी बाई उम्मा, मरियममौसी आणि वाप्पुम्माला त्या अर्धवट बांधकाम झालेल्या घरातून मागच्या जुन्या घरात घेऊन गेली. मरियममौसी तिथून वेळोवेळी बाहेर येऊन रियाद बीचवर गेला नाहीय ना, याची खात्री करून घेत होती. दुपारचा नमाज संपल्यानंतर थोड्याच वेळात त्या दोन एकसारख्या दिसणाऱ्या माणसांनी आम्हाला व्हरांड्यात, खूप उत्साहानं तयार केलेलं, खूप छान छान पदार्थ असलेलं जेवण वाढलं. ड्रायव्हरना एका झाडाखाली जेवायला घातलं गेलं. त्यांच्या सभोवार अर्धचंद्राच्या आकारात ठेवलेल्या लाल प्लॅस्टिक खुर्च्यांवर सर्व पदार्थ छान सजवून ठेवले होते. झब्ब्याच्या गळ्याजवळ टांगून ठेवलेला गॉगल अन् हातावर तोललेली प्लेट अशा अवतारात थंगलचाचा विचित्र आवाज करत जेवत होते. हाड तर ते इतक्या चवीनं चघळत होते की शेवटी त्यातील रस संपून त्यातून शिट्टीसारखा आवाज येऊ लागला.

सगळ्यात आधी माझंच जेवणं संपलं. कुंपणाजवळच्या नळाखाली हात धुवून मी बागेच्या शेवटी उभ्या असलेल्या मोटारींना पार करून इकडेतिकडे हिंडू

लागलो. इथून बोगनव्हिलातून दिसायचं, तसंच दृश्य दिसत होतं. फक्त इथं खाली दूर-दूरपर्यंत पसरलेला बीच नव्हता. समुद्राचं पाणी टोकदार खडकांवर आपटून जोरात परत जात होतं. जाताना त्याला फेसाची छानशी झालर मिळत होती. तिथं उभं राहून मी समुद्राच्या फेसाळ लाटांकडे पाहत राहिलो. हळूहळू समुद्राचा निळा रंग फिकट होत गेला. नारळी-पोफळीच्या बागेतला प्रकाश धूसर होत गेला आणि माझं हृदय जडशीळ होत गेलं. दुरून छोटीचं ओरडणं आणि रशीदचाचांनी मारलेली हाक ऐकू येण्यापूर्वी मी त्या बागेच्या कडेला जवळ-जवळ तासभर उभा असेन... आमची घरी परतायची वेळ झाली होती.

सलम अंकलच्या त्या छोट्या घरामागचं आकाश तांबूस रंगाचं झालं. त्यात मधून मधून निळ्या रंगाच्या रेषा उमटल्या होत्या. एकमेकांचा निरोप घेताना मी ऐकलं, की छोटी काही दिवस डोंगरावरील रिसॉर्टमधील मरियममौसीच्या कुटुंबाबरोबर राहणार आहे. यावर सलम अंकल जोर देत म्हणाले, ''खरंतर या व्यवस्थेची काहीच गरज नाहीय. ती तिच्या उम्माबरोबर इथं राहिली तरी काही हरकत नाही.''

यावर मरियममौसी म्हणाली, ''नाही, नाही. रात्री मला तिची समजूत काढताच आली नाही तर मी नक्की घेऊन येईन तिला इथं. डोंगराच्या पलीकडेच तर आहे आमचं रिसॉर्ट!''

''कोणाची समजूत काढता येणार नाहीय? मुलीची का आईची?'' सलम अंकलनं विनोद केला.

यावर सगळे जोरजोरात हसले.

पडद्यामागं उभं राहून उम्मानं आम्हाला निरोप घेताना पाहिलं. अंधुकशा प्रकाशात आमची टॅक्सी नारळाच्या बागेतून चालली होती. थंगलचाचानं आमच्या टॅक्सीत बसण्याची संधी साधली. ते जवळच्या बस स्टॉपला उतरून त्यांच्या घराजवळून जाणारी बस पकडणार होते. डोळ्यांवर गॉगल चढवत ते म्हणाले, ''माझ्या लाडक्या भाचीचं जीवन परत रुळावर आलं आहे. मला खूप हलकं वाटतंय.'' पण त्याच श्वासात हीही तक्रार केलीच की, ''काय ते दुपारचं जेवण! मटण खूप ताठर होतं आणि भात अर्धवट कच्चा!''

त्या दिवशी मी आणि वाप्पुम्मा वाप्पांच्या फोटोखालच्या सोफ्यावर बसून अर्ध्या तासाचं लोड शेडिंग कधी संपतय, याची वाट पाहत होतो. रातकिड्यांच्या किर्ऽ किर्र आवाजामुळे आणि जाईच्या फुलांच्या सुगंधामुळे हवेत कोंदटपणा भरून राहिला होता. अर्ध्या तासाचं लोडशेडिंग तासभर आणि मग दोन तास लांबलं. इलेक्ट्रिसिटी परत येईल, याचं काही चिन्ह दिसेना. आमच्याकडच्या उंच पांढऱ्या मेणबत्त्या संपून गेल्या तरी दिवे आले नाहीत. मग वाप्पुम्मानं कपाटातून वाढदिवसाच्या छोट्या-छोट्या लाल मेणबत्त्या काढल्या आणि त्या लावल्या.

त्यांच्या वातींवरील घाण जळून जाईपर्यंत त्या तडतडल्या. नंतर मात्र त्या लख्ख प्रकाश देऊ लागल्या. त्यांचा छानसा वासही पसरला. मेणबत्त्या पातळ लाल मेणात बदलून जाताहेत, हे पाहताच आम्ही दोघं पलंगावर झोपून गेलो. मी उम्माच्या जागेवर झोपलो आणि वाप्पुम्मा छोटीच्या जागेवर आणि मग ती आपल्या वाळक्या काड्यांप्रमाणे झालेली बोटं माझ्या केसांत फिरवत राहिली. माझ्या डोळ्यांना आसवांची धार लागलीय, हे तिच्या गावीही नव्हतं. काही वेळानं तिचा हात माझ्या कोपरावर विसावला आणि घोरण्याच्या मंद आवाजानं खोली भरून गेली. मी स्तब्धपणे पलंगावर पडून राहिलो. माझी जवळजवळ खात्रीच होती, की पूर्ण शहरात झोपी न गेलेला मी एकटाच जीव होतो. कोकिळेच्या घड्याळवाल्या भिंतीवर येणाऱ्या-जाणाऱ्या सावल्या पाहण्याखेरीज माझ्याकडे करण्यासारखं दुसरं काहीच नव्हतं.

सहा

निलोफर. छोटीला दिलं गेलेलं नवं नाव निलोफर होतं.

"निलोफर," छोटीची प्रतिक्रिया पाहायला मी तिला तिच्या नवीन नावानं हाक मारली, पण तिनं मानही वळवली नाही आणि माझ्याकडे पाहिलंही नाही.

"छोटी," मी तिला तिच्या जुन्या नावानं हाक मारली. तिनं वरही पाहिलं आणि माझ्याकडे पाहून ती हसलीही.

"ते तिचं ऑफिशियल म्हणजे कागदपत्रांवर लिहिण्याचं नाव आहे." उम्मा म्हणाली. ती छोटीला घेऊन सकाळी घरी आली होती. येताना वर्तमानपत्राच्या कागदात गुंडाळलेले द्राक्षांचे खूप घोस घेऊन आली होती. ज्या कागदात ते गुंडाळलेले होते, त्यांच्यावर जागोजागी जांभळे डाग पडलेले होते आणि खाली-वर उभा-आडवा पांढरा धागा गुंडाळलेला होता. हिरव्या पारदर्शी प्लॅस्टिक बॅगमध्ये ठेवलेलं ते द्राक्षांचं पुडकं भूगोलातील एखाद्या खंडाप्रमाणे वाटत होतं. त्याच्यावर गुंडाळलेला पांढरा धागा जणू वेगवेगळ्या देशांच्या सीमा होत्या. तिनं बरोबर एक करड्या रंगाचं कागदी पाकीटही आणलं होतं. त्यात माझ्यासाठी नवीन शर्ट होता. मस्त निळ्या रंगाच्या त्या शर्टच्या बाह्या आणि कॉलर पांढरी होती. त्याची बटणं धातूची, खूप नाजूक कोरीवकाम केलेली होती. दुमडलेल्या कॉलरच्या आत एक जास्तीचं बटण शिवलेलं होतं. जणूकाही त्यांना मी बटण तोडण्यात पटाईत आहे, हे माहीतच होतं. पण मला अजूनही प्लॅस्टिकच्या पुतळ्याला घातलेला पिवळा शर्टच जास्त छान वाटत होता. खांद्यांवर असलेली शेवाळी चिन्हं, कशिदाकाम केलेलं पदक; त्या शर्टमध्ये काहीतरी सैनिकी शान होती.

जेवण शिजवल्यावर उम्मा माझे कपडे घेऊन फणसाच्या झाडाजवळच्या

दगडापाशी गेली आणि मी छोटीला कडेवर घेऊन बागेत फिरत राहिलो. मी तिला 'छोटी' याच नावानं हाक मारत होतो. जेव्हा जेव्हा एखादी आगगाडी जोरजोरात आवाज करत येई, तेव्हा तेव्हा मी छोटीला घेऊन हिरव्या गेटकडे धाव घेई आणि माणसांनी गच्च भरलेल्या, कण्हत-कुंथत आमच्या स्टेशनकडे जाणाऱ्या किंवा बेपर्वा वेगानं पुढच्या स्टेशनकडे धावणाऱ्या गाडीकडे बघून तिला हात हलवायला लावी. पण त्या गाडीतील कोणीही हात हलवून आमची दखल घेत नसे. जग फार क्रूर आहे हो, मिस्टर अनविन.

नंतर उम्मानं धुण्याच्या तारेवरील माझे वाळलेले कपडे गोळा केले. त्यांच्या घड्या घातल्या आणि पलंगावर तीन ढीग करून ठेवले. एक ढीग होता, माझ्या युनिफॉर्मच्या कपड्यांचा आणि दुसरे दोन ढीग होते माझ्या घरी आणि घराबाहेर घालायच्या कपड्यांचे. छोटीला खाता-खाताच झोप आली आणि गळ्यातल्या लाळेऱ्यासकट ती तिच्या नेहमीच्या झोपायच्या जागी झोपून गेली. तिचे दोन्ही हात वर उभारलेले होते. जणूकाही तिचा उडायचा प्रयत्न चालू असतानाच ती झोपी गेली होती.

''तिच्या पासपोर्टवर 'छोटी' नाव चांगलं वाटणार नाही. त्यामुळे तिच्यासाठी आम्ही 'निलोफर' हे नाव निवडलं.'' उम्मा म्हणाली.

''काय, तिचा पासपोर्ट होणार आहे?''

उम्मानं हळूच मान हलवली. जणूकाही मी सरकारला तिचा पासपोर्ट बनवू देणार नाही, अशी तिच्या मनात भीती होती. नंतर तिनं त्याहूनही हळुवारपणे, जणूकाही ती एक असा एखादा ब्लू प्रिंट, आराखडा उलगडत होती, ज्याचं मी लांबूनच कौतुक करायचं होतं, त्याला हातही लावायचा नव्हता, अशाप्रकारे तिनं मला हे सांगितलं की ती आणि छोटी एका महिन्यानं रियादला सलम अंकलकडे राहायला जाणार आहेत. ते सर्व मरियममौसीच्या घरापासून थोड्याच अंतरावर असलेल्या अपार्टमेंटमध्ये राहणार आहेत. तिनं हेही सांगितलं, की त्या दोघी दरवर्षी इथं येऊन माझ्याबरोबर पूर्ण महिना राहणार आहेत.

मग मी तिला एकदमच वेगळा प्रश्न विचारला. माझा प्रश्न होता, की सलम अंकलचं घर, आपल्या बोगनव्हिलाच्या मागच्या बाजूस सुरू होणाऱ्या नारळीच्या बागेच्याच दुसऱ्या टोकाला आहे का? यावर तिचं उत्तर होतं, असेलही. या विचारानं तिच्या चेहऱ्यावर एकदम आश्चर्याचे भाव आले. तिला कल्पनाही नव्हती की आम्ही एका वर्षापूर्वी राहत होतो, तिथून हाकेच्या अंतरावर तिचं नवं घर असेल. आमचे आधीचे ते दिवस आता फार जुन्या काळचे, कुठल्यातरी दूरच्या देशातील वाटत होते.

उन्हं उतरता उतरता छोटी झोपेतून उठली. तिच्या चेहऱ्यावर कसलातरी

भयंकर राग होता आणि त्यामुळे ती खूपशी वाप्पांसारखी दिसत होती. उम्मानं 'त्या' घरी जायची तयारी सुरू केली. फ्लाय एमिरेट्स शबनममध्ये तिनं छोटीची दुधाची बाटली, बेबी फूड, मऊ मऊ टॉवेल्स आणि छोटीचे जास्तीत जास्त कपडे भरले. तिनं मला पुढच्या रविवारी तिला भेटायला यायला सांगितलं. मला ऑटोरिक्षाचं भाडं आणि त्या घरी कसं कसं यायचं, याच्या सूचना दिल्या. मी माझ्याबरोबर बिलालला घेऊन येऊ का म्हणून तिला विचारलं. तिनं त्यावर बराच वेळ विचार केला आणि शेवटी बिलालला घेऊन तिथं येऊ नकोस म्हणून मला सांगितलं. मी त्यांना सोडायला बाहेरच्या हिरव्या गेटपाशी गेलो. एका खांद्यावर छोटी आणि दुसऱ्या खांद्यावर शबनम बॅग घेऊन उम्मानं रेल्वेचे तीन रूळ ओलांडले आणि ती मेन रोडला लागली. तिनं हात दाखवून रिक्षा थांबवेपर्यंत मी गेटपाशी उभा होतो.

रविवारी सकाळी वाप्पुम्मानं सलम अंकलच्या घरी कसं कसं जायचं, हे मला सांगितलं. पण एका आठवड्यापूर्वी उम्मानं दिलेल्या सूचना आणि वाप्पुम्मानं सांगितलेल्या खुणा खूपच वेगळ्या होत्या.

''ते रात्री तिथंच राहायला सांगतील. पण तू रात्री तिथं राहू नकोस. ते तुझं घर नाहीये,'' वाप्पुम्मानंही मला रिक्षाचं भाडं दिलं. म्हणजे आता माझ्याकडे दोन प्रकारच्या सूचना, खूपसा पैसा आणि सावधगिरीचा एक इशारा होता. तो म्हणजे ते घर मला आमच्या जुन्या घरासारखं वाटेल, पण समुद्र पाण्यात बुडायला लागण्याआधी मला ते घर सोडायचं आहे.

पोस्ट ऑफिस आणि परदेशी चलन बदलून देणारं एक दुकान यांच्यामध्ये एक सायकलचं दुकान होतं. मी आणि बिलालनं तिथून दोन सायकली भाड्यानं घेतल्या. आम्ही भाड्यानं घेतलेल्या सायकली नव्याकोऱ्या होत्या. त्यांच्या चाकांचे आरे, पॉलिश केलेल्या चांदीच्या भांड्यांप्रमाणे चकाकत होते. त्यांची चाकं तर इतकी नवीन होती की आपण त्यांना चिखलानं, धुळीनं भरलेल्या रस्त्यांवरून चालवणार आहोत हा विचार मनात येताच, आपण काही गुन्हा तर करत नाही ना असं वाटावं. त्या सायकली भाड्यावर घेणं सोपं नव्हतं. त्यांना हात लावण्यापूर्वी दुकानदारानं त्यांच्या डिपॉझिटची मागणी केली. मी ते पट्कन देऊन टाकल्यावर त्यानं माझ्याकडे संशयानं पाहिलं.

''तू त्याला डिपॉझिट नको होतंस द्यायला,'' सायकलवर स्वार होऊन आम्ही शहरातून बीचकडे जाणाऱ्या गोल-गोल रस्त्यांवर जायला लागलो, तेव्हा बिलाल म्हणाला. ''त्याचं एवढंच म्हणणं होतं की आपण सायकली जपून वापराव्यात. खरंतर आपण ॲडव्हान्स द्यावा, अशी त्याला अपेक्षा नव्हती.''

शहराच्या मध्यभागातून डोंगराच्या पायथ्यापाशी सायकल चालवत येणं म्हणजे

रोलरकोस्टरवर बसल्यासारखं रोमांचक होतं. मध्ये काहीही अडथळा नसलेला, लाल फरशांची किनार असलेला काळाभोर रस्ता. जेव्हा जेव्हा आम्ही एकत्र येत होतो, तेव्हा तेव्हा मला बिलालच्या डोळ्यांतून अत्यानंद उतू जात आहे असं वाटत होतं. त्यानं माझ्या डोळ्यांतही तेच पाहिलं असणार. आपल्याला ब्रेक लावता आला नाही तर, या विचारानंच माझे गुडघे ताठरल्यासारखे होत. नव्या सायकलींचे ब्रेक इतके घट्ट होते की त्यांचा उपयोग करणं जवळजवळ अशक्य होतं. आमच्यातील कोणी भीतीनं ओरडलं असलं तरी ते मनातल्या मनात होतं.

आमची शाळा मागं पडल्यावर चढाचा रस्ता सुरू झाला. मध्ये मध्ये तर थोडंच अंतर सपाट असायचं. तो वेळ आम्हाला थोडासा दम खायला मिळे. उतार सुरू झाला, तेव्हा आम्ही सायकलवरून उतरलो. सायकल हातात धरून आम्ही लांबवर चालत राहिलो.

डोंगरकपारीत राहणारे पक्षी आमच्या डोक्यावरून उडत होते. बहुतेक पक्षी थव्यानं जात होते. मिस्टर अनविन, मी पक्ष्यांचा विशेष जाणकार आहे. त्यांच्याबद्दल तुम्हाला काही माहिती पाहिजे असेल, तर मला विचारा. अहो, आकाशात एकेकटे उडणारे पक्षी पक्षीघाणे, एकलकोंडे असतात. ते स्वत:तच रमतात. सांगण्याची गरज नाही की जोडीनं फिरणारे पक्षी क्रांतिकारी असतात. उडताना जोराजोरात किंचाळणारे पक्षी, पक्षिराज्यातील दूत, संदेशवाहक असतात. पक्ष्यांचं जग किती गुंतागुंतीचं असतं, याची तुम्ही कल्पनाही करू शकणार नाही.

चढावरून खाली उतरताना एकदा मला एक छोटासा तपकिरी रंगाचा पक्षी दिसला. त्याची शेपटी शेवटी मधोमध चिरल्यासारखी होती. तो एकटाच उडत होता. काही वेळ तो आपले चिमुकले पंख जोरजोरात फडफडवत होता. मग काही वेळ पंखांना दोन्ही बाजूंना पसरवून तो हवेत तरंगत राहिला. एखाद्या लहानशा विमानासारखा. वरून खाली पाहिल्यावर त्या एकट्या पक्ष्याला काय दिसलं असेल?...

त्याला कित्येक एकर पसरलेली घरांची कौलारू छपरं दिसली असतील. लाल, तपकिरी आणि राखाडी रंगाचं पॅचवर्क असेल ते. त्याला एक लहानशी, नागमोडी, काळी पट्टी समुद्राकडे जाताना दिसली असेल. त्या पट्टीवरून, नव्याकोऱ्या सायकलींवरून दोन मुलं धडपडत खाली येताना त्याला दिसली असतील. चाकांचे लखलखीत आरे सूर्यप्रकाशात लखलखत असतील. वळण आलं की ती मुलं सायकलींचा वेग कमी करायचा प्रयत्न करताना त्याला दिसली असतील. मग ती मुलं झाडांच्या पानांच्या हिरव्या छत्रीखाली दिसेनाशी झालेली व काहीच क्षणांत तिथून बाहेर पडून झाडं नसलेल्या पट्टीवर घरंगळत जाताना त्याला दिसली असतील.

आपल्या हवाई प्रवासात त्या पक्ष्यानं कुठंतरी उडण्याचा वेग वाढवला असावा किंवा मार्ग बदलला असावा, कारण मी परत एकदा वर नजर टाकली तेव्हा आकाशात एकही पक्षी नव्हता. आता तिथं ढगांची कुंपणं दिसत होती. पांढरी-पांढरी. कोणीतरी जोरात घुसळून टाकलेली. उम्मानं दिलेल्या पत्त्याच्या, खुणांच्या अनुरोधानं मी जात होतो. एका महिन्यापूर्वी आम्ही रजिस्ट्रार ऑफिसवरून सलम अंकलकडे गेलो होतो, तेव्हाच्या काही खुणाही माझ्या लक्षात होत्या. त्या वेळी घराच्या कुंपणावरील वेलींवर छोटी-छोटी पिवळी-गुलाबी फुलं फुललेली होती. आता वेलींवर फुलांचा पत्ताच नव्हता. तिठ्यावर आल्यावर मी थोडा थांबलो. दोन रस्ते एकमेकांच्या विरुद्ध दिशेला जात होते. तिसरा नारळाच्या बागेत गुडुप होत होता. आम्ही तिसऱ्या रस्त्याला लागलो. या रस्त्याला लागताच आम्ही आमच्या सायकली एका मोठ्या खडकाला लावून ठेवल्या. तिथून पुढे मी एकटाच जाणार होतो. खजिना शोधून काढणारे खंदे वीर जसे पुढच्या टप्प्याकडे मजल मारतात, तसा मी पुढे निघालो. एक-दोन तासांनी मी परत येईपर्यंत बिलाल माझी वाट पाहत तिथंच उभा राहणार होता. त्याला असं एकटं उभं ठेवल्याची नुकसानभरपाई मला करून द्यावी लागणार होती. यासाठी वाप्पुम्मानं ऑटोरिक्षासाठी दिलेले पैसे मला त्याला द्यावे लागणार होते. नारळी-पोफळीच्या बागेच्या लांबवरच्या टोकाला सलम अंकलचं, काटेरी वेलाच्या कुंपणामागील अर्धवट बांधलेलं घर दिसेपर्यंत मी घामाघूम झालो. नव्या घराच्या विटांच्या भिंतीवर सिमेंटचा थर चढला होता. मागच्या जुन्या घराची सफेदी झालेली होती. उम्मा नव्या घराभोवतीच्या लहान भिंतीवर काहीतरी शिवत बसलेली होती. तिच्या मांडीवरील नवीन मोबाइलच्या इअरफोनच्या पिवळ्या वायर्स तिच्या कानांवरून खाली लोंबत होत्या. गाणी ऐकण्यात मग्न असल्यानं तिला मी आलेलं कळलंच नाही. मी हळूच तिच्या खांद्याला स्पर्श केला तेव्हा ती दचकलीच.

मनातल्या मनात खजील होऊन तिनं इअरफोनच्या तारा कानांतून काढल्या. कपाळावरील घाम बोटानं निपटत तिनं विचारलं, "पण मी तुला ऑटोनं यायला सांगितलं होतं ना?"

जिथून बाग सुरू होते, तिथपर्यंत मी ऑटोनं आलो, असं खोटं-खोटंच सांगितलं. मला खालपासून वरपर्यंत न्याहाळून पाहिल्यावर - मी तिनं दिलेला निळा शर्ट घालून आलोय हे पाहिल्यावर – तो शर्ट घालायला मला उम्मानं बजावून सांगितलं होतं – ती मला नवं घर आणि जुनं घर यांना जोडणाऱ्या पॅसेजमधून जुन्या घरी घेऊन गेली. पॅसेज बांधकामाच्या, सुतारकामाच्या साधनांनी गच्च भरलेला होता. "जपून ये रे. जमिनीवर बरेच खिळे पडलेत," उम्मानं सावधगिरीची सूचना केली. त्यावेळची तिची सूचना मला प्रतीकात्मक वाटली.

चांगला जाणता, मोठा होईपर्यंत माझ्या वाटेत येणारे वेगवेगळे अडथळेच तर होते ते खिळे.

"निलोफर झोपलीय," जुन्या लहान घराच्या हॉलमध्ये आल्यावर उम्मा म्हणाली. सलम अंकलकडच्या एकसारख्या दिसणाऱ्या दोघांपैकी एक जण तिथं जमिनीवर बसून डोळे ताणून वर्तमानपत्र वाचत होता. दुसरा अंगणात ओझरता दिसला. तिथल्या शेडमधून बागकामाची, शेतीच्या कामाची अवजारं घेऊन तो पायवाटेनं दूरवरच्या भातशेतीकडे निघून गेला. म्हाताऱ्या आजी स्वयंपाकघराकडे जाणाऱ्या लांबट पॅसेजच्या त्या बाजूला लगबग करताना दिसल्या.

छोटी पडदा लावलेल्या खिडकीजवळच्या पलंगावर झोपलेली होती. ती पलंगावरून खाली पडू नये म्हणून तिच्या सभोवार उशा लावलेल्या होत्या. ती झोपेतून उठायची वाट पाहताना, तिचा सकाळचा नाश्ता आणि दुपारचं जेवण चालू असताना, तिला कडेवर घेऊन इकडेतिकडे हिंडताना, सायकलच्या दुकानाजवळील बेकरीतून तिच्यासाठी आणलेलं चॉकलेट तिला खायला घालताना माझ्या मनात सारखा बिलालचाच विचार होता. कसा घालवत असेल तो हा वेळ? त्याला तासन्तास खडकावर बसलेला पाहून त्याला कोणी काही प्रश्न तर विचारले नसतील? खायच्या गोष्टी आणायला त्याच्याकडे पैसे होते, पण जवळपास खाण्याचं काही मिळू तरी शकत होतं का? मनात अनेक प्रकारचे विचार येत होते. पण मग मला आठवलं की जवळच बीच आहे आणि बिलालला जवळपासच्या जागांची खडान्‌खडा माहिती आहे. मनातल्या मनात निःश्वास टाकत, बिलाल बीचकडे जाणारा शॉर्टकट शोधून काढेल आणि माझ्याबरोबर इथं येण्याच्या बदल्यात पदरी पडलेल्या पैशांचा तो व्यवस्थित उपयोग करून घेईल, असा विचार मी केला.

शेवटी मी घरी परत येण्याची वेळ झाली. वाप्पुम्मा म्हणाली होती त्याप्रमाणे त्या म्हाताऱ्या आजींनी मला रात्री तिथंच राहण्याचा आग्रह केला. मी नको म्हटल्यावर उम्मा वरकरणी हसत म्हणाली, "वाप्पुम्मा घरी एकट्या असतील." मग ती काटेरी वेलीपर्यंत माझ्याबरोबर आली. मी छोट्या ढांगा टाकत घराकडे निघालो, तेव्हा ती थोडा वेळ तिथंच उभी राहिली. रस्त्याच्या पहिल्या वळणावर मी मागे वळून पाहिलं. उम्मा अजूनही काटेरी वेलीजवळ खिळल्यासारखी उभी होती. तिनं कडेवरच्या छोटीला हात उचलून मला टाटा करायला लावलं. तिनंही मोकळ्या हातानं मला टाटा केला.

आता उम्माला आपण दिसत नाही, याची खात्री झाल्यावर मी जोरात पळायला सुरुवात केली. एव्हाना नारळीच्या बागेवरचं आकाश राखाडी रंगाचं झालं होतं. जमिनीवरील प्रकाशाच जाळं अंधारात बुडून गेलं होतं. उन्हं कलली होती. बहुतेक

संध्याकाळ व्हायला लागलेली होती. बिलालला खडकाजवळ सोडून आल्याला चार तास झाले होते. त्याला इतकी वाट पाहायला लावल्याबद्दल, त्याला सकाळी दिले होते त्यापेक्षा बरेच जास्त पैसे द्यावे लागणार, असं मला वाटलं. एवढे पैसे मी एकदम देऊ शकणार नव्हतो. हप्त्यानं थोडे-थोडे द्यावे लागणार होते. माझी अपराधी भावना जेवढी तीव्र होत होती, तितक्या जास्त वेगानं मी पळत होतो. बांबूच्या एका बेटाला वळसा घातल्यावर मला बिलाल दिसला. जमिनीवर फतकल मारून बसलेला. तो रागावलेला नाही, तर फार घाबरलेला दिसत होता. मला पाहताच तो माझ्याकडे जोरात धावला. एकमेकांपासून एका हाताच्या अंतरावर आम्ही दोघं थांबलो. एकमेकांशी भांडणाऱ्या कुत्र्यांप्रमाणे आम्ही धापा टाकत होतो.

"आपल्या सायकली कोणीतरी चोरल्यात," आणखी थोड्या धापा टाकल्यावर, गुडघ्यांवर हात ठेवून बिलाल म्हणाला. "मी खाली बीचवर गेलो होतो. परत येऊन पाहतो तर सायकली गायब झालेल्या!" तो म्हणाला.

तिथल्या कॉफीसारख्या तपकिरी मातीवर दोन प्रकारची चिन्हं होती. एक म्हणजे पावलांची आणि दुसरी सायकली चालवत नेल्याची. त्यांच्या मागोमाग मागोवा घेत गेल्यावर आम्ही एका आंब्याच्या झाडापाशी येऊन थांबलो. तिथं सिगारेटची थोटकं आणि रिकामी काडेपेटी पडलेली होती. त्यानंतर मागोवा घेण्यासारखं एकही चिन्ह नव्हतं.

"आता काय करायचं आपण?" मी विचारलं.

"आपण बस पकडून परत जाऊ या."

"पण दुकानदाराला काय सांगायचं?"

"काहीएक सांगायचं नाही आपण त्याला. आपण परत कधीही जायचं नाही त्याच्याकडे!"

आगगाडीचा मंद आवाज झाडांमध्ये ऐकू आला. पण इतका मंद होता की जणू एखाद्या लहान मुलानं खेळण्यातील तुतारी वाजवावी!

"आपल्याला पकडणार नाही कधी तो? तो आपल्याला शोधत आपल्या घरी किंवा शाळेत आला तर?"

"नाही रे. असं काहीएक होणार नाही," बिलाल खात्रीशीरपणे म्हणाला, "आपण कुठं राहतो किंवा कोणत्या शाळेत जातो, हे कुठं त्याला माहितेय!"

हे खरंच होतं. आमचे चेहरे सोडले तर त्याच्याजवळ आमची दुसरी काहीच माहिती नव्हती. सकाळी उम्माकडे जाताना मी बिलालच्या हातात तत्परतेनं डिपॉझिट म्हणून पन्नास रुपयांची नोट ठेवली होती. त्याबद्दल मला आता समाधान वाटायला लागलं.

"आणि समजा, त्यानं आपल्याला पकडलं तरी..."

त्याचं बोलणं मधेच तोडत मी विचारलं, "म्हणजे तो आपल्याला पकडेल?"

आमच्या शर्टची कॉलर पकडून तो आम्हाला दुकानाकडे घेऊन जाईल ही शक्यता नाकारता येत नव्हती. याहून वाईट म्हणजे फक्त तीन इमारतींच्या पलीकडे पोलीस स्टेशन होतं. तिथंही तो आम्हाला घेऊन जाऊ शकत होता. आणि ती गोष्ट तर आणखी जास्त घातक होती. या दोन्ही शक्यता मला सहनही होत नव्हत्या.

बिलालनं आपलं बोलणं परत सुरू केलं, "नाही. तो आपल्याला पकडणार-बिकडणार नाही. पण एखाददिवशी तो अचानक तुझ्यासमोर आला तर तू असं दाखव की तू त्याला पहिल्यांदाच भेटतो आहेस. आपले चेहरे त्याच्या लक्षात राहणार नाहीत रे."

त्या दुकानदाराचा आणि आपला कधीतरी आमना-सामना होणार आहे असा विचार करून त्याचा चेहरा नजरेसमोर आणण्याचा प्रयत्न केला, पण मला त्याचा चेहरा काही केल्या आठवेना. त्याच्याबद्दल मला काय लक्षात राहिलं असेल तर त्याच्या उजव्या हातातील सोन्याचं ब्रेसलेट आणि त्याच्या डाव्या अंगठ्याचं लांबलचक नख. त्याचा चेहराच आठवत नसेल, तर या छोट्या शहरात मी त्याच्यापासून लपून कसा राहू शकणार होतो?

वेगवेगळ्या गल्ल्यांमधून धावत आम्ही मेन रोडवर आलो. दुसऱ्याच मिनिटाला एक बस आली. आम्ही झट्कन तिच्यात चढलो. पोस्ट ऑफिसजवळच्या दुकानांची रांग आल्यावर मी खाली वाकून बुटांची लेस बांधायचं नाटक करू लागलो कारण त्यातील एक दुकान आज नेहमीपेक्षा जास्त वेळ उघडं राहू शकत होतं. भाड्यानं गेलेल्या दोन सायकली परत येतील, या आशेनं दुकानदारानं कदाचित जास्त वेळ दुकान उघडं ठेवलं असेल. पण त्याचं वाट पाहणं व्यर्थ जाणार होतं.

मशिदीजवळ आल्यावर आम्ही दोघांनी एकमेकांचा तुटकपणानं निरोप घेतला आणि आपापल्या वाटेनं चालू लागलो. वाप्पुम्मा दुःखीकष्टी चेहऱ्यानं, काळजीनं माझी वाट पाहत होती. ते पाहून मला एकदम जाणवलं, की वाप्पांच्या मृत्यूनंतर त्यांची तब्येत फार ढासळायला लागलीय, ती आता नीट होणार नाही असं लोक मानू लागले, तेव्हापासूनच सगळे जण दुःखीकष्टी मनानं, चेहऱ्यानं माझी वाट पाहताहेत. माझी काळजी घेताहेत.

...दुसऱ्या दिवशी सकाळपासून मी स्वतःला एक नवीनच सवय लावून घेतली. वाप्पुम्मा पोर्चच्या पायऱ्यांवर वर्तमानपत्र ठेवून स्वयंपाकघरात गेली की मी लगेच ते उचलून घेई आणि ज्या पानावर लहान शहरांच्या व त्यांच्या उपनगरांच्या बातम्या असत, ते उघडून वाचायला लागे. हे पान लहान शहरांच्या

बातम्यांनी खच्चून भरलेलं असे. जवळपासच्या देवळांमध्ये, मठांमध्ये चालणारे उत्सव, खूप काळापासून बंद पडलेले सार्वजनिक नळ, सुधारण्याची खूप गरज असलेले रस्ते, जिल्हास्तरीय स्पर्धांमध्ये चमकलेले विद्यार्थी, अत्यंत गुंतागुंतीच्या सर्जरीची आवश्यकता असलेले किंवा जिवंत राहण्यासाठी दुर्मिळ रक्तगटाची गरज असलेले रुग्ण, मादक द्रव्यांचं रॅकेट चालवणाऱ्या गुंडांच्या टोळ्या, अनैसर्गिक मृत्यूंच्या बातम्या हे तर या पानाचं विशेष आकर्षण होतं. नैसर्गिक रीतीनं मृत्यू आलेल्यांच्या बातम्या, शोकसंदेश एका कॉलममध्ये दाटीवाटीनं छापलेले असत. वाप्पांच्या दृष्टीनं कोणत्याही स्वाभिमानी माणसाच्या मृत्यूची बातमी अशाप्रकारे छापली जाणं फारच वाईट आहे. मी बऱ्याचदा शेजारीपाजारी झालेल्या चोरीच्या बातम्या वाचायचो. हल्ली एका काळ्या माणसाची बातमी पुन्हा पुन्हा यायची. हा गूढ वाटणारा चोर अंगभर काळा रंग फासायचा आणि पोलीस खात्यातील वासानं हुंगून गुन्हेगार शोधून काढणाऱ्या कुत्र्यांना आपला माग लागू नये म्हणून गुन्हा केलल्या ठिकाणी हागून ठेवी. पण सायकल चोरणाऱ्या किशोरवयीन मुलांबद्दल मी कधी काही वाचलेलं नव्हतं. कदाचित त्या सायकलच्या दुकानदारानं पोलिसांत तक्रार नोंदवायची नाही, असं ठरवलं असावं. पण माझी खात्री होती, की तो डोळे उघडे ठेवून, आम्ही कधी एकदा त्याच्या नजरेस पडतोय याची वाट पाहत असणार. त्यामुळे विटकरी रंगाच्या पोस्ट ऑफिसच्या रस्त्यावर न जाण्याची पुरेपूर खबरदारी मी घेत होतो. त्या रस्त्यानं जाणं भाग पडलंच, तर मी रस्त्याच्या अगदी कडेकडेनं जाई. इतकी सावधगिरी बाळगूनही कधी न कधी एक हात येऊन माझी मानगूट धरील, या भीतीनं मी सतत धास्तावलेलो असायचो.

सात

कोणीतरी गोगलगायीच्या खालच्या भागासारख्या गारेगार हातानं माझ्या उघड्या खांद्याच्या मधोमध स्पर्श केला. घाबरून जाऊन मी उडीच मारली.

"अजून झोपलायस तू?" उम्मानं विचारलं, "ऊठ लवकर आणि बाहेर जायचे कपडे घाल. आपल्याला विमानतळावर फ्लाइटच्या वेळेच्या तीन तास आधी पोहोचावं लागेल."

काळविटाच्या मुंडक्याखाली जिन्यावर छोटी उभी होती. वाप्पुम्मा तिच्या ड्रेसचं खोटं-खोटं कौतुक करीत होती. रजिस्ट्रारच्या ऑफिसमध्ये जाताना घातलेला बर्फासारखा पांढराशुभ्र ड्रेसच तिनं आत्ता घातलेला होता. एका खास कारणामुळे आमची रजिस्ट्रार ऑफिसची ट्रिप म्हणजे आमच्या जीवनकथेला मिळालेली वाईट कलाटणी होती, असं मला वाटायचं. ते कारण म्हणजे त्या दिवसापासून उम्मानं वाप्पुमाच्या घरी झोपणं बंद केलं होतं. जणू काही इतर गोष्टींप्रमाणे माझ्याबरोबर रात्री झोपण्याचा हक्कही तिनं सहीनिशी सोडून दिला होता.

"मी नाही येणार तिथं." माझ्या तोंडून निघून गेलं. खरंतर गेला पूर्ण आठवडा विमानतळाच्या लांबच लांब रस्त्यावर मोटारीनं जाण्याची स्वप्नं मी पाहत होतो.

"आता हे काय आणि अचानक?" उम्मानं विचारलं. तिचे ओठ हलकीशी लिपस्टिक लावल्यानं चमकत होते.

"तू आमच्याबरोबर विमानतळावर यायचं कबूल केलं होतंस. आणि हे बघ, आता पूर्ण एक वर्ष आम्ही तुला दिसणार नाही आहोत."

"पण मी नाही येणार," मी हटून बसलो होतो. का माहीत नाही, पण

काहीही करून मला तिला रडवायचं होतं.

"पुन्हा कधीही तू मला दिसली नाहीस, तरी मी तुमच्याबरोबर विमानतळावर येणार नाहीये."

"बरं! मला हे सांग, की तू आपला बेत अचानक का बदललास?" उम्मानं कळकळीनं विचारलं. पण तिच्या आवाजात थोडंही रडवेलंपण नव्हतं.

उम्मा सलम अंकलकडे राहायला गेल्यापासून मी माझ्या डोक्यात एक यादी तयार करायला लागलो होतो. तसं करताना कधीकधी माझ्या घशात आवंढा दाटे, तर कधी रागानं हात थरथरायला लागत. जसजसे महिने उलटत होते, तसतशी कॉमेडी सिरियलमध्ये खोऽ खो हसण्याच्या जोडीनं जशी लांबलचक शॉपिंग लिस्ट उलगडत जाते, त्याप्रमाणे माझ्या डोक्यातील गोष्टींची लिस्टही लांबत चालली होती. रात्री कोकिळेच्या घड्याळाच्या खाली दिसणाऱ्या सरकत्या सावल्या पाहता पाहता, वाप्पुम्माचं कर्कश घोरणं ऐकता ऐकता मी माझ्या कडवट तक्रारींची हीऽऽ लांबलचक यादी तयार केली होती. ती वाचून दाखवून उम्माला रडवायचं होतं. त्यासाठी मला मिळालेली ही शेवटची संधी होती. परत खूप काळ मला अशी संधी मिळणार नव्हती.

माझ्या अंगावरील पांघरूण ओढून काढत उम्मानं मला परत विचारलं, "झालंय तरी काय तुला? सांग बरं मला."

"माझ्याकडे घालायला चांगला शर्ट नाहीये," माझ्या तोंडून शब्द बाहेर पडले. पण हे बोलायचं असं मी ठरवलं होतं का? नाही. माझ्या तक्रारींच्या लांब यादीत हे नव्हतं.

तिनं एक नि:श्वास सोडला. पण तो थकून गेल्याचा नाही तर सुटका झाल्याचा होता. पलंगाच्या कडेला बसून ती म्हणाली, "दोनच महिन्यांपूर्वी मी तुला एक नवीन शर्ट घेऊन दिलाय! हो की नाही?"

"मला नाही आवडत तो शर्ट!" ती अजूनही रडत नाहीये, याचं आश्चर्य वाटून मी म्हटलं, "मला रेल्वेलाइनच्या पलीकडच्या दुकानातला तो पिवळा शर्ट आवडला होता. सलम अंकलशी लग्न करण्याच्या आधीच्या रात्री तू मला तो विकत घेऊन द्यायचं प्रॉमिस केलं होतंस."

अजूनही ती रडायला तयार नव्हती. "पण मला वाटलं, मी विकत घेऊन दिलेला शर्ट चांगला आहे. तो निळा शर्ट!"

"पण मला त्याच्यापेक्षा तो पिवळा शर्ट जास्त आवडतो."

"बरं! बरं! मी तुला पैसे देऊन ठेवीन. आम्हाला एअरपोर्टला सोडून तुम्ही परत याल ना, तेव्हा विकत घे तू तो पिवळा शर्ट. झालं?"

शेवटी तिनं मला पलंगावरून खाली ओढलं आणि ड्रॉइंग रूमकडे जाणाऱ्या

पॅसेजमध्ये ढकललं. मी तिचं एकुलतं एक मूल असताना ती खूपदा असं ढकलत ढकलत मला पुढं न्यायची. वाप्पांच्या अर्धस्मित करणाऱ्या फोटोखालील जुन्यापुराण्या सोफ्यावर मला बसवत, तिनं दोन कपांत चहा ओतला. आम्ही एका सोनाराचं नाव आणि त्याच्या दुकानाचा लोगो असलेल्या त्या कपांतून चहा पीत असताना, बागेतील उन्हं कडक व्हायला लागली. झाडांखालच्या सावल्यांच्या कडा धारदार होऊ लागल्या. नंतर तिनं मला पाण्याच्या टाकीपाशी फक्त टॉवेलमध्ये उभं केलं आणि माझ्या अंगावर पाणी ओतून साबणानं पूर्ण अंगभर इतका फेस केला की मी वितळणाऱ्या बर्फाचा पुतळाच वाटू लागलो. त्या वेळी आमचा जुना काळ परत आल्यासारखा वाटला मला.

नंतर ती यास्मिनबुआ आणि इकबालचाचांचा निरोप घेण्यासाठी आमच्या दोन घरांमधील भिंतींच्या फटीतून त्यांच्याकडे गेली, तेव्हा ज्या रागामुळे मी माझ्या तक्रारींची यादी तयार केली होती, तो राग माझ्या मनात परत उफाळून वर आला. मी तिथं खेळणाऱ्या छोटीच्या मांडीवर जोरात मारलं. छोटीच्या मांडीवरील ती जागा लाल होऊन तिथं पुरळ उठलेयत, हे मी निर्विकारपणे पाहिलं. नंतर बेलफळांच्या भारानं झुकलेल्या एका फांदीवरील फळांचा गुच्छ तिला तोडून देऊन मी तिला शांत केलं.

दुपार होण्याच्या थोडं आधी एक ४ × ४ सीट्सची टॅक्सी आमच्या घराच्या कंपाउंडमध्ये आली आणि कोंबडीच्या खुराड्याजवळ उभी राहिली. दिवस सरताना उम्माबरोबर एअरपोर्टवर जाणारे एक-एक जण यायला लागले. सलम अंकलकडच्या एकसारखे दिसणाऱ्यांमधील एक जण सगळ्यात आधी आला. त्याचा जुळा भाऊ येईपर्यंत तो केळीच्या झाडांचं निरीक्षण करीत घराभोवती फिरत राहिला. मग ते दोघं व्हरांड्यामधील खुर्च्यांवर बसून झाडांच्या शेंड्यांकडे बघत एकमेकांशी काहीतरी खुसफुसत राहिले. नंतर हिरवट रंगाचे गॉगल घातलेले, हातात लांबलचक छडी घेतलेले थंगलचाचा आले. गाडीच्या मागच्या बाजूस घडीच्या खुर्च्या घालून आणि समोरासमोर तोंड करून मी आणि थंगलचाचा बसलो. आम्हा दोघांच्या गुडघ्यांमध्ये एक मोठी सुटकेस कोंबलेली होती. त्या सुटकेसच्या दोन्ही बाजूंना गडद तपकिरी रंगात उम्माचं नाव आणि रियाद शब्दांकडे बाण केलेल्या पट्ट्या चिटकवलेल्या होत्या. आमची गाडी शहराबाहेर येऊन समुद्रकिनाऱ्यालगतच्या रस्त्यावरून धावायला लागल्यावर मला युरी की युरिलच्या कुटुंबाची आठवण झाली. त्या शोमध्ये माझी भूमिका करणारा त्याचा भाऊ कार्टून विमानपट्टीवर एकटा उभा होता, एक कागदी विमान निळ्याभोर आकाशात उडून, मुलं काढतील अशा ढगात जाऊन दिसेनासं झालं होतं. आता आकाशात फक्त उडणारे पक्षी उरले होते.

थंगलचाचा तोंड उघडं टाकून झोपलेले होते. मधून-मधून त्यांच्या उघड्या तोंडातून संथ लयीत हवा बाहेर सोडल्याचा आवाज येत होता. मग ते एकदमच उठले, जोरजोरात घसा साफ करत त्यांनी असं दाखवलं की ते तोंडानं हवा सोडतच नव्हते.

मध्येच उम्मानं छोटीला विचारलं, "अगं, तुझ्या मांडीला काय झालंय?" तशी तोंडातनं बोट काढून तिनं ते माझ्याकडे रोखलं.

"त्याच्या मांडीवर बसायचंय? जा," म्हणत उम्मानं सीट्समधल्या मोकळ्या जागेतून तिला माझ्याकडे दिलं. नंतर आमचा एअरपोर्टपर्यंतचा प्रवास संपेपर्यंत ती माझ्या मांडीवर बसून आमच्या गाडीमागून येणाऱ्या वाहनांकडे बोट दाखवत होती. आमच्या मागचा रस्ता, मागून येणाऱ्या मोटारींच्या चौकटी जणू गिळून टाकत होत्या. मला आम्हा दोघांची किंचित वेडीवाकडी झालेली प्रतिबिंबं थंगलचाचांच्या गॉगल्सच्या काचांमध्ये दिसली. माझी हनुवटी छोटीच्या केसांतील 'बो'ला स्पर्श करीत होती. तिनं आपल्या तळव्यांनी माझ्या गुडघ्यांना घट्ट धरून ठेवलं होतं आणि माझे दोन्ही हात तिच्या कंबरेभोवती होते. काही चित्रं तुमच्या मनात घट्ट रुतून बसतात. हो की नाही, मिस्टर अनविन? माझं आणि छोटीचं वरील चित्र माझ्या मनात घट्ट रुतून बसलेलं आहे. मला जेव्हा जेव्हा तिला पाहावं वाटतं, तिला कवटाळावं वाटतं, तिला हातांनी फळ तोडता यावं म्हणून उंच करावं वाटतं; तेव्हा तेव्हा आम्ही दोघं थंगलचाचांच्या फुलांच्या पाकळ्यांच्या आकाराच्या गॉगल्समध्ये अडकलेलं आमचं हे चित्र माझ्या डोळ्यांसमोर येतं.

आमची गाडी आता विमानतळाजवळ आलेली होती. वरच्या बाजूला काटेरी तारा असलेल्या एका भिंतीच्या पलीकडे, खूप लांब, पंखांना पंख लावून तीन विमानं उभी होती. त्यांची लांबट पांढरी शरीरं, सीलच्या शरीराप्रमाणे गुळगुळीत, निसरडी वाटत होती. नंतर आम्ही त्या उंच भिंतीच्या इतक्या जवळ गेलो की पलीकडे उभी केलेली ती विमानं आमच्या नजरेआड गेली. मी वर आकाशात नजर टाकली, तेव्हा एक विमान आकाशात घिरट्या घालत होतं. त्याच्या शेपटीतून अधूनमधून लाल प्रकाश चमकत होता. ते विमान आत्ता वर उडालंय की खाली जमिनीवर उतरण्याच्या तयारीत होतं हे कळायला काही मार्ग नव्हता. मला छोटीला ते विमान दाखवायचं होतं, पण ती मांडीवर झोपी गेली होती. तिची हनुवटी तिच्या बर्फासारख्या सुंदर लेसवर्कवर टेकलेली होती.

ते आंतरराष्ट्रीय विमानतळ निरोप समारंभांच्या आवाजांनी गजबजलेलं होतं. उम्मानं घाबरत घाबरत सगळीकडे नजर टाकली. तेवढ्यात सलम अंकलच्या एकसारख्या दिसणाऱ्या त्या नातलगांमधील एकानं एक ट्रॉली पकडली. तिच्यावर उम्माची सुटकेस ठेवून तो ती ट्रॉली विमानतळाच्या आत घेऊन जाणाऱ्या प्रवेशद्वाराकडे

घेऊन गेला. त्या दाराच्या दोन्ही बाजूंना दोन बंदूकधारी माणसं उभी होती. त्यांच्याकडे पाहिल्यावर असं वाटत होतं, की समजा कधी इथं घातपाताचा प्रकार घडला तर ही माणसं आणि यांच्या बंदुका कुचकामाच्या ठरतील.

उम्मानं विमानतळाच्या आतल्या बाजूस जाण्याआधी सगळ्यांचा निरोप घ्यायला सुरुवात केली. पुरुषांच्या खांद्यांना स्पर्श करीत व वाप्पुम्माचे दोन्ही हात हातात घेऊन तिनं त्यांचा निरोप घेतला. मला छातीशी कवटाळून तिनं माझ्या कानात काहीतरी सांगितलं, पण जोरजोरात आवाज करीत इकडेतिकडे जाणाऱ्या मोटारींच्या आवाजामुळे मला तिचे शब्द ऐकू आले नाहीत. सकाळी तिच्या डोळ्यांत पाणी यावं म्हणून मी हरतऱ्हेचे प्रयत्न केले होते. आता उसळून तिच्या डोळ्यांत आलं होतं. मला पाहिजे होतं त्यापेक्षा कितीतरी जास्त प्रमाणात! गालांना हातरुमाल लावून डोळ्यांतील आसवं पुसायचा प्रयत्न करत तिनं छोटीला उचललं आणि ट्रॉली कशीबशी ढकलत ती एअरपोर्टच्या आत जायला निघाली. मग जाताजाता ती थबकली आणि जवळजवळ चिडूनच मला विचारलं, "अरे, तुला छोटीची किस्सी घ्यायची नाहीये का?"

छोटीची किस्सी घ्यायला मला चवड्यांवर उभं राहावं लागलं. माझे ओठ तिच्या गालांना लागले, तेव्हा तिनं झोपेत चुळबुळ केली. तिला गुलाबाचा मंद सुगंध येत होता.

घरी परतताना लालसर सूर्य आमच्या ४ × ४ कारच्या खिडकीतून आमच्या बरोबरीनं येत होता. मधेमधे येणाऱ्या झाडांच्या वाकड्यातिकड्या रांगांच्या मागे तो थोडा-थोडा खाली उतरत होता. झाडांच्या त्या चढत्या-उतरत्या रांगा संगीताच्या स्वरावलींच्या आलेखाप्रमाणे वाटत होत्या. शेवटी सूर्य क्षितिजाखाली गेला. रस्त्यावरचे दिवे लागले. रस्त्यावरचे दिवे पाहूनच रस्त्याचे चढ-उतार लक्षात येत होते. मी सहज माझ्या पॅन्टच्या खिशावर हात ठेवला. आपलं पाकीट मारलं गेलंय, हे लक्षात येताच मनात भीतीची लाट उसळते, तीच त्या वेळी माझ्या मनात उसळली. उम्मानं पिवळ्या शर्टसाठी मला दिलेले पैसे आता तिथं नव्हते. मग मला आठवलं, की तिनं ते पैसे मला खरेखुरे दिले नव्हते. फक्त ते देईन, असं प्रॉमिस केलं हांतं. कदाचित त्याच वेळेस ती विमानाच्या खिडकीतून बाहेर बघत असेल आणि मला दिलेलं प्रॉमिस पाळलं नाही म्हणून हळहळत असेल.

आमची मोटार शहरात घुसली, तेव्हा दिवसाच्या अजानची शेवटची ओळ हवेत तरंगत होती. तो एका मुलाचा आवाज होता. बिलालला अजान म्हणायची आणखी एक संधी मिळालीय की काय, असा मी विचारच करत होतो, पण तितक्यात अजान संपलाच. मला वाटलं, प्रत्येक वेळी बिलाल कुराण वाचतो त्यापेक्षा तो आवाज जास्त नाकातून येत होता. कदाचित आणखी एखादा मुलगा

इमामच्या मर्जीस पात्र झाला असेल आणि तो अनाथालयाच्या मुलांमध्ये मिळालेल्या आपल्या दोन मिनिटांच्या प्रसिद्धीची चव घेत असेल.

घराचं कुलूप उघडून वाप्पुम्मानं आतला दिवा लावताक्षणी मला ती समोरची खोली खूप विचित्र वाटली. जणूकाही आम्ही नसताना कोणीतरी घरात घुसून तिथल्या सामानाची व्यवस्थित उलथापालथ केली होती. त्या खोलीचं ते रूप पाहून वाप्पुम्मा काहीतरी म्हणेल, कदाचित किंचाळेलही असं मला वाटलं होतं. पण तिला तिथं काहीच वेगळं आहे, असं वाटलं नाही. ती तशीच चालत, दिवे लावीत हॉलकडे आणि मग झोपायच्या खोलीकडे गेली. मी आणखी एकदा सगळीकडे नजर टाकली. आणि आम्ही काही तास इथून दूर गेलो असताना समोरच्या खोलीत नक्की काय बदल झालाय, हे माझ्या लक्षात आलं. खरंतर फक्त वाप्पांचा फोटो सोडून तिथं तसा काहीच बदल झालेला नव्हता. इतके दिवस फाटक्यातुटक्या सोफ्याच्या वर टांगलेल्या वाप्पांच्या फोटोची आम्हाला इतकी सवय झालेली होती की एरव्ही तो तिथं आहे, हेही आम्हाला जाणवत नसे. पण आता तो तिथं नसल्यावर चुकल्या-चुकल्यासारखं वाटत होतं. त्या फोटोच्या जागी आता होता एक पट्टा. मी आणि वाप्पुम्मा एअरपोर्टला जायची तयारी करीत असताना उम्मानं सोफ्यावर चढून तो फोटो खाली काढला असणार. मग तो वर्तमानपत्राच्या कागदात गुंडाळून सुटकेसमध्ये लपवून ठेवला असणार. ती बहुतेक दुपारच्या वेळी फोटो बाहेर काढून छोटीला तो फोटोतला माणूस तुझे वडील आहेत, तो विग घातलेला माणूस नाही, असं सांगणार असावी. संध्याकाळी किराणा मालानं भरलेल्या प्लॅस्टिक पिशव्या हातात घेऊन सलम अंकल घरी येण्यापूर्वी ती तो फोटो सुटकेसमधील गुप्त जागी ठेवणार असावी.

एअरपोर्टवर जाण्यायेण्यानं वाप्पुम्मा खूप दमली होती. नेहमी झोपण्यापूर्वी ती ओठातल्या ओठात एक प्रार्थना पुटपुटायची. त्या वेळी कुराण म्हणणाऱ्या विद्यार्थ्यांप्रमाणे ती पुढे-मागं झुकायची. ती परत-परत वाप्पांची कबर प्रशस्त करायची विनंती अल्लाला का करायची, ते मला कळायचंच नाही. त्या दिवशी तिनं ती प्रार्थना म्हटली नाही. घरी आल्याबरोबर ती पलंगावर कोसळली. हनुवटीपर्यंत ब्लँकेट ओढून घेऊन ती लगेचच गाढ झोपी गेली. घोरू लागली. त्या दिवशी अपरात्रीची गाडी खूप उशिरा आली. तेव्हा रेल्वे लाइनपलीकडचा रस्ता फारच शांत होता. त्या गाडीचा जोरदार आवाज हवेत घुमावा आणि भिंतीवर वेगवेगळ्या सावल्या नाचाव्यात, यासाठी माझा जीव आतुर झाला होता. माझ्या मनात आलं, उम्मा आणि छोटी एव्हाना रियादला पोहोचल्या असतील का? त्या तिथं पोहोचल्या असतील की नाही याबद्दल खात्री नसल्यानं मी कल्पना करू लागलो, की त्यांचं विमान मधून मधून पक्ष्यासारखं पंख फडफडवत आणि मधूनच यंत्र होऊन ढगांचा

जंगलातून तरंगत जात असेल.

मी डोळे उघडण्यापूर्वीच मला वाटलं, की झोपायच्या खोलीच्या एका खिडकीखाली प्रकाशाचे चार चौकोन दिसू लागले असणार. दर सकाळी ते त्याच ठिकाणी चमचमत असायचे. पुढच्या अंगणातून फरशीवर झाडू फिरत असल्याचा आवाज येत होता. टेलिफोनची रिंग वाजू लागल्यावर तो आवाज थांबला. मी वाप्पुम्माला फोनवर कोणाशी तरी बोलताना ऐकलं. वाप्पुम्माचा आवाज आधी अगदी थंड, कोरडा होता. नंतर एखाद्या लहान मुलाशी फोनवर बोलताना खोटा खोटा लहान मुलाचा आवाज काढल्यासारखा! थोड्याच वेळात झाडूनं फरशी साफ करण्याचा आवाज परत येऊ लागला.

प्रकाशाचे ते चार कोन रोज न चुकता त्याच ठिकाणी कसे दिसतात, याचं मला नेहमी आश्चर्य वाटायचं. वाप्पा माझ्या वयाचे असतानाही प्रकाशाचे ते चार चौकोन नक्की त्या ठिकाणी दिसत असणार.

वाप्पा माझ्या वयाचे असताना तेही सगळ्यात आधी प्रकाशाचे हे चार चौकोन पाहत असणार. त्या वेळीही ते नक्की याच ठिकाणी चमकत असणार आणि मी जन्मल्यानंतर काहीच तासांत वाप्पांनी भाकीत केल्याप्रमाणे काही दशकांनी मी मोठा लेखक झाल्यावरही प्रकाशाचे हे चार चौकोन याच ठिकाणी चमकत असणार. मिस्टर अनविन, आकाश आणि समुद्राप्रमाणे सावल्या व प्रकाशही शाश्वत आहेत.

समोरचं अंगण झाडण्याचं काम संपवून वाप्पुम्मा घरात आली. तोपर्यंत खिडक्यांच्या खाली दिसणारे प्रकाशाचे चौकोन नाहीसे झाले होते. मी जागा झालोय, हे पाहून तिला आश्चर्यच वाटलं. ती म्हणाली. "काही वेळापूर्वी उम्मानं फोन केला होता. रात्री परत करील ती. तिनं मला तुला पैसे द्यायला सांगितलेत. नव्या शर्टसाठी."

ब्रेकफास्ट झाल्यावर वाप्पुम्मानं लाकडी पेटी उघडली आणि एका जुन्या डायरीतून नोटांचं लहानसं पुडकं बाहेर काढलं. त्याच्यातील काही नोटा बाहेर काढून तिनं त्या परत परत मोजल्या आणि मग मला दिल्या. पैसे हातात पडताच रेडिमेड कपड्यांचं ते दुकान कधी एकदा उघडतंय असं झालं मला. त्याचं लोखंडी शटर खडखड करत वर जाऊन दरवाजाच्या वरच्या बाजूला खट्‌कन लागल्याचा आवाज येताच मी धावत-पळत रेल्वेलाइन पार केली. तो शर्ट शोरूममध्ये नसला तरी निराश व्हायचं नाही, असं मी ठरवलं.

पण शोरूमची स्थिती फार भयंकर होती. तिथल्या मुद्दाम फॅशन म्हणून डाग डाग पाडलेल्या भिंतीवर धुळीचा थर साचलेला होता. खोट्या कृत्रिम छतामधून स्टिरोफोमची एक वीट बाहेर आलेली होती. त्यामुळे पडलेल्या भगदाडातून आत

असलेला लाल पाइप दिसत होता. एका कोपऱ्यात एक छोटासा दरवाजा होता. तिथून पावलांचे ठसे सुरू झाले होते. नंतर जमिनीवर सगळीकडे ते पसरलेले होते. खिडकीत उभ्या केलेल्या प्लॅस्टिकच्या मोठ्या बाहुल्यांच्या अंगावरून खाली लोंबकळणाऱ्या किमती खोडून, त्यांच्याखालीच फेल्ट पेननं नव्या किमती लिहिलेल्या होत्या. मला खात्री होती, की ते पावलांचे ठसे जुन्या किमती खोडून नवीन किमती लिहिणाऱ्या त्या माणसाच्या पावलांचेच होते. एकूण दुकानदारावर वाईट वेळ आलेली असली तरी शोकेसमधल्या त्या बाहुल्या मजेत होत्या. छान पोझ घेऊन उभ्या होत्या.

मी काळजीपूर्वक चालत जाऊन त्या शोकेससमोर उभा राहिलो. तो पिवळा शर्ट मीच घातलेला आहे असं वाटावं म्हणून काचेवर पडलेल्या त्या मुलाच्या प्रतिबिंबात स्वत:ला बसवायचा प्रयत्न केला. पण कितीही प्रयत्न केला, तरी माझं प्रतिबिंब त्या बाहुल्याच्या प्रतिबिंबाला झाकून टाकत होतं. मी त्या काचेच्या पिंजऱ्यात अडकलेल्या शरीरातून निघून जायला तत्पर असलेला आत्मा वाटत होतो. खूप आटापिटा करून मी माझा चेहरा त्या बाहुल्याच्या सुंदर चेहऱ्यात बसवला, पण त्याच क्षणी कृत्रिम छतामधून एक कोळी खाली जमिनीवर पडला. मोठ्या लोकांच्या बाहुल्यांमधून घाईघाईनं वाट काढीत तो कोळी त्या मुलगा बाहुलीकडे आला. क्षणभर थांबून तो त्या मुलाच्या पायावर चढला. आणि मग सर सर चढत त्याच्या शर्टच्या छातीवरील दोन शस्त्रांची एम्ब्रॉयडरी असलेल्या पाकिटावर चढला. अशाप्रकारे आपल्या बसण्याच्या जागा बदलण्यात तो फारच पटाईत दिसला. कारण माझी पापणी मिटायच्या आत तो त्या मुलाच्या पाकिटात शिरून नाहीसा झाला आणि त्याच क्षणी मला दाबून न ठेवता येणारी भीती आणि तिची कधीही कमी न होणारी सवय लागली. मला भीती होती, माझ्या शर्टच्या पाकिटात एक कोळी लपून बसलाय की काय याची आणि सवय पडली, नवे कपडे विकत घेण्यापूर्वी त्यांच्या पाकिटात कोळी आहे की नाही हे तपासून पाहण्याची, तसेच जुने कपडे घालण्यापूर्वीही आपल्या कपड्यांमध्ये कोळी तर नाही ना हे तपासून पाहायची. भीती आणि सवय या अशा गोष्टी आहेत ना की दुसऱ्या व्यक्तीला त्यांचा संसर्ग लगेच होतो. कपड्यांमध्ये कोळी असू शकतो, ही गोष्ट मी ज्यांना-ज्यांना सांगितली, ते सगळे दिवसातून एकदा तरी आपल्या कपड्यांमध्ये कोळी तर नाही ना, याची खात्री करून घेऊ लागले. ही गोष्ट करताना मी बिलाल, इकबालचाचा आणि यास्मिनबुआच्या घराला रंग लावायला आलेल्या लोकांनाही पाहिलंय.

मिस्टर अनविन, तुम्हालाही ही सवय लागली तर मला आश्चर्य वाटणार नाही.

"कुठंय तुझा नवीन शर्ट?" मी रिकाम्या हातानी परत आलेला पाहून वाप्पुम्मानं मला विचारलं.

"मी त्याच्यात बदल करून घेण्यासाठी शिंप्याला दिलाय." मी थाप मारली. कधी काळी आमच्या जुन्या अपार्टमेंटमध्ये लावलेल्या पडद्यामागच्या लोखंडी ट्रंकमध्ये मी वाप्पुम्मानं दिलेले पैसे लपवून ठेवले. नंतरच्या महिन्यांमध्ये मी ती ट्रंक वारंवार बाहेर काढून नोटांच्या त्या पुडक्यात आणखी नोटांची भर घाले. ज्या ज्या वेळी मी त्या पडद्यावरील पानाफुलांच्या डिझाइनकडे पाही, त्या त्या वेळी मला आमच्या जुन्या अपार्टमेंटच्या खिडक्यांमधून दिसणारी दृश्यं आठवत : अपार्टमेंटजवळची ती बाग, तिथलं टिनचं विमान, त्याच्याजवळची विटांची वाट, एक बोळ, तिथं कोणी तरी टाकून दिलेली मोटार, तिच्यावर अस्ताव्यस्त वाढलेल्या वेली, तो रस्ता, त्याच्यावर बांधला जाणारा पूल... पुढे त्याच्यावर मेट्रो ट्रेन्स धावणार होत्या...

आठ

एका रात्री वाप्पुम्मानं प्रार्थना म्हटली आणि अल्लाला वाप्पांचं थडगं प्रशस्त करण्याची प्रार्थना केली. मग हाताच्या ओंजळीचा मुका घेतला. थोडा वेळ गप्प बसल्यावर ती मला एकदम म्हणाली, "मला त्याचा वास येतो रे." ती अजून प्रार्थनेच्या गालिचावरच बसलेली होती. एका बाजूला चेहरा करून, वास घेत व छताकडे बोट दाखवून ती म्हणाली. "माहीत नाही कुठून पण हल्ली मला त्याचा सारखा वास येतो. हे काहीतरी होणार असल्याचं लक्षण आहे. कदाचित त्याच्याजवळ जाण्याची माझी वेळ जवळ येऊन ठेपली असेल."

खरंतर वाप्पांचा तो जोरदार वास माझ्या काखेतून येत होता. तुम्हाला माहीत आहे, वाप्पांच्या मृत्यूनंतर घर हलवण्यासाठी मी आणि इकबालचाचा बोगनव्हिलात गेलो होतो. त्या वेळी मी बोगलव्हिलाच्या बाथरूममधून वाप्पांच्या सर्व गोष्टी लपवून घेऊन आलो होतो. त्या सर्व गोष्टी मी पलंगाखालील ट्रंकमध्ये ठेवून दिल्या होत्या. त्यात घामाचा वास जाण्यासाठी वापरले जाणारे डिओड्रंट्स, दाढीनंतर वापरायची लोशन्स, शेव्हिंग क्रीम, वापरून झाल्यावर टाकून द्यायची रेझर्स वगैरे वगैरे गोष्टी होत्या. उम्मा आणि छोटी रियादला गेल्यावर काही दिवस माझं मन फार अस्वस्थ होतं. कशातच लागत नव्हतं. माझा भूतकाळ जणू खरा नव्हताच, कल्पनेचा खेळ होता, अशाप्रकारचे विचार मनात येऊन मन सैरभैर, उदास होऊ लागायचं. अशाच एका संध्याकाळी मला एकदम माझ्या वाप्पांकडून मिळालेली माझी दौलत आठवली. पलंगाखालची ट्रंक बाहेर ओढून मी माझी ती दौलत डोळे भरून पाहिली. त्या बाटल्या, डबे पाहून माझ्या डोळ्यांसमोरून किंचित काळ वाप्पांची दाढी न करता जन्नतमध्ये- स्वर्गात फिरणारी, तिथली

सुगंधी फुलं गोळा करणारी, हिंडणारी मूर्ती आली.

त्या वेळी मी अगदी पहिल्यांदा वाप्पांच्या आवडीचा सेंट लावला. माझ्या काखांखाली, मानेभोवती त्याचा भरपूर मारा केला. त्या वासानं माझ्यामध्ये एक अनामिक शक्ती आल्यासारखं वाटलं मला. जणू मोठ्ठा तरुण माणूस होण्यासाठी तो मला मिळालेला, अजमावणारा डोस होता. जुन्या सोफ्यावर बसून आपला होमवर्क करण्यासाठी मी पुस्तकं घेऊन हॉलमध्ये गेलो, तेव्हा वाप्पुम्मा नाकाची फुरफुर करत वास घेऊ लागली. त्याच वेळी छताकडे बोट दाखवत ती परत एकदा तिला वाप्पांचा वास येतोय, असं म्हणाली. पण मी तर त्या वेळी पहिल्यांदाच वाप्पांचं डिओड्रंट वापरलं होतं, त्यामुळे ती त्याआधी वाप्पांचा वास येतोय असं का म्हणायची, ते मला कळलंच नाही.

दुसऱ्या दिवशी मी बाहेर जातोय असं सांगायला मागच्या अंगणात गेलो, तेव्हाही ती तेच म्हणाली. मी रोज वेगवेगळे सेन्ट्स लावायचो. निवड करण्यासाठी माझ्याजवळ अत्तरांचा आणि डिओड्रंट्सचा खूप मोठा साठा होता. (वाप्पा फक्त डिओड्रंट्स आणि अत्तरं खरेदी करण्यापुरतीच चैन करीत.) आता वाप्पुम्मा कडक शिस्तीची हॉस्टेल वॉर्डन झाली होती. मी उच्छृंखल, स्वैराचारी होतोय की काय या भीतीनंच तिला कठोर व्हावं लागत होतं. शिवाय 'तुला मुलाला बरोबर वाढवता येत नाही' या यास्मिनबुआच्या हसत हसत मारलेल्या टोमण्यामुळेही वाप्पुम्माचा कठोरपणा, शिस्तप्रियता वाढलेली होती. विशेषतः सुट्टीच्या दिवशी माझ्या भटकण्याला तर तिचा तीव्र विरोध होता. त्यामुळे मी नेहमी चांगल्या मित्रांबरोबरच असतो, बीचपासून दूर असतो (तिच्या मते बीचमुळे मुलं बिघडतात) याची तिला खात्री करून देण्यासाठी मी रेल्वे क्वार्टर्समध्ये राहणारा एक मित्र निर्माण केला होता. मी तिला असंही सांगितलं होतं, की माझ्या या मित्राकडे वाप्पांना आवडली असती अशी खूप पुस्तकं आहेत. तसं मी त्या मुलाला कोणतंही नाव देऊ शकलो असतो, पण मी त्या आमच्या छोट्या शहरात सहसा न आढळणारं ख्रिश्चन नाव 'जेम्स' दिलं. आणि मिस्टर अनविन, हे नाव ठेवण्याची प्रेरणा मला कोणामुळे मिळाली असेल? हं! याचं उत्तर देण्यासाठी काहीही बक्षीस नाहीये हं!

वाप्पुम्मा मागच्या अंगणाच्या भिंतीजवळच्या फरशीवर उभी राहून गौमती अम्मुम्मांबरोबर बोलत होती. त्या तिथं बसून आपल्या पांढऱ्या केसांतून उवा-लिखा बाहेर काढायचा कंगवा फिरवत होत्या. शिंक आली, तेव्हा बोलणं थांबवून वाप्पुम्मानं आकाशाकडे बोट दाखवलं आणि ती म्हणाली, "मला परत त्याचा वास येतोय. तुम्हाला येतोय का हो त्याचा वास?"

खालचा ओठ पुढे काढत गौमती अम्मुम्मा म्हणाल्या, "मला झाडावर

फणस नासत असल्याचा वास येतोय. दुसरा कुठलाही वास येत नाही.''

''म्हणजे फक्त मलाच वास येतोय? म्हणजे एक गोष्ट नक्की झाली. माझी त्याच्याजवळ जाण्याची वेळ जवळ आलीय आता.'' वाप्पुम्मा म्हणाली. मग मागे वळून आवाजात कठोरता आणायचा प्रयत्न करीत तिनं मला विचारलं, ''कुठे निघालास रे?''

''मी रेल्वे क्वार्टर्समध्ये राहणाऱ्या जेम्सकडे जातोय. त्याच्याकडून एक पुस्तक आणायचंय मला. एखादेवेळेस मला त्याच्याकडेच बसून पुस्तक वाचावं लागेल. आपल्या घरातून कोणी पुस्तक घेऊन गेलेलं त्याच्या वडिलांना आवडत नाही.''

रेल्वे क्वार्टर्स, रेल्वे स्टेशनच्या अगदी मागं, म्हणजे चालत गेलं तर पाच मिनिटांच्या अंतरावर आणि धावत गेल्यास दोन मिनिटांच्या अंतरावर होतं. त्यामुळे जास्त चौकशी न करता वाप्पुम्मानं मला जाऊ दिलं.

''त्याच्या बाबतीत मी फार स्ट्रिक्ट आहे.'' मला तिचे शब्द जाता-जाता ऐकू आले.

''त्याची आई त्याला फोनबिन करते की नाही?'' गौमती अम्मुम्मानं वाप्पुम्माला विचारलं. तिच्या आवाजातील रुक्षपणामुळे मी जाता-जाता मध्येच थांबलो. मिस्टर अनविन, मी मागं बिलालच्या आईबद्दल काल्पनिक कथेत सांगितलं होतं; तसं, त्याच्या आईप्रमाणे उम्मा, स्वत: चांगलं जीवन जगण्यासाठी मला सोडून गेलीय असं कोणी सुचवलं किंवा उम्मावर कोणी प्रत्यक्ष किंवा अप्रत्यक्ष दोषारोपण केलं की, प्रत्येक वेळी मी पेटून माझा चेहरा लालेलाल व्हायचा. सलम अंकलशी लग्न करायला संमती देण्याआधी ती आपल्या बहिणीशी किती भांडली होती, रात्र रात्र किती रडली होती, हे फक्त मलाच माहीत होतं.

वाप्पुम्मा आणि गौमती अम्मुम्माचं बोलणं ऐकण्यासाठी मी केळीच्या झाडापाशी टाकून दिलेल्या जात्यापाशी थोडा घुटमळलो. जात्याच्या मधल्या गोलात साठलेल्या पाण्यात तरंगणाऱ्या बेडकांच्या छोट्या पिल्लांना पाहत राहिलो. त्यांना तसं पाहणं म्हणजे मायक्रोस्कोपमधून जीवजंतूंना पाहण्यासारखं होतं.

''आठवड्यात एकदा बोलते ती त्याच्याशी.'' वाप्पुम्मानं गौमती अम्मुम्मांच्या प्रश्नाला उत्तर दिलं. तिच्या आवाजात संमतीही नव्हती, टीकाही नव्हती.

''मुलाच्या पालनपोषणासाठी पैसेबिसे पाठवते की नाही?''

''तिनं देऊ केले होते. पण मीच म्हणाले, माझ्या नातवाला वाढवायला मला दुसऱ्या कोणत्या माणसानं कमावलेल्या पैशांची गरज नाही.'' एक सुस्कारा सोडत वाप्पुम्मा म्हणाली. थोडा वेळ कोणीच काही बोललं नाही. मग त्या आधीच्या विषयांबद्दल बोलू लागल्या. मग मीही माझ्या वाटेकडे वळलो.

बिलाल मशिदीच्या गल्लीत दफनभूमीच्या भिंतीवर माझी वाट पाहत बसला होता. रविवारी दुपारी अनाथालयातील मुलं तिथं क्रिकेट खेळायची. हातात अर्धवट खाल्लेला आंबा घेऊन तो मुलांना पटापटा धावा काढताना, नारळाच्या झावळ्या वापरून बनवलेल्या बॅट्स जमिनीवर ओढताना पाहत होता. दोन टीममध्ये वादावादी सुरू झाल्यावर आम्ही दोघं तिथून गुपचूप निसटलो. कच्च्या रोडवरून नारळी-पोफळीच्या बागांमध्ये शिरलो. उथळ ओढे पार केले. मग आम्हाला मातीच्या भिंतींची घरं असलेले गल्लीबोळ लागले. त्या गोल-गोल जाणाऱ्या गल्ल्यांना अंतच नाही असं वाटत असतानाच आम्हाला एकदम समुद्र दिसला. समुद्र म्हणजे पांढऱ्याशुभ्र प्रकाशात न्हायलेल्या कोबाल्टची निळी पट्टीच जणू.

आम्ही दोघं समुद्रकिनाऱ्यावर आलो. समुद्र संथ होता. लाटा आळसावल्यासारख्या. जणूकाही फार मोठा कार्यक्रम त्यांनी खूप मोठ्या गर्दीसाठी राखून ठेवलेला होता. बीचवर फारसे लोक नव्हते. तिथं संध्याकाळी पाचच्या सुमारास लोकांची वर्दळ सुरू व्हायची. मग सूर्यास्तापर्यंत लोकांची ये-जा सुरू असायची. आत्ता दुपारचे फक्त साडेतीन वाजले होते. थंड होऊ लागलेल्या वाळूवर लोकांचे लहान-लहान समूह बसलेले होते. हातात वाळू घोळवत वाळूचा किल्ला कसा करावा, याचा विचार ते करीत असावेत.

बिलाल भडक रंगांनी रंगवलेल्या आइस्क्रीमच्या गाडीजवळ जाऊन बसला. पुढे जायच्या उत्सुकतेपोटी मी तिथंच उभा राहिलो. मला जायचं होतं, डोंगराच्या पायथ्याशी, अंड्याच्या आकाराच्या खडकांमागं असलेल्या त्या विशिष्ट ठिकाणी. पण मुख्य बीचपलीकडच्या कोणत्याही जागेत बिलालला रस नव्हता. अशी एखादा सीक्रेट बीच आहे, या गोष्टीवर विश्वास ठेवायलाच तो तयार नव्हता. शेवटी मला परत एकदा ठासून सांगावं लागलं, की त्याला माहीत नसला तरी इथं असा एक सीक्रेट बीच आहे आणि तो कुठं आहे हे मला माहीत आहे. तेव्हा कुठं तो उभा राहिला आणि माझ्यामागं चालू लागला.

दोन महिन्यांपूर्वी आम्ही या सीक्रेट बीचपासून फक्त काही यार्ड लांब होतो. पण तेवढ्यात कुन्युमोन येऊन आम्हाला ओरडला होता आणि आम्हाला तिथूनच परतावं लागलं होतं. आत्ताही आम्ही पकडलो गेलो असतो. मला सर्वांत जास्त भीती याची होती, की कोणीतरी त्या खडकांच्या फटींतून रांगत आत येऊन आम्ही एक वर्षापूर्वी शोधून काढलेला तो बीच शोधून काढून तिथं घाण करून ठेवली असेल. जर का तसं झालं असेल तर त्या ओबडधोबड खडकांवर वाप्पांचं नाव लिहून ठेवण्यात काहीच अर्थ नव्हता. कचऱ्याच्या ढिगाला त्यांचं नाव देणं म्हणजे त्यांच्या आठवणींचं कायमचं वाटोळं करून ठेवणं होतं. म्हणूनच मी पॅन्टच्या खिशात पिवळ्या खडूंचे तुकडे लपवून ठेवले आहेत आणि त्यामुळे तो

खिसा फुगलेला आहे हे माझं गुपित बिलालपासून लपवून ठेवायचं, असं मी ठरवलं. मी घातलेला निळा शर्ट ढगळ असल्यानं माझ्या पॅन्टचा फुगीरपणा बेमालूम लपून गेला होता. वाप्पांनी आणि मी शोधून काढलेल्या त्या खासगी बीचवर पाऊल ठेवणारे आम्ही दोघंच आहोत, याची खात्री पटल्याशिवाय मी तो खडू बाहेर काढणार नव्हतो.

ज्या उपड्या करून ठेवलल्या बोटीपाशी दोन महिन्यांपूर्वी अचानक कुन्युमोन दिसला होता, तिथं आज एक कुत्रा झोपलेला होता. स्वप्नात आपल्या मालकापाठोपाठ धावत असल्याप्रमाणे तो कुत्रा झोपेतही आपली शेपटी हलवत होता. आम्ही बीचच्या लांबच्या टोकाकडे निघालो. पाणबंधारा सुरू व्हायचा त्या बाजूला, तिथल्या गुळगुळीत खडकांच्या विचारानं माझे पाय आधीपासूनच सावधपणे पडू लागले. आम्ही एका कुटुंबाजवळून जात होतो. त्यात एक भयंकर दिसणारा माणूस होता. त्याची बायको होती आणि त्याच्या दोन मुली होत्या. मुलींच्या वेण्यांना लाल रिबिन बांधलेली होती आणि त्यांच्या हातात छपराच्या रंगाचे आइस्क्रीम कोन होते. माझ्या शेजारून चालणारा बिलाल मला एकदम ताठरल्यासारखा वाटला.

“बाप रे!” तो म्हणाला.

“काय झालं रे?” मी विचारलं.

“काही नाही. सरळ बघत चालत रहा. त्या माणसाकडे पाहू नकोस.” तो चिडल्यासारखा पुटपुटला.

मी माझ्या खांद्यावरून मागं पाहिलं. बायकोला काहीतरी सांगून तो माणूस उठू लागला होता. ते ऐकून त्याच्या बायकोनं आमच्याकडे रागारागानं पाहिलं. मुलीही आइस्क्रीम खायचं थांबवून आमच्याकडे पाहू लागल्या. जणूकाही आम्ही सिनेमात काम करणारे लोक होतो. त्या माणसानं हाताच्या तळव्यांवरील वाळू झटकली. मग तो तोंडभर हसला. त्या माणसाकडे हसत हसत पाहत मी बिलालला विचारलं, “तू ओळखतोस का रे त्या माणसाला?”

“त्याच्याकडे पाहू नकोस म्हणून सांगितलं होतं ना मी?” तो माझ्यावर खेकसला. त्यानं माझं मनगट इतक्या जोरात पकडलं होतं की त्याची नखं माझ्या मनगटात रुतत होती.

“ए थांबा रे! तुम्हा दोघांच्याच शोधात होतो मी. माझ्या सायकली कुठं आहेत? तुम्ही त्या दुसऱ्या कोणाला विकल्या तर नाहीयेत?”

त्याची मुक्ताफळं ऐकून आम्ही दोघांनी धूम ठोकली.

क्षणभर वाटलं, की हातात काठ्या आणि दगडं घेऊन माणसांची ही मोठी गर्दी आमचा पाठलाग करत आहे. आयुष्यात पहिल्यांदाच माझं बालपण कणभर

का होईना श्रेष्ठ, सचित्र कथांसारखं आहे असं वाटलं. आम्ही न केलेल्या चुकीसाठी आमच्यावर उसळलेल्या रागाच्या उद्रेकाला घाबरून जाऊन मी मागं नजर टाकली. मागं फक्त सायकलचा दुकानदार उभा होता. एकटा. त्याच्या हातातही काही नव्हतं. त्याच्या मागं त्याचं कुटुंब आमच्याकडे पाहत उभं होतं. त्याची बायको हॅन्डबॅगमध्ये काहीतरी शोधत होती. दोन्ही मुली हातातले आइस्क्रीम कोन टाकून देत टाळ्या वाजवून आपल्या वडिलांना प्रोत्साहन देऊ पाहत होत्या. आम्ही पाणबंधाऱ्याकडे जात होतो. क्षणात मला जाणवलं, की आम्ही भयंकर संकटात सापडणार आहोत. पाणबंधाऱ्याजवळच्या गुळगुळीत खडकांवर जोरात धावणं शक्यच नव्हतं. काही मिनिटांतच त्यानं आम्हाला गाठून आमची मानगूट पकडली असती. रडत-रडत दयेची भीक मागणाऱ्या आम्हा दोघांना त्यानं फरफटत, ओढत बीचवर नेलं असतं. मारून-मारून आम्हाला अर्धमेलं केलं असतं.

"माझ्यामागं ये," पाणबंधाऱ्याची दिशा सोडून झाडाझुडपांमध्ये लपलेल्या पायवाटेकडे वळत मी बिलालला ओरडून सांगितलं. मला बीच आणि त्याच्याभोवतीचा परिसर तुझ्यापेक्षा कितीतरी पटीनं जास्त माहीत आहे, अशा बढाया मारणाऱ्या बिलालनं विनम्रपणे माझं म्हणणं ऐकलं. आम्ही जितकं वर चढत होतो, तितकं चढणं कठीण होत चाललं होतं. पायाखालच्या गारगोट्यांमुळे आम्ही खाली घसरत होतो आणि उतारावरच्या गवताला धरून स्वत:ला स्थिर करायचा प्रयत्न केला तर गवतच मुळासकट आमच्या हातात येत होतं.

"थांबू नकोस," बिलाल गुरकावला, "तो आपल्या अगदी मागंच आहे."

सरळ चढ असलेली ती पायवाट दुकानदारासाठीसुद्धा कमी त्रासदायक नव्हती. गारगोट्यांवरून घसरत असताना त्यानंही आधारासाठी गवताचे गुच्छ पकडले आणि ते मुळासकट उपटले जाऊन त्याच्या हातात आले. खूप खाली बीचवर त्याच्या घरचे लोक काळजीनं त्याच्याकडे पाहत होते. बायकोनं मोबाइल कानाशी लावला होता. मुली एकमेकींचा हात धरून उभ्या होत्या. दमछाक झाल्यामुळे दुकानदार साधारणपणे मोठेच मोठ्यांना घालतील अशा शिव्यांचा आमच्यावर भडिमार करीत होता. त्याच्या शर्टच्या खिशातील फोनची रिंग वाजताना आम्ही ऐकली.

ती अत्यंत कष्टदायक वाट चढून आल्यावर आम्ही आमच्या ओळखीच्या प्रदेशात होतो. आमच्या पायाखाली आमच्या ओळखीचा डोंगररस्ता होता. लाल फरशीवाला; दुकानांनी, कॉफीगृहांनी सजलेला, पर्यटक आणि फेरीवाल्यांनी गजबजलेला, मासे आणि बीचवर घालायच्या कपड्यांची विक्री होत असलेला आमचा नेहमीचा रस्ता. लोक वळून आमच्याकडे आणि आमचा पाठलाग करत असलेल्या दुकानदाराकडे पाहत होते. शेवटी तो त्रासदायक चढ चढून आलेला, शिवीगाळ

करणारा दुकानदार आमच्याकडे बोट दाखवू लागला. जणूकाही आमच्याकडे बोट दाखवून तो आपल्या शेलक्या शिव्या आमच्यासाठी आहेत, दुसऱ्या कोणासाठी नाहीत हे स्पष्ट करत होता. डोंगराच्या कड्याचं छत्र डोक्यावरून निघून गेल्यावर आम्ही आमचं मन आणखी बळकट केलं. जोरात पळणं चालूच ठेवलं. पण बीचवरून चढ चढल्यानं आम्ही जितके थकलो होतो; तितकाच तो उल्हसित, उत्साहित झाला होता. पूर्ण शक्तिनिशी आमच्यावर हल्ला करायला सज्ज झाला होता. तो आम्हाला भारी पडेलसं वाटत होतं. शिवाय आमच्या पळण्याच्या प्रयत्नात वेगवेगळी माणसं खो घालत होती. मला आठवलं, रस्त्याच्या वळणावर पोलीस ठाणं आहे. ठाणं कसलं, काचेच्या भिंतींचा पिंजरा होता तो. भिंतीवर लिहिलं होतं, इमर्जन्सी नंबर. त्या केबिनमध्ये खाकी किंवा साध्या कपड्यातला एकही माणूस मी पाहिला नव्हता. पण आता तिथं कोणी असेल तर?

"माझ्या मागं-मागं ये," लिटिल तिबेट मागं पडल्यावर मी बिलालला ओरडून सांगितलं. अर्थात माझा आवाज बिलालला ऐकू जाईल इतकाच मोठा होता. माझं ओरडणं रस्त्यावरल्या दुकानदाराला ऐकू येऊ नये, मी त्याला धमकावतोय असं वाटू नये म्हणून मी त्यातल्या त्यात हळू आवाजात बिलालला सांगितलं, "अरे, माझ्या मागं-मागं ये." आमचा पाठलाग करणारा तो माणूस आमचा पाठलाग सोडून देऊन आपल्या कुटुंबाकडे जाण्याच्या, आपल्या लहान-लहान मुलींना आणखी एकदा आइस्क्रीम विकत घेऊन देण्याच्या बेतात असावा.

"कुठं चाललायस तू?" मागून बिलाल धुसफुसला.

"काही विचारू नकोस. फक्त माझ्या मागं-मागं ये." मीही रागानं फुसफुसलो. जिथे अजब-गजब दुर्मिळ वस्तू मिळतात, अशा दोन दुकानांमधून निघून दूर अंधुकशा दिसणाऱ्या तपकिरी रंगाच्या भिंतीकडे जाणाऱ्या एका बोळात शिरत मी म्हटलं. उंचावरून जाणाऱ्या त्या बोळात मधेमधे छोट्या पण उंच इमारती होत्या. त्यांच्यात पाठीवर सामानाची बॅग घेऊन फिरणारे प्रवासी राहत. अशा इमारती आल्या की त्यांच्या पायऱ्या त्या बोळात उतरत.

"अरे, आपण जातोय तरी कुठं?" लांब दिसणाऱ्या तपकिरी भिंतीकडे बोट दाखवत बिलालनं विचारलं.

"तिथं आपला हा बोळ संपतो. त्याच्यापुढे जाताच येणार नाही आपल्याला." बिलाल.

म्हणजे आपल्याला इथल्या बीचची आणि डोंगरदऱ्यांची खडान्‌खडा माहिती आहे अशी फुशारकी मारणाऱ्या बिलालला हा रस्ता अजिबात माहीत नव्हता... आम्ही पळता पळता लॉजच्या प्रवेशद्वाराशी बसून गिटार वाजवणाऱ्या, उघड्या छातीच्या, लांब केसांच्या फॉरिनरला एकदम धडक दिली. त्यानं हसून ओठातल्या

ओठात 'हॅलो' केलं. त्याच्या वर, दरवाजाच्या चौकटीवर मोठाल्या मिश्या आणि मोठेमोठे डोळे काढलेला कोहळा लटकत होता. त्या हॉटेलवर येणाऱ्या भावी संकटांपासून तो त्या हॉटेलचं रक्षण करतो, असा लोकांचा विश्वास होता.

बोळात शांतता होती. फक्त आमच्या पायांखाली चिरडल्या जाणाऱ्या वाळलेल्या पानांचा आणि रिकाम्या सिगारेटच्या पाकिटांचा आवाज होता. जाता-जाता घरांच्या उघड्या दारांतून आम्हाला आतल्या अंधाऱ्या खोल्या आणि आतल्या लोकांच्या व त्यांच्या पाळीव प्राण्यांच्या अंधुक आकृत्या दिसत होत्या. काही क्षणांसाठी, मी माझ्या आयुष्यातील महत्त्वाच्या रेसमध्ये धावत आहे आणि तिच्यात हरलो तर माझी रवानगी अल्पवयीन गुन्हेगारांच्या सुधारगृहात होईल, हेही मी विसरलो. गिटार वाजवणाऱ्या टुरिस्टजवळून धावत येणाऱ्या दुकानदाराच्या हातात आता आम्हाला मारण्यासाठी काठीही होती.

"बघ. एकदम टोक गाठलंय आपण. यापुढे पळायला रस्ताच नाहीये." बिलाल धापा टाकत, रडवेल्या आवाजात किंचाळला.

आम्ही खरंच बंद वाटणाऱ्या बोळाच्या टोकाला आलो होतो. त्या तपकिरी भिंतीकडे जाणाऱ्या पायऱ्यांमधील शेवटची पायरी मी शक्य तितक्या वेगानं चढून गेलो. बिलाल नाखुशीनं माझ्या मागोमाग येत होता.

"बघ." तपकिरी रंगाची भिंत आणि शेवटच्या इमारतीच्या मधून जाणाऱ्या एका लहानशा बोळकांड्याकडे बोट दाखवत मी ओरडलो. ते बोळकांडं इतकं अरुंद होतं की आम्ही कसंबसं अंग चोरत जाऊ शकलो असतो. दुकानदाराला ढेरपोट असतं तर आमचा पाठलाग इथंच संपला असता. पण दुर्दैवानं तो दुकानदार आमच्याहून कमी नसला तरी आमच्याइतकाच बारीक होता आणि हातातली काठी हवेत फिरवत तो एव्हाना धावत धावत शेवटची पायरी चढत होता. आम्ही खेकड्याच्या चालीनं त्याला चकवत भराभर बोळकांडं पार केलं आणि एका कच्च्या रस्त्याच्या वळणापर्यंत येऊन पोहोचलो. तिथं पोहोचल्यावर बिलालनं ओळखलं, की ही तर मॅडम लेन आहे.

"मॅडम लेन? आपण इथं येऊन पोहोचलो?" तो स्वतःशीच बोलला.

दुकानदारानं माझ्या अंदाजापेक्षा आधीच बोळकांडं पार केलं. आमचा पाठलाग परत सुरू झाला होता. या वेळचा रस्ता वळणांचा पण बिनअडथळ्यांचा होता, त्यामुळे पाठलाग होणाऱ्यांना व करणाऱ्याला जिंकण्याची सारखीच संधी होती. आम्ही सावरीच्या झाडाजवळून पळत होतो. इथूनच बिलालला ईदच्या दिवशी समुद्रावरील लढाईचं दृश्य दिसलं होतं. इथं पोहोचल्यावर माझ्या लक्षात आलं, की माझ्यात सतत पळायला लागणाऱ्या मॅरेथॉन शर्यतीत भाग घेण्याची शक्ती नाहीये. लवकरच मी खाली तरी कोसळीन किंवा पकडला तरी जाईन. आणि

पकडला गेल्यावर नवीन आइस्क्रीम कोन खाणाऱ्या त्या लहान मुलींच्या समोर माझी वरात निघेल.

...इतक्यात अनपेक्षितपणे माझ्या नजरेच्या टप्प्यात बोगनव्हिला आला. एखादी जुनी आठवण चुना, विटा आणि जुन्या काळच्या लाकडांच्या रूपात आल्यासारखा.

फुलांनी बहरलेल्या बोगनवेलीच्या कमानीखालचं फाटक बंद होतं, पण त्याला कडी लावलेली नव्हती. मी फाटक ढकलून चिंचेची पानं अंथरलेल्या ड्राइव्ह वेवरून धावू लागलो. माझ्या मागे-मागे बिलाल धावत होता. घराला वळसा घालून, रिकाम्या पडलेल्या गोठ्याभोवती दाणे टिपणाऱ्या कबुतरांना उडवून लावत, आम्ही धुणं वाळत घालायची तार आणि धुण्याच्या कोरड्या धोंड्याकडे आलो.

बाहेरच्या बाथरूमच्या दारावर वेली वाढलेल्या होत्या. त्याच्या कुजक्या फळ्यांच्या फटींमधून मशरूम वाढलं होतं. माझ्या साध्या स्पर्शानं वाळवींनी खाल्लेल्या त्या फळ्या भुगा होऊन जातील, या भीतीनं मी अत्यंत काळजीपूर्वक, हलक्या हातानं ते दार उघडलं. थोड्या वेळापूर्वी उम्मा अंघोळ करून गेली असल्याप्रमाणे तिच्या साबणाचा सुवास माझ्या अंगावर चाल करून आला. कोपऱ्यात ठेवलेला प्लॅस्टिकचा ड्रम पाण्यानं काठोकाठ भरला होता. बहुधा प्रत्येक पावसाळ्यात तो ड्रम पाण्यानं भरून जाई आणि उन्हाळ्यात कोरडाठाक होऊन जाई, कारण बोगनव्हिलात बराच काळ कोणी राहत नव्हतं. आम्ही तिथून निघाल्यानंतर तिथं एक फ्रेंच जोडपं राहत होतं, पण व्हिसात लिहिलं होतं, त्यापेक्षा जास्त दिवस भारतात राहिल्यामुळे त्यांना पकडून मायदेशी पाठवण्यात आलं होतं. सतत धावत राहिल्यामुळे मी धापा टाकत होतो. बिलालही दोन्ही हात जोडून ओंजळीत श्वास सोडत होता. सगळीकडं शांत होतं. फक्त लांबून समुद्राचा आवाज येत होता. समुद्राचा आवाज ऐकू यावा म्हणूनच तर वाप्पांनी बोगनव्हिलाला आपलं शेवटचं घर म्हणून निवडलेलं होतं. सावरीच्या झाडाशी आल्यावर आम्हाला वाटलं की बहुतेक आपण त्या दुकानदाराच्या नजरेतून निसटलोय. तो बोगनव्हिलाच्या मागच्या कंपाउंडपर्यंत गेला असावा. आम्ही न दिसल्यानं त्याला परत फिरून बोगनव्हिलावरून, उंचावरच्या मॅडम लेनमधून, डोंगरावरून खाली जाणाऱ्या चिंचोळ्या रस्त्यानं आपल्या बायको-मुलींकडे जाण्याशिवाय दुसरा पर्यायच राहिला नसावा. आपला शिगेला पोहोचलेला राग वाटेत येणाऱ्या झुडपांवर काठी मारून ती तुटेपर्यंत किंवा पिचेपर्यंत तो कसा काढत गेला असेल याची कल्पना मी करत राहिलो.

मला अचानक पंखांच्या फडफडण्याचा आवाज आला. कबुतरं घाबरून उडायला लागली होती. पाठोपाठ वाळक्या चिंचा पायाखाली तुडवल्या गेल्याचा

आवाज आला. पावलांचा आवाज बाथरूमच्या बाहेर थांबला. थोडा वेळ सगळीकडं शांत होतं. मग तो दुकानदार फोनवर बोलत असल्याचा आवाज आला. बिलालनं तो दुकानदार फोनवर बोलतोय, अशी मला खूण केली. आवाज होऊ नये म्हणून मीही त्याला फक्त हातानं इशारा केला. तो बहुतेक आमच्याबद्दलच आपल्या बायकोशी बोलत होता. आम्हाला शिव्यांची लाखोली वाहत तो म्हणत होता, ''मी त्यांना जवळजवळ पकडलंच होतं. पण हरकत नाही. ती पोरं डोंगरावर राहताहेत, हे कळलंय मला आता. त्यामुळे काहीच दिवसांत त्यांच्या घरी जाऊन मी त्यांना पकडीन.'' मग आपल्या मुलीबद्दल चौकशी करून त्यानं फोन बंद केला. नंतर त्यानं एक सिगारेट पेटवली आणि गोठ्याच्या दिशेनं फेकली. तिथल्या कबुतरांनी परत पंखांची फडफड करून उडायला सुरुवात केली. दुकानदार निघून गेल्यावर आम्ही अंधार पडायची वाट पाहत बाथरूममध्येच घुटमळत राहिलो. एव्हाना तिथला उम्माच्या साबणाचा वास नाहीसा झालेला होता. तिथं आता फक्त भिंतीवरील शेवाळ्याचा आणि ड्रममध्ये कुजणाऱ्या पानांचा वास कोंडून राहिला होता. ...अंधार पडल्यावर आम्ही शहराकडे निघालो. आता आपल्याला कोणी ओळखेल याची फारशी भीती राहिली नव्हती.

यापुढे सीक्रेट बीचच्या दिशेला फिरकायचं नाही असा निश्चय करून, मी माझ्याबरोबर आणलेले खडूचे तुकडे दूर फेकून दिले. सीक्रेट बीच म्हणजे एवढी काय नवलाईची गोष्ट होती? तो किनारपट्टीचा एक भाग होता. आणि आम्ही त्याचा शोध लावला म्हणजे असं काय विशेष केलं? जगाच्या सुरुवातीपासून तो तिथंच होता. तिथून रोज नावा वल्हवत जाणाऱ्या कोळ्यांना तो माहीत होता. त्या अंडाकृती खडकांच्या पुढे जायचा मी यापुढे प्रयत्नच करणार नाही. शहरापासून इतकं लांब चालत येण्यात, इतका धोका पत्करण्यात काहीच अर्थ नव्हता.

मिस्टर अनविन, त्या दिवशी केलेला निश्चय मी पाळला असता तर किती बरं झालं असतं! पण मन अचानक बदललं नाही किंवा गोष्टीत अचानक अनपेक्षित वळणं आली नाहीत तर ते मन कसलं, ती चांगली गोष्ट कसली!

नऊ

वाप्पांच्या मृत्यूपूर्वी पूर्ण न झालेल्या इच्छांपैकी एक– आधी ती विनोदानं पूर्ण शहराची इच्छा आहे, असं म्हटलं जाई– आता पूर्ण होण्याच्या मार्गावर होती.

मेट्रो सुरू होणार असल्याची बातमी सगळीकडे पसरली होती. मुद्दाम बांधलेल्या इमारतीच्या वर बांधलेल्या मेट्रो पुलांची तसेच शहरात वळणं घेत जाणाऱ्या मेट्रो गाड्यांची छायाचित्रं वर्तमानपत्रांमध्ये पहिल्या पानावर झळकत होती. टेलिव्हिजन चॅनल्सवरही बुडबुड्यांची प्लॅस्टिक कव्हर्स नुकत्याच काढलेल्या मेट्रो ट्रेन्स ट्रायलसाठी अगदी हळू चालवत वेगवेगळ्या मार्गांवरून नेलेल्या दाखवल्या जात होत्या. काही मार्ग पाहताच त्यांची नावं मी जोरात ओरडत होतो. मेट्रोचं काम लवकरच पूर्ण होणार आहे, या बातमीनं माझं मन ढवळून निघालं. दोन वर्षांपूर्वी झालेल्या स्थानांतरणाचं दु:ख नव्यानं जागं झालं. मेट्रो ट्रेन्स आमच्या आधीच्या अपार्टमेंटच्या जवळून जाताहेत आणि माझ्या जुन्या बेडरूमच्या खिडकीतून दुसरं कोणीतरी लोको पायलट किंवा प्रवाशाच्या नजरेला नजर भिडवत आहे, अशी मी कल्पना केली.

एका शुक्रवारी विशेषत: परीक्षेत मिळालेल्या माझ्या श्रेणीबद्दल चौकशी करायला उम्मानं मला फोन केला होता. या दोन वर्षांतील सर्वांत वाईट श्रेणी होती ती. त्या वेळी आम्हाला जे शहर नाखुशीनं सोडावं लागलं होतं, तिथं लवकरच मेट्रो सर्व्हिस सुरू होणार आहे, ही बातमी मी तिला दिली. मला वाटलं होतं, की या बातमीमुळे तिचं मन मूळ विषयावरून - माझ्या श्रेणीवरून हटेल. या बातमीनं तिला दु:ख होईल, असंही मला वाटलं होतं. पण तिला त्या बातमीत काहीच रस नव्हता असं दिसलं. असं कसं झालं? आपण स्वयंपाकघरात

उभ्या असू किंवा भात शिजवत असू आणि आपल्या घरावरून भर्रकन जाणाऱ्या मेट्रो गाड्या पाहू, असं स्वप्न तिनं कधीच पाहिलं नसेल? स्टोव्हवर अगदी कमी आचेवर पाणी उकळत असताना, आपण मेट्रोच्या एखाद्या बोगीत उडी मारू, मॉलच्या पुढच्या स्टेशनवर गाडीतून उतरू, मॉलमध्ये चहापत्ती विकत घेऊ आणि घरी परतायची ट्रेन घेऊ, असा विचार तिनं कधीच केला नसेल का? फुटबॉल मॅच पाहण्यासाठी स्टेडिअमला जायला मेट्रो गाडीत बसलेल्या शिवनला आणि मला हात हलवून निरोप देण्याचा विचार तिनं कधीच केला नसेल?

"तुझं प्रगतिपुस्तक वाचून दाखव बरं!" उम्मा म्हणाली. मी तसं केलंही. फक्त टणक फुग्यात हवा भरतात तसं, असलेले मार्क थोडे फुगवून सांगितले. त्या प्रयत्नात मला चक्क गुदमरायला झालं. पण मी वाढवून सांगितलेल्या मार्कांनीही तिचं समाधान झालं नाही. शेवटी विषय बदलण्यासाठी मी छोटीची चौकशी केली.

"अरे, छोटी ना, रियाद आणि मरियममौसीबरोबर बाहेर गेलीय. ते बागेत की कुठंतरी जाणार होते." ती म्हणाली.

मेट्रोबद्दल ऐकून बिलालच काय तो उत्साहित झाला होता. एके काळी मी एका पुलाजवळ राहत होतो आणि तो पूल मेट्रो ट्रेन नामक क्रांतीच्या चाकाचा एक दांता, छोटा पण महत्त्वाचा भाग बनला होता, हे ऐकून तो खूप प्रभावित झाला होता. बिलालच्या दृष्टीनं आगगाडी ही परग्रहावरील वस्तू होती. त्यानं आगगाडीत कधीही पाऊल ठेवलं नव्हतं. नेहमी शहरातून जाणाऱ्या लाल-तपकिरी ट्रेनमध्येही नाही. तशा आमच्या या छोट्या शहरातून इतक्यांदा आगगाड्या जायच्या की आता शेंबडी पोरंही त्यांच्याकडे फारसं लक्ष द्यायची नाहीत.

"आपण तिथं जाऊन मेट्रो ट्रेन्स पाहू या का?" त्यानं विचारलं.

"तिथं जाऊन मेट्रो ट्रेन पाहायची? अरे, खूप लांब आहे रे ते शहर." मी म्हणालो.

"आणि तिथं पोहोचायचं म्हणजे पाच तासांचा ट्रेनचा प्रवास करावा लागेल आपल्याला!"

"शिवाय आपल्याकडे तिकीट काढायला पैसेही नाहीत." जिभेनं 'चक्' आवाज करत बिलाल म्हणाला.

"माझ्याजवळ आहेत पैसे." मी एकदम म्हणालो. माझ्याजवळ शर्ट घ्यायला दिलेले पैसे होते. तोच तो पिवळा शर्ट, ज्याच्या खांद्यावर गडद शेवाळी रंगाचं डिझाइन होतं, छातीवर पदक आणि पाकिटात एक भलामोठा कोळी होता.

"तुझ्याजवळ पैसे आहेत?" विश्वास बसत नसल्यासारखं त्यानं विचारलं,

“तर मग आपण त्या शहरात जाऊ या!”

“अरे, एका बाजूचा पाच तासांचा प्रवास आहे. आपण पूर्ण दिवस इथं नाही, हे कोणाच्या लक्षात आलं तर?”

माझ्या वेळी-अवेळीच्या भटकंतीनं वाप्पुम्मा आधीच खूप घाबरून गेली होती. मी तिची समजूत पटवून दिली होती तसा माझा एखादा मित्र रेल्वे क्वार्टर्समध्ये खरंच आहे का, याबद्दल तिच्या मनात संशय यायला लागला होता. ज्या-ज्या वेळी मी आपल्या या काल्पनिक मित्राकडून घरी परत येई, त्या-त्या वेळी ती माझ्या कपड्यांची झडती घेई. माझ्या चेहऱ्याचा वास घेई. कुठं तंबाखू सापडतेय का याचा तपास घेई. तिनं एकदा मला सांगितलं होतं, की वाप्पांना सिगारेट पिण्याची सवय शाळेच्या शेवटच्या वर्षात लागली होती.

“तुझ्या वाप्पुम्माला फसवणं फार सोपं आहे,” बिलाल म्हणाला, “शाळेत खेळ दिवस आहे आणि तुला घरी यायला खूप वेळ लागेल, असं सांग तिला. आपल्याला कमी मार्क मिळाल्यामुळे तुझे काका आपल्याला त्या दिवशी ट्यूशन देणार आहेत, असं मी इमामना सांगीन!”

त्या क्षणी तो प्लॅन बरा वाटला, पण मग त्यातील कच्चे दुवे आम्हाला दिसू लागले.

“समजा, आपल्याला परत यायला खूप वेळ लागला तर? वाप्पुम्मा आपली काळजी करत बसेल!”

“तिला फोन करून तू सांगू शकतोस, की पहिल्या फेरीत जिंकल्यामुळे तुला आणखी काही शर्यतींमध्ये भाग घ्यावा लागेल!”

“पण फोन कुठून करायचा?” माझी शंका.

“अरे, फोन बूथवरून. तिला सांग, की तू हेडमास्तरांच्या खोलीतून फोन करतोयस म्हणून!”

हा प्लॅन आता फुलप्रुफ, एकदम बरोबर वाटला आम्हाला.

“आणि तुझं काय? इमामचं काय?”

“त्यांना याबद्दल कधीच कळणार नाही.”

आम्ही चालत-चालत स्टेशनला गेलो आणि बुकिंग क्लार्कच्या ऑफिसनं भिंतीवर रंगवलेल्या त्या भल्यामोठ्या टाइमटेबलच्या खाली उभे राहिलो. भिंतीवर चांगली बातमीही होती आणि वाईटही. चांगली बातमी ही होती, की आमचा प्रवास चार तासांचा होता, पाच तासांचा नाही. वाईट बातमी ही होती, की मला वाटलं होतं त्यापेक्षा तिकीट महाग होतं. माझ्या बचतीमधून फक्त तिकिटं विकत घेता आली असती. खाण्यापिण्यासाठी मला आणखी कुठूनतरी पैसे गोळा करावे लागले असते.

"आपण इथून सकाळी सातची गाडी घेऊ या आणि तिथून येण्यासाठी आपण दुपारी दोनची गाडी घेऊ या."

हे टायमिंग एकदम बरोबर होतं. म्हणजे मी सूर्यास्ताच्या आधी घरी पोहोचलो असतो तर वाप्पुम्माला कसलाही संशय आला नसता.

"मग सोमवारी जाऊ या आपण?" बिलालनं विचारलं.

"सोमवारी?" मी जोरात हसून म्हटलं, "अरे, नोव्हेंबरनंतर सुरू होणार आहे मेट्रो."

हे ऐकून त्याचा चेहरा पडला. ओठांचा चंबू करत तो म्हणाला, "त्याला तर एक महिना आहे."

आता ट्रिपसाठी पैशांची जमवाजमव करायला मला आणखी एक महिना मिळणार होता. पैसे उभं करणं म्हणजे वाप्पुम्माला नकळत तिचे पैसे चोरणं. मी विचार केला, 'तिचे पैसे इतके कमी प्रमाणात लंपास करायचे की तिला कळलंच नाही पाहिजे.' ऑक्टोबरमध्ये मला जमतील तेवढे पैसे मीही जमवेन, असं बिलाल म्हणाला. म्हणजे मी पैसे चोरणार होतो, तर बिलाल भीक मागून किंवा उधारी मागून पैसे जमवणार होता.

बाहेर जाऊन छोट्या-मोठ्या वस्तू खरेदी करण्यातील माझा उत्साह एकदमच वाढला. एका रात्रीत भाजीपाल्याचा व किराणा मालाचा भाव वाढला. घरात सुट्या पैशांची टंचाई होऊ लागली. वाप्पुम्मा आणि गौमती अम्मुम्मांच्या भिंतीवरून होणाऱ्या नेहमीच्या गप्पांमधून वाप्पुम्माला असे एकदमच भाव वाढताहेत की नाहीत हे कळेल, याची मला भीती वाटू लागली. किराणा मालाच्या दुकानदाराकडून ती पावती आणायचा आग्रह धरील ही भीतीही होतीच. हा दुकानदार मागितली तर आनंदानं लगेच पावती देई. ही पावती म्हणजे वर्तमानपत्राच्या वाकड्या-तिकड्या फाटलेल्या तुकड्यावर केलेली आकडेमोड असे. त्यावर तो घेतलेल्या सगळ्या वस्तूंची प्रत्येकी किंमत आणि एकूण रक्कम मोठ्या अक्षरात लिही. ती त्यावर नजर टाकी पण त्यात काही गडबड आहे, असं तिला वाटत नसे. अर्थात जोवर माझ्या अंगातून तंबाखूचा वास येत नाही, तोवर तिनं अशा छोट्या-मोठ्या गडबडीकडे काणाडोळा करायचंही ठरवलं असेल.

ट्रंकमध्ये कधीकाळी आमच्या जुन्या अपार्टमेंटच्या खिडक्या-दारांची शोभा वाढवणारे पडदे घडी करून ठेवले होते. मी माझ्या बचतीचे, अगदी थोडे-थोडे वाढणारे पैसे त्या घड्यांखाली ठेवलेले होते. माझ्याकडे जमलेले सुटे पैसे मी थोड्या-थोड्या दिवसांनी बिलालच्या हाती देई. तो आमच्या शाळेजवळच्या एका दुकानात जाऊन ती सगळी नाणी दुकानदाराला देऊन खूप महत्त्वपूर्ण वाटणाऱ्या नोटांमध्ये बदलून आणी. मिस्टर अनविन, पैसे आपल्याला कसे भ्रष्ट करतात, हे

तुम्हाला माहीतच आहे. (माझ्या म्हणण्याचा अर्थ पैशांमुळे तुम्हीही भ्रष्ट झालात असा नाहीय. सगळ्यांना माहीत आहे, की थोडा पैसा हाती येताच आपल्याला आणखी जास्त पैसा मिळावा असं वाटतं.) त्या वेळी जास्तीत जास्त पैसे गोळा करण्याच्या विचारानं मी इतका पछाडलो होतो की वाप्पुम्मानं अंघोळीला जाण्याआधी टेबलावर काढून ठेवलेल्या सोन्याच्या लहानशा दागिन्याकडे मी वेगळ्याच नजरेनं पाहतोय हे माझ्या लक्षात आलं. एकदा माझ्या बोटांनी त्या टेबलावर ताल धरला आणि ती, खूप वापरल्यानं तांब्यासारख्या दिसणाऱ्या त्या सोन्याच्या दागिन्याभोवती फिरू लागली. मध्येच एक आगगाडी झुकझुक करत घराजवळून गेली. जणूकाही त्या गाडीचा आवाज माझ्या चोरीच्या आवाजाला दाबून टाकू शकत होता, मी त्या कुड्या टेबलाखाली सरकवल्या आणि खिशात व्यवस्थित जपून ठेवल्या. ही चक्क उचलेगिरी होती. साक्षीदार नाही, पुरावा नाही. पण हे करताना माझी कानशिलं तापली. माझं हृदय जणू घशाशी येऊन धकधक करू लागलं. का कोण जाणे मला युरी की येरिलचा भाऊ आठवला. तो आपला गृहपाठ नेहमी टेलिव्हिजन सेटच्या कोपऱ्यात करायचा आणि युरी की येरिल त्याच्या अभ्यासाच्या टेबलाखाली रांगत गेली की त्याचे संशयी डोळे पेंड्यूलमसारखे इकडेतिकडे भिरभिरत असायचे. मी त्या सोन्याच्या कुड्या परत टेबलावर ठेवल्यावरही माझी कानशिलं तापलेलीच राहिली. माझ्या हृदयाचं नको त्या ठिकाणी धडधडणं चालूच राहिलं. मी पुढच्या खोलीत जाऊन तिथल्या तुटक्या सोफ्यावर जाऊन बसलो. या सोफ्याच्या वरच वाप्पांचा अर्धस्मित करणारा फोटो टांगलेला असायचा. उम्मा रियादला गेली त्या दिवसापर्यंत. आता त्या जागी एक पांढरा चौकोन होता. माझ्या मनात विचार आला, की उम्मानं तो फोटो अजूनही सुटकेसमध्येच लपवून ठेवला असेल का! त्या फोटोला त्या घरात भिंतीवरील खिळ्यावर टांगलं जाण्याचं भाग्य कधी तर मिळेल का?

वाप्पुमा अंघोळ करून बाहेर आली. तिचे डोळे लाल-लाल झाले होते. पांढऱ्या केसांतून पाणी ठिबकत होतं. खूप वेळ अंघोळ करूनही तिला येणारा म्हातारपणाचा वास गेलेला नव्हता, सुकलेल्या फुलांचा आणि पिकलेल्या सुपारीचा मंद वास! एका वेताच्या खुर्चीत बसून ती आपल्या पांढऱ्या केसांमध्ये एक जुनाट कंगवा फिरवू लागली. प्रत्येक वेळी केस विंचरून कंगवा केसातून बाहेर काढताच त्याच्या दातांवर पांढऱ्या केसांचा पुंजका दिसे. त्याला पाहून वाप्पुम्माचा चेहरा संतापानं लाल होई.

"इथला फोटो कुठं गेला?'' भिंतीवरच्या पांढऱ्या चौकोनाकडे कंगवा दाखवत ती एकदम म्हणाली.

तो तर सात महिन्यांपूर्वीच भिंतीवरून गायब झाला होता. आम्ही एअरपोर्टला

जाऊन आल्यापासून ती एकदाही घराबाहेर गेलेली नव्हती. मला आश्चर्य वाटलं, की तो फोटो तिथं नाहीय हे आत्तापर्यंत तिच्या लक्षात कसं आलं नाही!

"कुठं गेला रे तो फोटो? मी बाथरूमला जाईपर्यंत तर तो इथंच होता. एकदम कुठं नाहीसा झाला?"

तिचं बोलणं ऐकून माझ्या अंगातून एक शिरशिरी गेली. मी 'मला काय माहीत?' या अर्थानं खांदे उडवले.

"तू शाळेला जातोस तेव्हा आठवड्यातून एकदा, मी ओल्या फडक्यानं तो पुसून काढते. तेव्हा तुझ्या वाप्पाच्या चेहऱ्याला स्पर्श केल्यासारखं वाटतं मला."

"तू सर्वांत शेवटी केव्हा पुसलास तो फोटो?."

"मागच्या गुरुवारी किंवा शुक्रवारी." ती इतक्या खात्रीनं बोलत होती, की भ्रम मला झालाय की तिला हेच मला कळेना.

सप्टेंबरच्या मध्यावर मी, आपण सर्व शालेय दिवसात अभ्यास म्हणून लिहितो, त्या व्यतिरिक्त एक पत्र लिहिलं. शालेय जीवनात आपण एखाद्या काल्पनिक मित्राला किंवा चुलत-मावसभावाला आपण सुट्टीत वाचलेल्या एखाद्या पुस्तकाबद्दल स्तुतीपर पत्र लिहितो किंवा आठवड्याच्या शेवटी आपण भेट दिलेल्या एखाद्या वन्यस्थळाबद्दल माहिती देणारं पत्र लिहितो. मी शिवनला पत्र लिहायला सुरुवात करताच मला वाटलं की मी बऱ्याच दिवसांपासून अनोळखी झालेल्या एका मुलाला हे पत्र लिहीत आहे. आम्ही दोघं एकमेकांपासून दूर झालो त्याला आता सव्वीस महिने झालेयत. त्या दरम्यान आमचा एकमेकांशी काहीही संपर्क राहिलेला नाही. माझा आवाज आता फुटलाय, थोडा घोगरा झालाय; त्याचा आवाज फुटलाय की नाही हेही मला माहीत नाहीय. या सव्वीस महिन्यांत माझं जीवन आमूलाग्र बदललंय. माझ्या कल्पनेप्रमाणे त्याच्याही जीवनात बरेच बदल झाले असणार. तो अजूनही मला मित्र समजतो की नाही हेही मला माहीत नाही. त्यामुळे मी त्याला खूप सावधगिरीनं पत्र लिहिलं. पत्राची सुरुवात आणि पत्राचा शेवट शाळेत शिकविल्याप्रमाणे केला. परीक्षेसाठी त्याची किती घोकंपट्टी केली होती मी!

मधल्या लहानशा परिच्छेदात मी त्याला हे पत्र का लिहीत आहे, याचं कारण लिहिलं होतं. मी लिहिलं होतं, 'मेट्रोच्या उद्घाटनाच्या दिवशी आम्ही तिथं येत आहोत. त्या दिवशी मेट्रोची सर्व्हिस सुरू होणार आहे. मला तुला भेटायचंय, त्यासाठी खांब क्रमांक ३६६च्या खाली दुपारी बारा वाजता ये. मला सध्या मी राहत असलेल्या छोट्या शहराला जाणारी दुपारची गाडी गाठायचीय. त्यामुळे आपली भेट फक्त अर्ध्या तासापुरतीच होऊ शकेल. त्यामुळे आपण आपला हा भेटीचा वेळ एकतर पुलाखाली घालवू किंवा बागेतील टिनच्या

विमानाखाली, किंवा अशा कोणत्याही जागी, जिथून आपल्याला सुळकन धावणाऱ्या मेट्रो ट्रेन्स बघता येतील.' बिलालचा उल्लेख करण्याचा आणि माझ्या घरचा पत्ता लिहिण्याचा मोह मी टाळला, कारण ते पत्र मध्येच शिवनच्या आईच्या हाती लागलं असतं तर सध्या मी कुठं आहे हे तिला कळलं असतं आणि तिनं माझ्या सध्याच्या पालकाला म्हणजे वाप्पुम्माला माझ्या बेताबद्दल सावध केलं असतं आणि ते मला नको होतं. शिवनला लिहिलेलं पत्र मी आमच्या शाळेजवळच्या पोस्टाच्या डब्यात टाकलं. तिथून येता-जाताना मी त्या मिरचीसारख्या लाल-लाल लोखंडी डब्याकडे नजर टाकत होतो. पत्रात मी माझा पत्ता न लिहिल्यानं मला त्याचं उत्तर येणं शक्य नव्हतं. तरीही ते यावं, असं मला मनातल्या मनात वाटत होतं.

माझ्या आधीच्या शहरी आमचा पळून जाण्याचा दिवस जसजसा जवळ येत होता, तसतसं आमचे शाळेच्या चौकातील आवळ्याखाली बसून तपशीलवार बेत करणं वाढत चाललं होतं. आम्ही गावातून गुपचूप निघून जाऊ, तसंच गुपचूप येऊ शकणाऱ्या अडचणींमधून मार्ग कसा काढायचा, हेही आम्ही ठरवून ठेवलं होतं. समजा, कुठंतरी काहीतरी गडबड होऊन आम्ही पकडलो गेलो असतो, तर एका प्रश्नाचं उत्तर आम्हाला द्यावंच लागलं असतं. तो प्रश्न होता, आम्ही अशाप्रकारे पळून जाण्याचा प्रयत्न का करत होतो. बिलालनं मला मी एक खोटीच गोष्ट सांगावी, असं सुचवलं. त्या गोष्टीनुसार वाप्पुम्मा मला इतका त्रास देत होती की तिच्याकडे एकेक दिवस काढणं मला जिकिरीचं झालं होतं. शाळेतून घरी आल्यावर ती मला कामाला जुंपत होती. उम्माला फोन करायचा माझा हक्क ती मला बजावू देत नव्हती. मला उपाशी ठेवत होती. स्वत: आरामात प्रशस्त पलंगावर झोपत होती आणि मला जमिनीवर फाटक्या चटईवर रडत रडत झोपायला लावत होती. बिलालची स्वत:ची गोष्टही अशीच काहीतरी असणार होती. माझ्या गोष्टीत जी भूमिका वाप्पुम्माची होती, तीच त्याच्या गोष्टीत इमामची होती. अशी खोटी गोष्ट सांगणं बरं नाही हे मला कळत होतं, पण ती लोकांना पटण्यासारखी होती.

एका दुपारी बिलालनं मला थोडे जास्तीचे कपडे घे म्हणून सुचवलं. त्याची ती सूचना ऐकून माझ्या मनात एक नवीनच भीती निर्माण झाली. मोठ्या शहरात गेल्यावर बिलाल तिथल्या प्रलोभनांना बळी पडला तर? त्यानं त्या दुपारच्या ट्रेननं परत आपल्या गावी यायला नकार दिला तर? दुसरी एखादी आगगाडी पकडून त्याला आणखी मोठ्या शहरात निसटून जावंसं वाटलं तर? या शक्यतांचा विचार केल्यावर मी माझ्याकडे जमलेल्या पैशांचे चारपाच वाटे केले आणि ते अशा गुप्त पाकिटांमध्ये लपवून ठेवले की बिलालला ते कुठे आहेत याचा पत्ताच

लागू नये. त्यानं पळून जायचा प्रयत्न केला तर त्याचा माझा काही संबंधच नाही असं दाखवायचं असं मी ठरवलं.

आमच्या ट्रिपच्या तीन दिवस आधी बाथरूमच्या दारावर टक टक करून वाप्पुम्मा म्हणाली, "अरे, तुझा तो मित्र जेम्स आलाय तुला भेटायला."

मी घाबरून जाऊन पट्‌कन शॉवरखालून उठलो. माझ्या ओळखीत मला घरी भेटायला येणारा जेम्स नावाचा कोणीही मुलगा नव्हता. जेम्स नावाची दोनच माणसं मला माहीत होती. एक माझ्या कल्पनेतील जेम्स नावाचा मुलगा. मी त्याला रेल्वे क्वार्टर्समधील पुस्तकांनी भरलेल्या एका घरात राहायला लावत होतो आणि दुसरा माणूस होता मिस्टर अनविन, तुम्ही. रेल्वे क्वार्टर्समधील जेम्सला मी जितका ओळखत होतो, तितकाच तुम्हालाही. टॉवेलनं अंग आणि केस पुसून कपडे घालताना, केस विंचरताना मी ड्रॉइंग रूममध्ये तुम्ही बसला असाल अशी कल्पना करत होतो. माझ्या कल्पनेनुसार तुम्ही उंच, सात्त्विक स्वभावाचे माणूस आहात. माझी कल्पना होती, की गुडघ्यांवर हात ठेवून तुम्ही जीवनाच्या विविध टप्प्यांमधील वाप्पांच्या फोटोंकडे किंचित अपराधी भावनेनं पाहत असाल.

मी पडद्यांमागील मोकळ्या जागेतून ड्रॉइंग रूममध्ये डोकावलो. बिलाल वाप्पांच्या वेगवेगळ्या फोटोंकडे पाहत होता. माझ्या कल्पनेत मी तुमच्याबद्दल विचार करत होतो, तसाच तो वाप्पांच्या फोटोंकडे पाहत होता.

"जेम्स कोण आहे?." त्यानं हळू आवाजात मला विचारलं.

"तुझ्या वाप्पुम्मानं मला मी जेम्स आहे का म्हणून विचारलं. मीही 'हो' म्हणून टाकलं."

बिलालच्या प्रश्नाला मी उत्तर देण्याआधीच हातात काचेचा ग्लास घेऊन वाप्पुम्मा ड्रॉइंग रूममध्ये आली. त्या उंच ग्लासवरील फुलाफुलांचं डिझाइन पाहिल्यावर मला जुन्या चर्चमधील चित्र काढलेल्या भिंती आठवल्या. ग्लास अननसाच्या सरबतानं काठोकाठ भरलेला होता. ग्लासच्या वरच्या बाजूला काळ्या मुंग्या तरंगत होत्या. त्यांना पाहून मला गलबतं बुडाल्यावर समुद्राच्या पाण्यावर तरंगणारी बिचारी माणसं आठवली. अननसाच्या सरबताचा घोट घेता घेता बिलाल जोरात म्हणाला, "अरे, आपल्या दोघांची स्पोर्ट्स डेच्या दिवशी रिले रेसमध्ये धावण्यासाठी निवड झालीय." त्याचा आवाज आतल्या खोलीपर्यंत आरामात पोहोचत होता, पण वाप्पुम्माला नीट ऐकू येत नाही, असा त्याचा समज झालेला असावा. आपण सांगितलेली गोष्ट दुसऱ्यांना पटलीय की नाही अशी शंका असल्यानं त्याच्या आवाजात वाजवीपेक्षा जास्तच उत्साह होता. मला त्याचा अभिनय फारच सुमार दर्जाचा वाटला. पण वाप्पुम्माही फारशी चांगली परीक्षक नव्हती, त्यामुळे आमचं बिंग फुटलं नाही. मोडक्या खुर्चीवर बसून आम्ही जी

शर्यत होणारच नव्हती, तिच्याबद्दल बोलत राहिलो आणि वाप्पुम्मा वेताच्या खुर्चीवर बसून ती पेपर वाचण्यात गढून गेलीय असं दाखवत राहिली. अधूनमधून ती भिंतीवरील पांढऱ्या पट्ट्याकडे पाहत होती. वाप्पांचा फोटो तिथून हलवला गेला, त्या दिवशी तो जितका पांढरा दिसत होता, तितका पांढरा आता तो दिसत नव्हता. पण तिच्या मनात एकच शंका होती, की आठवड्यापूर्वी तिनं पुसून ठेवलेला वाप्पांचा फोटो गेला तरी कुठं!

"उद्या तू स्कूल ग्राउंडवर येशील? तीन दिवसांनी रेस आहे. आपल्याला खूप मेहनत करावी लागेल." बिलाल मोठ्यानं म्हणाला.

बिलालच्या आवाजातील त्या खोट्या उत्साहाला शोभेल अशाप्रकारे मी जोरजोरात 'नाही' असं म्हटलं. त्यानं निराश झाल्यासारखं दाखवलं.

"का रे, नाही का म्हणतोयंस त्याला?" वाप्पुम्मानं जोरात विचारलं.

"मला उद्या टीव्हीवर मॅच बघायचीय." मी.

"तेच तर करत असतोस तू नेहमी. टीव्ही पाहणं आणि तासन्तास अंघोळ करत बसणं!"

मग बिलालकडे वळून ती थोड्या मऊ आवाजात म्हणाली, "जेम्स, येईल रे तो उद्या प्रॅक्टिसला, तो प्रॅक्टिसला गेला नाही तर एक आठवडा टीव्ही कसा बघतोय ते पाहतेच मी."

नंतर ती हॉलमधून उठून मागच्या अंगणात गेली आणि गौमती अम्मुम्माबरोबर शिळोप्याच्या गोष्टी करू लागली.

मी बिलालकडे बघत कुजबुजलो, "उद्या? उद्या कुठं जायचंय आपल्याला?"

"बीचवर, जेम्स!" फिसकन हसत बिलाल म्हणाला.

"नाही. त्या माणसानं परत आपला पाठलाग करावा, असं मुळीच वाटत नाहीय मला. यापुढे बीचवर कधीच जाणार नाहीय मी." मी.

"पण मोठ्या बीचवर कोण जातंय जेम्स?" मोठी माणसं मुलांना हिणवण्यासाठी बोलतात त्या सुरात बिलाल म्हणाला.

"तू म्हणाला होतास ना की तू आणि तुझ्या वडिलांनी एक बीच शोधून काढलाय. त्या बीचवर जाणार आहोत आपण."

"काय? सीक्रेट बीच?"

"हो, जेम्स!" बिलाल.

क्षणभर मला वाटलं की ती एक खूण आहे. काल एक-दोन जास्तीच्या कपड्यांबद्दल तो बोलला होता तशी. तो परत या शहरात येणार नाहीय याचा संकेत देणारी. कदाचित हे शहर कायमचं सोडण्याआधी मी सीक्रेट बीचबद्दल सांगितलेलं खरं आहे की खोटं याची शहानिशा करून घेण्यासाठी.

त्या सायकल दुकानदाराच्या प्रसंगानंतर, बीच ते डोंगरमाथ्यापर्यंतच्या त्याच्या त्या जीवघेण्या पाठलागानंतर मला सीक्रेट बीचकडे जाण्यात काही रस उरलेला नव्हता. पण वाप्पुम्मा मी बिलालबरोबर स्कूल ग्राउंडवर जाऊन प्रॅक्टिस करावी यासाठी माझा जीव खाणार होती. स्पोर्ट्स डेला मी ती शर्यत जिंकून विजयाची ट्रॉफी घरी घेऊन यावी, अशी अपेक्षा ती नक्की करणार होती. मग तिनं ती ट्रॉफी मोठ्या अभिमानानं शेजारपाजाऱ्यांना नेऊन दाखवली असती, विशेषत: यास्मिनबुआला. तिनं एकटीनं एका मुलाला कसं छान वाढवलं, याचं गौरवचिन्ह असणार होती ती ट्रॉफी!

शेवटी आम्ही दुपारच्या जेवणानंतर मशिदीमागच्या गल्लीत भेटायचं ठरवलं. जिथं काजूच्या झाडांच्या सावलीत मुलं क्रिकेट खेळायची तीच गल्ली. थडगीच त्यांची बाउंड्री असायची.

दहा

अंड्याच्या आकाराच्या खडकांमागे बंदिस्त असलेल्या समुद्राची गर्जना पिंजऱ्यात कोंडून ठेवलेल्या सिंहाच्या गर्जनेसारखा वाटत होती. खूप ओरडल्यामुळे जंगली प्राण्यांचा घसा जसा बसल्यासारखा वाटतो, तसा वाटत होता तो समुद्राचा आवाज.

अंडाकृती खडक! मागच्या वेळी गेलो होतो त्याहून थोडे जास्तच उंच झाल्यासारखे वाटणारे खडक एकमेकांवर रेलून उभे होते. त्यांच्यातील फटींमधून आत जाणारा प्रकाश लांबट गोल वाटत होता. शेवटच्या दोन खडकांसमोर मी गुडघे टेकून बसलो आणि त्यांच्या खालच्या बाजूच्या खूप छोट्या कमानीमधून मी आतील समुद्र पाहिला. समुद्राच्या लाटा उंचावरून कमान करून खाली पडताना ऑलिव्हच्या फळाप्रमाणे हिरव्या हिरव्या दिसत होत्या. खाली पडताना त्यांना फेसाळ पांढरी किनार जडवली जात होती. आपली हनुवटी माझ्या खांद्यावर टेकवून बिलाल माझ्या शेजारीच गुडघ्यांवर बसला.

"ओह! ओह! वाह!" आतील दृश्य पाहून तो आश्चर्यानं उद्गारला.

"का? काय झालं?" मी विचारलं. जणू काही त्याचा त्याच्या डोळ्यांवर विश्वास बसत नसल्यासारख्या उद्गारांचा अर्थ मला कळलाच नव्हता.

"किती सुंदर आहे इथं!" तो म्हणाला.

"माहीत आहे. पण या गुप्त जागेची माहिती असणारा तू तिसराच माणूस आहेस. आणखी कोणाला या जागेबद्दल सांगू नकोस!" मी म्हणालो.

"नक्की नाही सांगणार. पण आत चल ना!"

मी स्वत:शीच हसत आत गेलो आणि पलीकडच्या बाजूला बसलेल्या

बिलालची वाट पाहत बसलो. जोराचा वारा माझे केस विस्कटून टाकत होता. बाकीच्या समुद्रकिनाऱ्यापासून हा बीच लपवून ठेवणाऱ्या खडकांवर माझ्यामागून येणाऱ्या लाटा जोरात आदळत होत्या. समुद्राच्या बाजूच्या वाळूवर लांबलचक, एकमेकांना अगदी समांतर रेषा मारल्या गेल्या होत्या. जणूकाही हजारो गोगलगायी आत्ता आत्ता किनाऱ्यावरून पाण्याकडे गेल्या होत्या. भरतीच्या पाण्याच्या प्रवाहाबरोबर वाहत आलेलं एक झाड आतल्या बीचवर होतं. कोपऱ्यातल्या या झाडावर वाप्पा आपले कपडे टांगून ठेवत. आता त्याच्या फांद्यांवर हिरवं-काळं शेवाळं लटकत होतं. त्याच्या फांद्या रेनडिअरच्या शिंगांप्रमाणे हवेत घुसल्या होत्या. बिलाल रांगत आत आला. मग त्यानं उठून हाताच्या कोपरांना चिकटलेली वाळू झटकली आणि कंबरेची कमान केली. जणू काही मैलोन्‌मैल चालून आल्यानं तो पार थकून गेला होता.

"दुसऱ्या कोणालाही ही जागा माहीत नाहीये?" त्यानं विचारलं.

"मग दर आठवड्याला येत जाऊ या आपण इथं."

इथून असंख्य गोगलगायी गेल्यात असं भासवणाऱ्या रेघांच्या त्या डिझाइनला सोडल्यास तिथली वाळू इतकी अस्पर्श दिसत होती की आमच्या पावलांचा प्रत्येक ठसा त्या वाळूच्या तुकतुकीत कांतीवर केलेली एक-एक जखम वाटत होता. आम्ही दोघं समुद्रकिनाऱ्याच्या दिशेनं पळू लागलो. कोपरानं एकमेकांना मागे सारत आम्ही धावण्याची शर्यत लावली. मग आम्ही त्यातल्या त्यात कमी गरम खडक निवडून पाण्यात पाय सोडून त्याच्यावर बसून राहिलो. आमच्या पायांखाली समुद्री शेवाळाच्या फितींमधून छोटे-छोटे पारदर्शक मासे गोल-गोल पोहत होते. ते शेवाळं पाण्याखालच्या मोठमोठ्या वाड्यांच्या छतांवरून झटकून टाकलेल्या कोळिष्टकांच्या माळांसारखं दिसत होतं.

"पाय घट्ट रोवून ठेव. मासे येऊन आपले पाय चोखतील." मी बिलालला सांगितलं. क्षणभर मी आम्हाला माशांच्या नजरेतून पाहण्याचा प्रयत्न केला. जर उंचावरून पाहणाऱ्या पक्ष्यांच्या नजरेला - विहंगम दृष्टी म्हणतात तर पाण्यातून पाहणाऱ्या माशांच्या नजरेला - मत्स्यदृष्टी का म्हणू नये?

... तर तिथल्या माशांनी काय-काय बरं पाहिलं? त्यांनी त्यांच्याकडे रागानं पाहणारे, पाण्याच्या लाटांवर उमटलेले दोन चेहरे पाहिले. त्यांच्या चेहऱ्यांच्या वर दिसणारं आकाश घुसळल्यासारखं निळ्याभोर रंगाचं होतं आणि पांढऱ्या ढगांचे फुगीर तुकडे त्यात तरंगत होते. त्यांनी पाहिलं, की त्यातील एका चेहऱ्यानं तोंड उघडलं आणि त्यातून थुंकीचा एक गोळा फट्‌कन त्यांच्या दिशेनं फेकला. त्या गोळीपासून दूर जाण्यासाठी सगळे मासे पटापट दूर पोहत गेले. थोड्या वेळानं तो चेहरा पाहण्यासाठी त्यांनी परत आपापले गट तयार केले. पण एव्हाना त्या दोन्ही

चेहऱ्यांवरील हसू नाहीसं झालं होतं. ती दोघं एकमेकांशी भांडायला लागली होती. एक मुलगा त्यांच्याकडे बोट दाखवत होता. तो समुद्र आणि त्यातील खजिना आपला आहे, असा दावा करत होता. दुसरा मुलगा डोकं मागं करून आकाशाकडे तिरपी नजर टाकत जोरजोरात हसत सुटला होता. रागावलेल्या मुलानं खिशातून काहीतरी बाहेर काढलं आणि ते पाण्यात फेकलं. त्यांना (माशांना) जीव वाचवण्यासाठी आणखी एकदा त्या जागेपासून दूर जावं लागलं. पण त्यांनी लगेच आपापले गट तयार केले. खडूचा गुलाबी तुकडा गटांगळ्या खात खाली गेला आणि समुद्राच्या तळाशी शंख-शिंपल्यांमध्ये, स्टारफिशमध्ये जाऊन विसावला. लगेच माशांच्या मोठ्या गटानं खडूवर हल्ला केला. आपली नाकं त्या खडूला चिकटवली. मग लगेचच आपला मोहरा दुसऱ्या दिशेला वळवला. सर्व मासे त्या दोघांच्या पायांभोवती गोळा झाले. मुलांच्या टाचांच्या पांढऱ्या रंगात त्यांचा फिका तपकिरी रंग मिसळून जाऊन त्या मुलांना कोड झालंय असं वाटू लागलं. त्यातील एक मुलगा एकदम उठून खूप रागावून तिथून निघून गेलेला त्यांनी पाहिला.

"...कुठं चाललायंस तू?'' बिलालनं हाक मारत मला विचारलं.

का कोण जाणे पण आम्ही सीक्रेट बीचवर पाऊल ठेवल्यापासून माझं मन थाऱ्यावर नव्हतं. मनात कसला तरी राग खदखदत होता. असं वाटत होतं, की बिलालनं या बीचवर येऊन माझ्या वडिलोपार्जित मालमत्तेवर अतिक्रमण केलं आहे, हक्क दाखवला आहे आणि तो मनाला येईल तसा तिचा नाश करीत आहे. तिला मलिन, खराब करीत आहे. तो समुद्रात, माझ्या वाटणीच्या समुद्रात थुंकला आणि माझं पित्त खवळलं. माझी मन:शांती भंग झाली. त्याला इथं घेऊन आल्याचा मला भयंकर पश्चात्ताप झाला. माझ्या खासगी विश्वाचं दार मी त्याच्यासाठी उघडायला नको होतं. आता त्याला ही जागा माहीत झाली होती. आपल्या अनाथालयातल्या इतर पोरांना इथं घेऊन येऊन ही जागा त्यानं बळकावली तर ते मला अजिबात खपणार नव्हतं.

"मी तुझ्याबरोबर येऊ का, जेम्स?'' खडकावरून जोरात उठत तो ओरडला.

"नको!'' मीही बिलालला ओरडून सांगितलं.

मी त्या समुद्रातून वाहत आलेल्या झाडावर उडी मारली. त्याच्या बुरशी आलेल्या फांद्यांच्या वरच्या भागावर अळंबी, छत्रीसारखी लहान झाडं आलेली होती अन् ती साबणाच्या वडीसारख्या चपट्या दगडांच्या बाजूला गेली होती. त्या दगडांचा पृष्ठभाग कमी खडबडीत होता. चवड्यांवर उभं राहून मी एका मोठ्या खडकावर मोठ्ठा इंग्रजी 'ए' लिहू लागलो. बिलाल माझ्याकडे पाहतोय, हे मला माहीत होतं. वाप्पांच्या नावाचं दुसरं अक्षर लिहिण्याआधीच तो तिथं येऊन खडकांवर फूल, मासा असं काहीतरी खरडू लागेल अशी मला भीती होती. मी

खांद्यावरून मागं पाहिलं, त्यानं दुसरीकडेच कुठंतरी पाहिलं आणि आणि दोन्ही बाजूंना हात पसरून पुढच्या खडकावर उडी मारली. मी सुटकेचा निःश्वास टाकून खडूचा तुकडा अगदी लहान होईपर्यंत, बोटात धरवेनासा होईपर्यंत 'ए' अक्षराला पानांनी, वेलबुट्ट्यांनी सजवलं. तो तुकडा टाकून देऊन दुसरा तुकडा बोटात पकडण्यासाठी मी माझा खिसा चाचपला. त्या जाडजूड 'ए'च्या खाली इंग्रजी 'एन' रेखाटला. एकदमच मला गरम-गरम झाल्यासारखं वाटलं. बिलाल कुठं आहे, हे पाहण्यासाठी मी खाली नजर टाकली. पण तो जवळपास कुठेच दिसेना.

"बिलाल." मी त्याला हाक मारली.

त्यानं काहीच उत्तर दिलं नाही.

"बिलाल." मी आणखी जोरात ओरडलो. माझ्या इतक्या जोरात ओरडण्यानं पाण्यातील मासे दचकले असतील.

पण तरीही बिलालनं माझ्या हाकेला ओ दिली नाही.

मग मी झाडावरून खाली उडी मारली. बीचवर तो दिसला नाही म्हणून मी समुद्रकिनाऱ्यावर आलो. धापा टाकत, गुडघ्यांवर हात ठेवत मी दूरवर बारीक नजरेनं पाहिलं. आधी तो मला दिसलाच नाही. पण मग खूप दूर-दूर समुद्रात दिसला तो मला. एक खूप मोठी लाट त्याच्या अंगावरून गेली. त्याचं डोकं पाण्यातून बाहेर आलं. ती लाट जणू खोल-खोल समुद्रापासून त्याचं रक्षण करण्यासाठी त्याच्यावर वाकली होती, पण मग ती भिंतीसारखी खाली कोसळली आणि तिनं बिलालला गिळून टाकलं.

पुढं काय करावं, हे कळण्याआधीच मी नारळी-पोफळीच्या बागांमधून, त्यांची सीमारेषा निश्चित करणाऱ्या मातीच्या छोट्या बांधांना ठेचकाळत जीव घेऊन पळत सुटलो होतो. माझ्याकडे बघत कुत्री भुंकत होती, ज्यांच्या मागच्या अंगणात मी मूर्खासारखा शिरलो होतो ते लोक माझ्यावर ओरडत होते. पण मी कुठंही न थांबता, धावत होतो, धावत होतो. माझ्या कानांत मधमाशा गूंऽऽगूं करत असल्याप्रमाणे वारा घोंघावत होता. शिवाय समुद्राची गर्जनाही माझा पाठलाग करत होती. बिलालला किनाऱ्याकडे ढकलल्यासारखं करून मग त्याला मगरमिठी मारून किनाऱ्यापासून दूर खेचत नेणाऱ्या त्या उंच लाटेची भयानक गर्जना माझा पाठलाग करीत होती. बीचपासून कित्येक मैल दूर गेल्यावरही मला तिची गर्जना अगदी स्पष्ट ऐकू येत होती. झाडांमधून शहराच्या रहदारीचा आवाज ऐकू येऊ लागला, तरीही त्या लाटेची गर्जना माझा पिच्छा सोडत नव्हती.

वाप्पुम्माचं पावसात भिजलेलं घर नजरेस पडलं आणि मी धावायचा थांबलो. व्हरांड्याच्या जमिनीवर प्रकाशाच्या बारीक रेघांमध्ये सावल्यांच्या रेषा मिसळून अंधुकसं झेब्रा क्रॉसिंग तयार झालं होतं. वाप्पुम्मा कपाळाला आठ्या घालून

एकाग्रतेनं टीव्ही पाहत होती. त्यामुळे माझा थरकाप तिच्या लक्षात आला नाही. मी अंथरुणात शिरून पायापासून डोक्यापर्यंत ब्लँकेट ओढून घेतलं. मला फक्त झोपी जायचं होतं, आणि उठल्यावर, "अरे, रविवारची सकाळ झाली की! दुपारच्या जेवणानंतर आपल्याला मशिदीच्या मागच्या गल्लीत बिलालला भेटायचंय!" असं स्वत:ला म्हणायचं होतं. मला खरंच भेटायचं होतं त्याला, पण भेटल्यावर त्यानं मला सीक्रेट बीचवर यायला सांगितलं असतं तर मी सपशेल नकार दिला असता. त्यानं आग्रहच धरला असता तर मी त्याला मला पडलेलं ते भेसूर स्वप्न सांगितलं असतं. मी दुसरीकडं पाहत असताना समुद्रानं त्याला कसं दूर ओढून नेलं याचं स्वप्न!

ती मोठ्ठी लाट सारखी माझ्या स्वप्नात येत होती. उंच उंच होत होती. बिलालला विळखा घालून आपल्या प्रचंड पाण्यात घेऊन जाऊन लपवून ठेवत होती. मला झोप येणं शक्यच नव्हतं. ब्लँकेटमध्ये घामाघूम होत, कसंतरी झोपी जाण्याचा मी खूप प्रयत्न केला. मी झोपलो नसतो तर या महाभयंकर स्वप्नातून माझी सुटका कशी झाली असती? काही केल्या झोप येईना, तेव्हा मी डोळे इतके घट्ट मिटून घेतले की माझ्या डोक्यात एक अर्धचंद्र उगवला. मग केव्हातरी माझा डोळा लागला. माझ्या या स्वप्नात रेल्वेचे रूळ आले. हे एक मूक, ओकंबोकं स्वप्न होतं. या स्वप्नात कोणी बोलत नव्हतं आणि स्वप्नातील दृश्यही बदलत नव्हतं. रेल्वेचे एकाला एक समांतर दूरपर्यंत गेलेले रूळ आणि कोणीतरी... बहुतेक मीच एकामागोमाग एक अशी असंख्य रेल्वे क्रॉसिंग ओलांडत खूप जोरात धावत होतो.

...मी उठलो, तेव्हा वाप्पुम्माच्या कुशीत होतो. माझ्या पापण्यांना सुया टोचल्यासारख्या वेदना होत होत्या. माझं डोकं वाप्पुम्माच्या छातीवर विसावलं होतं. तिचे हात माझ्याभोवती होते आणि मेलेल्या पतंगकिड्यांच्या पंखांसारखा वास असलेला तिचा श्वास वारंवार माझ्या चेहऱ्यावर येत होता. माझ्या डोळ्यांत खोलवर बघत ती स्वत:शीच बडबडली, "आता इतक्या रात्री कोणत्या डॉक्टरला बोलवायचं?"... तिला बरं वाटत नव्हतं? दम्याचा ॲटॅक आला म्हणून तर ती मला बिलगली नव्हती?... मग माझ्या लक्षात आलं, की माझं पूर्ण शरीर थडथडत होतं. तापलं होतं.

माझ्या अंगावरील ब्लँकेट दूर करून तिनं माझ्या शर्टची बटणं उघडली होती. माझ्या काखांना आणि कपाळाला तिनं ओल्या कपड्यानं स्पंजिंग केलं होतं. कपाळावर ओल्या कपड्याच्या घड्या ठेवल्या होत्या. माझ्या गालांवरून पाणी ओघळत होतं. उम्मा रियादला गेल्यावर कित्येक रात्री गुपचूप ढाळलेल्या अश्रूंप्रमाणे... बिलालचं शरीर एव्हाना ओल्याकच्च कपड्यांप्रमाणे ओलंकच्च

झालं असेल, या विचारानं माझं पोट ढवळून निघत होतं. मी भडाभडा ओकायला लागलो. वाप्पुम्मानं माझ्या हनुवटीखाली एक तसराळं धरलं. मी किती वेळ ओकत राहिलो की! पोटातली मळमळ कमी झाल्यावर मी ताठ बसलो आणि वाप्पुम्माला घरच्या घरी गॅलिलिओचा टेलिस्कोप कसा करता येतो, हे सांगू लागलो. मी म्हटलं, तुला किंवा गौमती अम्मुम्माला वाटतो तेवढा कठीण नाहीय तो. आधी आपल्याला पन्नास सेंटिमीटर व्यास असलेली एक लांब नळी मिळवायला लागेल. मागे आपण नळ दुरुस्त करून घेतले होते. आपल्या स्टोअर रूममध्ये त्या कामातून उरलेल्या पाइपचा तेवढा लांब तुकडा नक्की मिळेल. एक आतल्या नळीसाठी आणि एक बाहेरच्या नळीसाठी. पण टेलिस्कोप करायला लागणारी दुसरी वस्तू घरात सहज मिळणं कठीण आहे. दोन पाइपनंतर आपल्याला दोन भिंगं लागतील. एक बहिर्गोल भिंग आणि दुसरं अंतर्गोल भिंग. ही भिंगं आपल्याला चश्म्याच्या दुकानातून विकत घ्यावी लागतील. पण ती तुला किंवा गौमती अम्मुम्माला वाटतायत तेवढी महाग नसतात. आपल्याला एक छोटीशी करवतही लागेल. शिवाय घट्ट चिकटवणाऱ्या डिंकाची एक ट्यूब, एक ड्रिलिंग मशीन, थोडे खिळे आणि स्क्रू हे सारं लागेलच...

वाप्पुम्मानं आवेगानं माझं डोकं तिच्या छातीजवळ ओढलं आणि खिडकीचा बोल्ट उघडण्यासाठी ती त्या बाजूला झुकली. घरात थंड वारं शिरलं आणि मला हुडहुडी भरली. बाहेर काळामिट्ट अंधार होता. मुख्य रस्त्यावरच्या दुकानांची नावं तेवढी मिणमिणत होती. वाप्पुम्मानं खिडकीतून डोकं बाहेर काढून यास्मिनबुआला जोरात हाका मारल्या. खूप वेळपर्यंत त्याचा काही उपयोग झाला नाही. मग एका वेलीमागील इलेक्ट्रिक बल्ब लागला. एका लांब देठाला लागलेले दोन आंबे उजळून निघाले. बागेतून येणाऱ्या वाटेवर टॉर्चचा झोत पडला. काहीच क्षणांत खिडकीत यास्मिनबुआ आणि इकबालचाचांचे चेहरे दिसले.

"काय झालं?" यास्मिनबुआनं विचारलं.

"लेकरू तापानं फणफणलंय गं!"

"पट्कन दार उघडा." इकबालचाचा घाईघाईनं म्हणाले.

वाप्पुम्मानं मला बिछान्याच्या मधोमध काळजीपूर्वक ठेवलं आणि जणूकाही मी झोपेत खालीच पडणार, या भीतीनं तिनं माझ्या दोन्ही बाजूंना उशा ठेवल्या. मग त्यांना घरात घेण्यासाठी तिनं घाईनं तो काळोखा व्हरांडा पार केला.

माझ्या कपाळावर हात ठेवताच यास्मिनबुआ म्हणाली, "बाप रे! खूपच ताप आहे याला! हॉस्पिटलमध्ये जायला हवं!"

"आधी टॅक्सी मिळतेय का ते पाहतो मी." इकबालचाचा म्हणाले.

टॉर्चचा झोत बागेत, गेटवर, रेल्वे लाइनच्या वळणावर पडत दूर निघून

गेला. आम्ही गुपचूप टॅक्सीची वाट पाहत राहिलो. खोलीत आवाज होता तो फक्त कोकिळेच्या घड्याळाच्या टिकटिकीचा.

यास्मिनबुआ पुन्हा पुन्हा भिंतीवरच्या घड्याळाकडे बघत होती. तिला कळत नव्हतं, की इकबालचाचांना यायला इतका का वेळ लागतोय. माझ्या मनात शंका होती की त्यांच्यावर रेल्वे वळणावर हल्ला झाला असेल. त्यांना कुऱ्हाडीच्या दांड्यानं मारून बेशुद्ध केलं गेलं असेल आणि लुटारूंनी त्यांच्याकडील सर्व पैसे लुटले असतील. मी एका रात्री सिग्नलच्या खांबाजवळ दोन काळ्याकभिन्न माणसांना दबा धरून बसलेलं पाहिलं होतं. त्यांच्या बंद मुठीतील सिगारेटची लाल टोकं काळोखात चमकत होती.

"त्याच्या अंगाला त्याच्या वडिलांसारखा वास येतोय." वाप्पुम्मा हुंदके देत म्हणाली, "मला वाटतं, हा काही संकेत आहे. तो लवकरच मरणार आहे."

"त्या वासाची काळजी सोडून दे." यास्मिनबुआ म्हणाली, "त्याच्या वडिलांच्या डिओड्रंटचा वास आहे तो."

यास्मिनबुआची नजर आलटून-पालटून घड्याळाकडे आणि माझ्या चेहऱ्याकडे लागली होती आणि वाप्पुम्मा ग्रिल्स पकडून बेचैनपणे खिडकीजवळ उभी होती. तिची नजर अंधाराकडे लागली होती. दूर मिनारांवर लावलेल्या लाउडस्पीकर्सची खरखर मला ऐकू आली.

"वाप्पुम्मा अजानची वेळ झाली."

"काय म्हणतोय तो?" यास्मिनबुआनं विचारलं. रागामुळे तिच्या भुवयांची कमान उंचावली होती. अगदी वाप्पांच्या भुवयांसारखी दु:खीकष्टी आणि झोपेनं जडावलेली.

"संध्याकाळपासून तो काहीतरी बरळतोय." वाप्पुम्मा म्हणाली.

"यास्मिनबुआ अजान सुरू होतोय. डोकं झाकून घे."

"आता सकाळपर्यंत अजान होणार नाही. तुला माहीत नाहीये का बेटा?" ती म्हणाली. पण तरीही तिनं आपलं डोकं शालीनतेनं झाकून घेतलं. अजान सुरू झाला तरी टॅक्सीचा पत्ताच नव्हता.

अजानच्या आवाजानं जादू केली. मी बिछान्यात उठून बसलो. लाउडस्पीकरवरून बिलालनं बिनचूक अजान म्हटला. मीही त्याच्या पाठोपाठ त्या ओळी म्हटल्या. म्हणजे समुद्रानं त्याला किनाऱ्याच्या स्वाधीन केलं होतं, सीक्रेट बीचच्या नाही. त्यानं शहराकडे येणारी बस पकडली असणार आणि अंगावरून पाणी निथळत असल्यानं सगळ्यांनी त्याची टिंगल केली असणार. पण तो परत आला होता आणि मी खडखडीत बरा झालो होतो. आम्हा दोघांचे स्कोअर्स एकसारखे झाले होते. अजान संपल्यावर मी माझ्या हातांच्या ओंजळीचा मुका घेतला. यास्मिनबुआ

माझ्या डोक्यावर झुकली. मला वाटलं, ती माझ्या केसांचा पापा घेईल पण तिनं प्रार्थना नीट स्वरात म्हटली आणि माझ्या उजव्या कानात तीनदा फुंकर घातली. प्रत्येक वेळी फुंकर जोरदार होत होती.

टॅक्सी येण्यापूर्वी कोकिळेच्या घड्याळानं हजारदा, नाही लाखो वेळा टिकटिक केली असेल.

"होतात तरी कुठं तुम्ही इतका वेळ?" इकबालचाचांना पाहताच यास्मिनबुआनं फट्कन विचारलं. पण त्यांच्या हातातली मोडकीतोडकी ॲटॅची पाहून ती गप्प झाली. एक टकला, दाढीवाला माणूस त्यांच्या मागोमाग खोलीत आला. तो कोणाकडे पाहून मान हलवत होता कोण जाणे.

"मला वाटलं, की याला दवाखान्यात नेण्यापेक्षा डॉक्टरांनाच इकडे आणावं," इकबालचाचा म्हणाले.

डॉक्टरांनी जे काय करायचं असतं, ते सर्व काही केलं. त्यांनी माझं टेम्परेचर घेतलं. माझ्या तोंडात डोकावून पाहिलं. माझ्या पापण्या वर करून पाहिल्या. माझा घसा हळूच चोळला. माझी छाती ठोकून पाहिली आणि मग प्रिस्क्रिप्शन-औषधं लिहिली. नंतर त्यांनी एक भयंकर गोष्ट केली. मला पोटावर झोपवून त्यांनी माझ्या पृष्ठभागावर एक इंजेक्शन दिलं. मग शर्टाची बाही मागे करून ते आपल्या हातातील घड्याळाकडे टक लावून पाहू लागले.

त्या वेळी रात्री उशिरा जाणारी गाडी आमच्या घराजवळून झुकझुक करीत गेली. खोलीत उजेड असल्यानं तिची सावली भिंतीवर पडली नाही. गाडीला नेहमीपेक्षा जास्त डबे जोडलेले असावे, नाहीतर ती काल्पनिक लोखंडी उंदरांना चिरडत फारच हळू जात असावी, कारण तिची खडखड लवकर संपेचना.

मी झोपेतून उठलो, तेव्हा एक नवाच दिवस सुरू झालेला होता. इकबालचाचा खिडकीजवळ वेताच्या खुर्चीवर वर्तमानपत्रात डोकं खुपसून बसलेले होते. माझ्या पलंगाजवळ यास्मिनबुआ बसलेली होती. माझ्या गादीला गाल लावून ती बसल्या-बसल्याच झोपी गेली होती. आधीच्या रात्रीची माझी शेवटची आठवण होती, माझ्या शरीरातून इंजेक्शनची सुई बाहेर येताना मला झालेल्या वेदना.

इकबालचाचांचं पोटापासून गळ्यापर्यंतचं शरीर वर्तमानपत्रानं झाकून टाकलं होतं. तेल लावलेल्या केसांचा त्यांनी छान भांग पाडला होता. त्यांचे केस मुळाशी पांढरे, मधे तपकिरी आणि टोकाला काळपट विटके होते. पेपर वाचताना ते मांड्या हलवत होते. समोरच्या पानावर एका उंच पुलाचं आणि हिरव्या आगगाडीचं चित्र होतं. ती आगगाडी कॉम्प्युटरच्या साहाय्यानं चितारलेल्या संध्याकाळच्या आकाशात एखादा मोठा सुरवंट तरंगत असल्यासारखी दिसत होती. तो पूल सुधारणांपासून, गजबजलेल्या गावाशहरांपासून कित्येक मैल दूर आहे असं वाटत

होतं. पुलाच्या प्रचंड खांबांमधील अंतरही लोकांच्या वर्दळीपासून दूर, अलिप्त होतं. त्या चित्रात होता फक्त एक पूल, ट्रेन आणि आभाळ. फोटोच्या मुख्य विषयाकडे लक्ष वेधून घेण्यासाठी, त्याचं महत्त्व वाढवण्यासाठी बाकी सर्व गोष्टींना चित्राबाहेर ठेवलं होतं. पण हा बदल करताना एका खांबावरील पिवळ्या गोलातील ३७२ हा आकडा तसाच राहून गेला होता. म्हणजे मी शिवनला भेटायचं ठरवलं होतं, त्या जागेपासून चित्रातील जागा फार लांब नव्हती. त्याच दिवशी दुपारी ठीक १२.३० वाजता आम्ही ३६६ क्रमांकाच्या खांबाजवळ भेटायचं ठरवलं होतं, हे लक्षात येताच माझ्या शरीरात भीतीची एक लाट उठली. त्यासरशी बिलालला दूर ओढून नेणारी ती प्रचंड लाट मला आठवली. तिचा प्रचंड आकार, उसळण्याचा वेग माझ्या मनात इतका ठसला आहे की ती परत कधी किनाऱ्यावर आली तर मी तिला क्षणार्धात ओळखीन. आहे तरी कुठं हा बिलाल? काल रात्री त्याचा अजान मी माझ्या कानांनी ऐकला होता. बिलालचं नाव त्या फार फार पूर्वीच्या मुअज्जिन म्हणजे अजान म्हणणाऱ्याच्या नावावरून ठेवलं गेलं होतं. इस्लामच्या इतिहासातील हा पहिला मुअज्जिन होता. या हब्शी गुलामानं स्वत:ला काबाच्या छतापर्यंत उंचावून सर्व मुसलमानांना नमाज करण्याची सर्वप्रथम आठवण करून दिली होती. मला खात्री होती की तो सुरक्षित आहे. याची सांकेतिक पद्धतीनं मला माहिती देण्यासाठी बिलालनं अजानचा दुरुपयोग केला होता आणि हे पूर्ण शहरानं ऐकलं होतं. त्यासाठी त्याचं धार्मिक कोर्टमार्शल होईल. त्याचा अजान मीच नाही तर पूर्ण शहरानं ऐकला होता.

खोलीतील उजेड वाढू लागला. दिवसाची वर्दळ सुरू होताच तिच्यात बागेतील पक्ष्यांचा आवाज बुडून गेला. मी ठीक आहे हे पाहताच यास्मिनबुआ आणि इकबालचाचांनी आपलं स्वतंत्र, खासगी आयुष्य परत पहिल्यासारखं सुरू केलं. वाप्पुम्मा आणि त्यांच्या घरातील मोकळ्या जागेत परत जुनीपुराणी चटईवाली कॉट घालून ठेवली. दोन्ही घरांतील समेट तात्पुरता होता, याची ही खूण होती. ही खूण, फारच संकटकालीन परिस्थिती नसेल तर त्यांच्याशी संपर्क साधू नये असं सांगत होती. माझे विचार मला माझ्या दोन मित्रांकडे ओढत होते. स्कूल गेटजवळ बिलाल माझी वाट बघत असेल. त्यानं समुद्राशी कशी झुंज दिली, हे मला सांगायला तो उत्सुक असेल. शिवनसुद्धा बागेजवळच्या पुलापाशी आमची गाठ घेण्यासाठी शाळेचे क्लास कसे बंक करायचे, याचे बेत करत असेल. पण त्या दिवशी दोघांपैकी एकाचीही गाठ माझ्या नशिबी नव्हती.

माझा पूर्ण दिवस झोपेतच गेला. वाप्पुम्मा नमाज न पढता पूर्ण दिवस माझ्या शेजारीच बसून राहिली. मधे-मधे माझे ओठ उघडून ती मला जबरदस्तीनं पाण्यात शिजवलेले ओट खायला लावत होती. माझ्या डोळ्यांवर झोपेची झापड येत

होती. रात्री मात्र आमच्या भूमिका बदलल्या. वाप्पुम्मा भीती वाटावी, अशाप्रकारे घोरत होती. आणि मी टक्क जागा होतो. कधीकधी तिचं घोरणं इतकं वाढे की ती एक यंत्र आहे आणि ते लवकरच तुटून पडणार आहे असं वाटे. ती अधूनमधून दचकून उठे आणि माझ्या कपाळाला हात लावून मला ताप नाहीये ना हे बघे. पण दुसऱ्याच क्षणी तिला गाढ झोप लागे आणि तिचं घोरणयंत्र चालू होई. मी गाढ झोपी गेलोय, असं दाखवत होतो. लवकरच मला आणखी एक दुःस्वप्न बघायचं होतं.

अकरा

रेल्वे रुळांच्या कडेकडेनं एक मुलगा आणि एक मुलगी चाललेले होते. हातात हात घालून, पावलांमधील अंतर वाढवत ती दोघं चाललेली होती. त्यांनी माझ्याच शाळेचा युनिफॉर्म घातलेला होता. आमच्या युनिफॉर्ममध्ये निळ्या रंगाच्या एकदम विरुद्ध छटा होत्या. दोघांच्या हातात वॉशिंग सोपच्या रंगाच्या दोन पिशव्या होत्या. त्यांना दुपार व्हायच्या आधीच का सोडून दिलंय, हे मला कळेचना. कदाचित त्यांच्यातील एकाला ताप आला असेल म्हणून त्याच्याबरोबर त्याच्या मैत्रिणीला पाठवलं गेलं असेल. पण दोघंही ठीकठाक दिसत होते. ते वळणावरून दिसेनासे झाल्यावर आमचा युनिफॉर्म घातलेला, काखेत पुस्तक घेतलेला आणखी एक मुलगा मी पाहिला. त्याच्यामागोमाग आमच्या शाळेतीत आणखी तीन मुली आल्या. त्या अशा काही खांद्यावरून मागे पाहत होत्या, जणू काही त्यांच्यामागून हळूच एखादी आगगाडी येणार होती आणि ती त्यांना चेंगरून टाकून पुढे जाणार होती.

रेलरोडवरून सावकाश येणाऱ्या मुलांच्या गर्दीनं वाप्पुम्माचं लक्ष वेधून घेतलं. गेटवर आलेल्या फांद्या कापायचं आपलं काम थांबवून तिनं रेल्वे लाइन ओलांडून कच्च्या रस्त्यानं जायचा विचार करणाऱ्या मुलींना हाक मारली. मग मीही बाहेर जाऊन वाप्पुम्माच्या मागं उभा राहिलो.

"इतक्या लवकर का गं सुटली शाळा?" वाप्पुम्मांनं त्यांना विचारलं.

"अहो, दोन दिवसांपूर्वी आमच्या शाळेतील एक मुलगा समुद्रावर गेला होता. तेव्हापासून तो बेपत्ता होता." एक मुलगी म्हणाली.

"आणि एका तासापूर्वी त्याचा मृतदेह किनाऱ्याला लागलाय." दुसरी मुलगी म्हणाली.

"अरेरे! लहान होता की मोठा होता तो मुलगा?" वाप्पुम्मानं हळहळत विचारलं.

मुलींनी एकमेकींकडे पाहिलं. खांदे उडवले. तिसरीनं मान उंचावून विचार केला आणि मग सांगितलं, "तो ना, मोठाही नाहीये आणि लहानही नाहीये."

"एकुलता एक होता का गं?" वाप्पुम्मानं चुकचुकत विचारलं.

"अनाथालयात राहायचा तो." ती मुलगी म्हणाली. मग एकदम वाप्पुम्माच्या मागे बोट दाखवत म्हणाली, "अहो, तो मुलगा खाली पडतोय."

वाप्पुम्मानं पट्कन मागे वळून माझं डोकं जमिनीला टेकण्याआधी मला पकडलं. मग जोरात ओढून पायांवर उभं केलं आणि पोर्चकडे चालत नेलं. आम्हाला जाताना पाहायला त्या मुली धावतपळत द्राक्षवाल्या गेटपाशी आल्या.

"तू रविवारी बीचवर गेला होतास का?" आम्ही घरात पोहोचल्यावर, मी त्या जुन्यापुराण्या सोफ्यावर बसलो तेव्हा वाप्पुम्मानं मला विचारलं.

दोन दिवसांपूर्वी मी जिथून सुसाट पळून आलो होतो, ती सीक्रेट बीच त्यानंतर पहिल्यांदाच माझ्या डोळ्यांसमोर आला. मला खडकांमध्ये पोहणारे आणि कधीमधी आकाशाचं कौतुक करायला वर येणारे पारदर्शक मासे दिसले. वाप्पुम्माच्या प्रश्नाचं उत्तर मी होकारार्थी मान हलवून दिलं.

"अनाथालयातल्या त्या मुलाबरोबर?"

मी परत होकारार्थी मान हलवली. वाप्पुम्मानं पट्कन खुर्चीचा हात पकडला आणि ती कशीबशी त्या खुर्चीत बसली. जणू आता जमिनीवर कोसळण्याची वेळ तिची होती.

वाप्पुम्माच्या चेहऱ्यावर न राग होता, न धक्का. उघड्या गेटमधून तिच्याकडे पाहणाऱ्या मुलींकडे ती एकटक पाहत होती. मनाची घालमेल करणाऱ्या बेचैनीला दडपून टाकत असल्याप्रमाणे तिनं आपले दोन्ही ओठ घट्ट मिटून घेतले होते.

...बिलालचं शरीर नक्की कुठं मिळालं असेल? सीक्रेट बीचजवळ की लोकांची वर्दळ असणाऱ्या मुख्य बीचवर? की पाणबंधाऱ्याजवळ? एकदा पाणबंधाऱ्याजवळ एका मृत शरीराभोवती जमलेलं लोकांचं कोंडाळं मी पाहिलं होतं. माझ्या डोळ्यांसमोर बिलालचं मृत शरीर फारसा प्रयत्न न करता आलं. ते एका उतरत्या खडकाजवळ होतं. त्याच्या चेहऱ्याचा एक भाग वाळूत रुतला होता. एक हात शरीरालगत होता आणि दुसरा हात घडी करून डोक्यावर ठेवलेला. केसांमध्ये वाळू अडकलेली, कपडे चिखलानं माखलेले.

माझ्या दृष्टीसमोर स्पष्ट दिसणाऱ्या तपशिलांनी मी घाबरून गेलो. त्या भीतीची, तीव्र दुःखाची मला दहशत वाटू लागली. मी आता लवकरच इतका वेडा होऊन जाईन की वाप्पुम्माला मला वेड्यांच्या इस्पितळात भरती करावं लागेल, अशी

प्रचंड भीती मला वाटू लागली. तिथं गेल्यावर माझ्या डोक्यावर हेडफोन्स घातले जातील. माझ्या खालच्या व वरच्या दातांच्या मध्ये रबरी हाड देतील आणि मला इलेक्ट्रिक शॉक देतील, याबद्दल माझ्या मनात शंकाच राहिली नाही. माझ्या डोक्यात लहान-मोठे इलेक्ट्रिक करंट जात आहेत आणि ते माझं दुःख, भीती पुसून टाकताहेत, असं मला दिसू लागलं. वेड्यांच्या इस्पितळातील फेरी चुकवण्यासाठी मी गमतीशीर गोष्टी, तोंडात घातलेला बोळा, खोड्या आणि कोणाला इजा होणार नाही अशा हास्यास्पद अपघातांचा विचार करू लागलो.

पुढील दाराशी जाऊन वाप्पुम्मानं बाहेर डोकावलं. एव्हाना शाळेतल्या त्या मुली निघून गेल्या होत्या. लोखंडी द्राक्षांमधील मोकळ्या जागेतून फक्त हिरवा पालापाचोळा दिसत होता. दार बंद करून ती हळूच माझ्याजवळ आली आणि कुजबुजल्यासारखी मला म्हणाली, ''हे बघ, यातलं काहीही कोणाला सांगू नकोस. उम्मानं फोन केला, तर तिलाही काही सांगू नकोस. यास्मिनबुआनं शाळेबद्दल काही विचारलं, तर तिला एका शब्दानं काही सांगू नकोस. ती नक्की विचारेलच तुला.''

दुसऱ्या दिवशी शाळेत गेल्यावर मी चिडिचूप राहण्याचं व्रत कसोशीनं पाळलं. वाप्पुम्मानं मला जबरदस्ती करून शाळेत पाठवलं होतं. त्यामुळे मला कितीही धक्का बसला, संताप आला तरी तिनं त्याची पर्वा केली नाही. ''शाळेत जायला अजिबात उशीर करायचा नाही. तू शाळेत जायला जितका उशीर करशील, तितकं शाळेला परत जाणं अवघड होऊन बसेल.'' तिनं ठासून सांगितलं होतं. ''तुझ्यावर येऊ शकणाऱ्या संकटांपासून दूर राहण्याचा हा एकच उपाय आहे. शाळेबाहेर तू बिलालला भेटलाच नव्हतास, असं सगळ्यांना भासव.''

शाळेत सगळ्यांच्या बोलण्याचा अर्थात एकच विषय होता. तो म्हणजे बिलाल. त्याची वर्गात बसण्याची जागा, सगळ्यांसाठी म्यूझिअममधल्या वस्तूसारखी विशेष, अद्‌भुत झाली होती. वर्गातील सगळे जण त्या जागेकडे आदरानं पाहत होते. बाकीच्या वर्गातील मुलंसुद्धा लायब्ररीत जाण्याच्या निमित्तानं आमच्या वर्गावरून जात होती आणि जाता-जाता बिलालच्या बाकाकडे नजर टाकत होती. तिथं मागच्या भिंतीवर डोकं ठेवल्यामुळे एक डाग पडला होता. तो बिलालच्या डोक्यामुळेच पडलेला असावा असा अंदाज मुलं करीत होती.

जवळजवळ आठवडाभर सगळे बिलालच्या जागेकडे बघत होते आणि त्याच्या आठवणी काढत होते. त्याच्या शेजारी बसणारी मुलं आपले पाय घट्ट दाबून धरत. बिलालची जागा मुद्दाम मोकळी ठेवत. शिक्षकांचं लक्षही पुन्हा पुन्हा त्या मोकळ्या जागेकडे जाई. पण हळूहळू ती मोकळी जागा कमीकमी होत गेली. एका आठवड्यात त्या बाकावरील मुलांच्या मोकळ्याढाकळ्या हालचालींमुळे

त्यांनी ती जागा व्यापून टाकली. पण मी मात्र माझं गप्प बसण्याचं व्रत तसंच चालू ठेवलं. इतकं की उम्मानं दुसऱ्या शुक्रवारी फोन केला, तेव्हा मी बिलालच्या मृत्यूबद्दल तिला अवाक्षरही सांगितलं नाही. खरंतर मी त्याबद्दल तिला कितीतरी गोष्टी सांगू शकलो असतो. बिलाल अचानक गायब कसा झाला, त्याचा शोध कसा घेतला गेला, मग त्याचं फुगलेलं शरीर समुद्रकिनाऱ्यावर कसं वाहत आलं याबद्दलच्या तिला पटू शकणाऱ्या गोष्टी त्या वेळी गावातले सगळेच बोलत होते. फरक एवढाच होता की वेगवेगळे लोक वेगवेगळ्या गोष्टी बोलत होते. बिलालच्या दुःखद मृत्यूला मी कसा कारणीभूत झालो हा भाग वगळून, त्या वेळी बोलली जाणारी कोणतीही गोष्ट मी तिला सांगू शकलो असतो. समुद्रापार गेलेल्या उम्माचा, या गोष्टीमुळे धक्का बसलेला आवाज ऐकून खरंतर माझी उलघाल बरीच कमी झाली असती.

मिस्टर अनविन, आमच्या शहरासारख्या छोट्या शहरात एखाद्याचं मरण नवनवीन गोष्टींना जन्म देतं. विशेषतः बिलालच्या मरणासारख्या रहस्यमय मरणाच्या बाबतीत तर हे जास्तच खरंय. बिलालच्या मृत्यूनंतर कित्येक आठवडे मी त्याबद्दलच्या अगणित कथांनी वेढलेलो होतो. आमच्या शहराच्या एकत्रित आलेल्या मनांनी रचलेल्या त्या प्रत्येक गोष्टीत थोडाबहुत सत्यांश होताच, मग तो कितीही तकलादू असला तरी!

एका कथेनं एक आश्चर्यकारक वळण घेतलं होतं. त्यातील खलनायकही अगदी अविश्वसनीय होता. तिचा शेवट अल्लाचा न्याय कसा सच्चा असतो, हे दाखवून देणारा होता. बिलाल गायब झाला, त्या रात्री इमामनी पोलीस स्टेशनमध्ये जाऊन दोन तक्रारी नोंदवायला लावल्या होत्या. एक होती अनाथालयातील एक मुलगा पळून गेलाय ही आणि दुसरी होती एका भारताबाहेर राहणाऱ्या भारतीय माणसानं मशिदीला दान केलेली पंचवीस हजार रुपयांची रक्कम त्यांच्या ऑफिसमधून नाहीशी झाल्याची. इमामच्या सांगण्यानुसार संध्याकाळच्या नमाजानंतर ते ऑफिसमध्ये परत गेले, तेव्हा त्यांना आपली स्टीलची अलमारी उघडण्याचा प्रयत्न झाला आहे, आणि त्यातल्या सामानाची उचकाउचकी झाली आहे, असं आढळलं होतं. पोलिसांनी इमामना जीपमध्ये बसवून त्या पळून गेलेल्या अल्पवयीन मुलाच्या शोधात पूर्ण शहर पालथं घातलं. सर्वांत आधी ते रेल्वे स्टेशनला गेले आणि शेवटच्या गाडीची वाट पाहत असणाऱ्या प्रवाशांना त्यांनी नीट नजरेखालून घातलं. मग ते बस स्टेशनवर गेले. तिथल्या दगडी बाकड्यांवर झोपलेल्यांना झोपेतून उठवून त्यांना नीट पाहिलं. सामानाच्या गोदामामागं काही लमाण्यांच्या राहुट्या होत्या. तिथं जाऊन त्यांनी त्या लमाण्यांच्या नाकांना चिमटे घेतले. त्यांच्या झोपी गेलेल्या मुलांच्या चेहऱ्यांवर टॉर्च टाकून त्यांची तपासणी केली.

पण बिलालचं शव मिळालंय, हे कळताच इमाम पोलीस स्टेशनला परत आले. त्यांनी आपण आपली तक्रार परत घेतोय, असं पोलिसांना सांगितलं. ते नोटांचं पुडकंही रहस्यमय रीतीनं त्यांच्या उशीखाली मिळालं. मशिदीच्या संचालक मंडळाने त्वरित हिशेब तपासणी केली आणि इमामनी पैशांची अफरातफर केलीय असं उघडकीस आलं. मग नवीन इमामची नेमणूक झाली. हा इमाम ठेंगणा, ढेरपोट्या आणि लांबलचक दाढी असलेला होता. तो साधारणपणे नेहमीच ढुंगणावर हात ठेवून लांब कुठेतरी पाहत असायचा.

दुसऱ्या गोष्टीनुसार अनाथालयातील काही मुलांनी आपली रविवारची क्रिकेट मॅच रद्द केली आणि सायकलींवर टांग मारून, कोणाला काही न सांगता ते बीचवर गेले. दुपारच्या वेळी किनाऱ्यावर लाइफ गार्ड्स नसतात, याचा फायदा घेऊन ते पोहण्यासाठी समुद्रात गेले. ठरावीक अंतराच्या पुढे पोहत जायचं नाही, असं एकमेकांना बजावत ते बराच वेळ पोहत राहिले. पोहून किनाऱ्यावर येऊन ते आपल्या सायकलींकडे आले, तेव्हा त्यांच्या लक्षात आलं की आपल्यातील कोणीतरी एक परत आलेला नाही. कोण ते त्यांना पट्कन कळेना. मग त्यांनी एकमेकांची नावं घ्यायला सुरुवात केली. बिलालचं नाव घेतल्यावर कोणीच उत्तर दिलं नाही, तेव्हा ते गडबडीनं सायकलींवर स्वार झाले आणि जोरजोरात पायडल मारत शहराकडे आले. ही गोष्ट गुप्तच ठेवायची, असं त्यांनी ठरवलं. पण रात्री केव्हातरी त्यांच्यातील लहान मुलगा उठून बसला आणि पलंगावर बसून जोरजोरात रडायला लागला. तेव्हा ते सगळे कोणाला न सांगतासवरता चोरून बीचवर गेले होते आणि बिलाल बेपत्ता झालाय, ही बातमी पूर्ण अनाथालयात पसरली. ही बातमी सकाळी अनाथालयाच्या ऑफिसात कळली. त्यानंतर त्या सात गुन्हेगार मुलांना सोडून पूर्ण अनाथालय बीचवर गेलं आणि झाडांच्या सरकत्या सावल्यांमध्ये उभं राहून या घटनेचा शेवट काय होतोय, याची वाट पाहत राहिलं.

यातली एक गोष्ट मला 'त्या' रविवारच्या सीक्रेट बीचला घेऊन गेली. समुद्र बिलालला दूर खेचत घेऊन गेला थेट त्या क्षणाकडे. पलीकडच्या रांगेत बसलेला एक मुलगा वर्गातल्या मुलांना बिलालबद्दलची एक गोष्ट पुन:पुन्हा सांगत होता. ती गोष्ट त्यानं आपल्या वडिलांकडून ऐकली होती. त्यांनी आपल्या एका मित्राकडून. त्या मित्रानं बहुतेक आपल्या एखाद्या ओळखीच्या माणसाकडून ऐकलेली असावी. माणसांच्या एका लांबलचक साखळीतून कर्णोपकर्णी पसरलेली ती गोष्ट आता त्या मुलापर्यंत आली होती आणि पेन्सिलीच्या बोथट टोकानं आपली काख खाजवत तो ती आपल्या वर्गमित्रांना ऐकवत होता. या लांबलचक साखळीच्या सुरुवातीच्या टोकाला बिलालला प्रत्यक्ष पाहिलेला एक माणूस होता. त्यानं म्हणे दोन मुलांना पाणबंधाऱ्याच्या बाजूनं लांबवरच्या खडकांच्या रांगेकडे जाताना पाहिलं

होतं. त्यातील एक मुलगा, तो मेलेला मुलगा होता आणि त्याच्याबरोबर होता एक उंच आणि लठ्ठ मुलगा.

(हे ऐकून मी सुटकेचा श्वास टाकला. मी उंचही नव्हतो आणि लठ्ठही नव्हतो. आणखी काही वर्षं तरी मी तरुण आहे, असं कोणी मला म्हटलं नसतं.)

त्या माणसानं त्या दोघांना बऱ्याचदा त्या खडकांवर पाहिलं होतं. त्यांच्या मागे धावत तो एकदा कडेकपारीतून डोंगरमाथ्यापर्यंत गेला होता.

(हे वर्णन गोंधळात टाकणारं होतं. ज्यानं ती घटना प्रत्यक्ष पाहिली होती, तो माणूस कुन्युमोन आणि सायकल दुकानदार यांचं मिश्रण वाटत होतं.)

त्या खडकांच्या मागे ते दोघे दिसेनासे झाल्यावर काहीच मिनिटांनी तो उंच मुलगा एकदम उघड्यावर धावत आला. त्या बीचपासून लांब पळत गेला. नारळी-पोफळीच्या बागांमध्ये शिरला. पळत असताना भीतीनं विस्फारलेल्या डोळ्यांनी तो परत परत मागं वळून पाहत होता. जणू काही त्याचा पाठलाग करणाऱ्या एखाद्या समुद्री जिवापासून प्राण वाचवण्यासाठी तो जीव मुठीत घेऊन धावत सुटला होता.

(ही हकिगत खरी होती. पण फक्त अंशत: घाबरून गेल्यामुळे बीचच्या बाजूच्या रस्त्यानं न जाता मी नारळी-पोफळीच्या बागांमधून धावत राहिलो होतो. मधल्या मोकळ्या, करड्या जागा ओलांडत मी घराकडे धावत होतो. मी खूपदा मागं वळूनही पाहिलं होतं, पण ते माझ्यामागं एखादा समुद्री जीव लागलाय म्हणून नाही. मनातल्या मनात किंचाळत, बागांमधून पळत असतानासुद्धा मला वाटत होतं की बिलालची कानउघडणी करून एखादी लाट त्याला किनाऱ्यावर आणून सोडेल.)

त्या सकाळी बिलालचा मृतदेह एका कोळ्याच्या अंगणात मिळाला तेव्हाही, ती घटना ज्यानं प्रत्यक्ष पाहिली होती, त्या माणसानं त्या उंच मुलाला तिथं ओझरतं पाहिलं होतं म्हणे. त्या मुलानं म्हणे खूप मोठी टोपी घालून आपला चेहरा लपवण्याचा प्रयत्न केला होता. गर्दीत मागं उभं राहून तो त्या मृतदेहाकडे बेपर्वाईनं पाहत होता म्हणे. बीचवरची घटना प्रत्यक्ष पाहिलेल्या माणसाची नजर आपल्यावर खिळलीय, हे पाहून तो मागं वळला. काही अंतर शांतपणे चालत गेला. त्या माणसात आणि आपल्यात पुरेसं अंतर आहे, असं वाटताच तो जोरात पळून गेला म्हणे.

(ही एक विचित्र गोष्ट होती. कल्पनाशक्तीला कितीही ताण दिला तरी तो उंच मुलगा मी होऊच शकत नव्हतो. पण सालाबादाप्रमाणे शाळेच्या चौकात आमच्या वर्गाचा फोटो घेत असताना, सावधगिरीचा उपाय म्हणून मी गुडघा मुडपून, खांदे पाडून स्वत:ची उंची कमी दाखवण्याचा प्रयत्न केला होता. तो

फोटो डेव्हलप होऊन आणि फ्रेम करून मुलांना विकला गेला तेव्हा मला माझ्या त्या कृतीचा पश्चात्ताप झाला, कारण त्यामुळे मी फोटोत फारच विचित्र दिसत होतो. वाप्पुम्मा तर तो फोटो पाहून खो-खो हसायलाच लागली.)

आता बिलालबद्दल सांगायला आणि ऐकायला लोकांकडे कोणतीही गोष्ट राहिली नाही. लोकांना त्याचा विसर पडायला लागला होता. पण तरीही माझ्या बेचैन मनाला शांती नव्हती. मी कित्येक रात्री जागून काढल्या. एका अपार दुःखानं, तीव्र मनोवेदनेनं माझं मन तळमळत होतं. आम्ही सीक्रेट बीच शोधून काढला, ही गोष्ट मला गरम पळीनं दिलेल्या चटक्यासारखी भाजून काढत होती. त्या रविवारी आम्ही तिथं सोडून आलेल्या गोष्टी लोकांना मिळाल्या तर आपली धडगत नाही, या विचारानं माझी झोप उडाली होती. मी आपले बूट एका खडकाच्या आडोशाला ठेवले होते आणि बिलालनं त्याचे बूट तिथून काही यार्ड लांब, सीक्रेट बीचच्या समुद्राच्या बाजूला. मी एका खडकावर वाप्पांच्या नावाचं पहिलं अक्षर इंग्रजी 'ए' खूप मोठ्या अक्षरात लिहिलं होतं. तसं 'ए' हे अक्षर, ते कोणी लिहिलंय हे सिद्ध करू शकत नव्हतं; पण तिथं सोडून आलेले बूट- ती माझी भयंकर मोठी चूक होती. एक पोलीस माझे बूट घेऊन अनाथालयात गेलाय आणि सगळ्या मुलांना ते घालायला सांगतोय, या कल्पनेनंच मला धस्स झालं. तिथं ते बूट कोणाला आले नाहीत तर तो ते घेऊन कदाचित शाळेतही येईल. पूर्ण वर्गाला चौकात रांगेन उभं राहायला सांगेल. माझा नंबर येईपर्यंत वर्गातील सगळी मुलं आळीपाळीनं ते बूट घालतील. ते आपल्या मापाचे नाहीत या गोष्टीनं सुटकेचा निःश्वास टाकतील, मी कल्पना करत होतो. हे बरंचसं सिंड्रेलाच्या गोष्टीसारखंच आहे, नाही का मिस्टर अनविन? फरक एवढाच आहे की या सॅन्डलच्या... नाही बुटाच्या गोष्टीत, तो ज्याला येईल, तो मुलगा भयंकर मोठ्या संकटात सापडेल.

त्या रविवारच्या मनाला सतत सलत राहणाऱ्या आठवणींपासून दुसरीकडे लक्ष वळवायला मी त्या घटनांची मनात उजळणी करू लागलो. समजा, बिलाल समुद्राकडे गेला नसता तर? आमचं ठरलं होतं, तसं आम्ही आमच्या आधीच्या शहरी गुप्तपणे गेलो असतो का? कदाचित शेवटच्या क्षणी मी आपला विचार बदलला असता. मग बिलाल बेचैन होऊन रेल्वे स्टेशनमध्ये माझी वाट पाहत बसला असता. काळपट तांबड्या अवजड गाड्या स्टेशनमध्ये थांबताना आणि कण्हत सुरू होऊन दुसरीकडे जाताना पाहत राहिला असता. तिकडे शेकडो मैल दूरच्या शहरात ३६६ नंबरच्या खांबावर रेलून शिवन माझी वाट पाहत राहिला असता. पहिली मेट्रो गाडी लहान मुलांसारखी छोटी-छोटी पावलं टाकीत त्या शहरात चालूही झाली असती. पण त्याच्या आईनं खिडकीत येऊन त्याला

बोलवेपर्यंत शिवननं माझी वाट खरंच पाहिली असती का? मला शंकाच होती याबद्दल. कारण आता तो मला आपला जिवश्चकंठश्च मित्र मानत असेल की नाही, याबद्दलच मला शंका होती. शिवाय आपण त्याला भेटू शकलो नाही हे एका दृष्टीनं चांगलंच झालं, असंही मला वाटलं. त्याची माझी भेट न झाल्यानं माझी एका मोठ्या पेचप्रसंगातून सुटका तरी झाली. शिवनची माझी भेट झाल्यानंतर त्यानं मला उम्मा आणि छोटीबद्दल नक्की विचारलं असतं. मग मला वाप्पांची जागा सलम अंकलनी घेतलीय आणि माझी काळजी माझी म्हातारी वाप्पुम्मा घेतीय, तिची नजर चुकवून कोणतीही गोष्ट करणं किती कठीण आहे, हेही सांगावं लागलं असतं. किती लाजिरवाणा प्रसंग झाला असता तो!

बारा

मार्चमधील एक ओली केशरी पहाट. वाप्पुम्मानं मला उठवलं आणि थंगलचाचा वारले, असं सांगितलं. रात्रभर पाऊस पडत होता. बागेतील झाडांवरून अजून थेंब थेंब पाणी गळत होतं. हिरव्या फाटकावर पावसाचे ओघळणारे थेंब, लोलकासारख्या लोंबणाऱ्या बर्फाचा आभास निर्माण करत होते. कोण आहेत हे थंगलचाचा; अर्धवट झोप, अर्धवट जाग अशा स्थितीत मी विचार करत होतो. मग मला आठवलं, ते उम्माचे मामा होते. ते वारले आहेत, हे ऐकून मला क्षणभर बरंच वाटलं. कारण उम्माला घरी येण्यासाठी हे सबळ कारण होतं. पण दुसऱ्याच क्षणी माझ्या लक्षात आलं, की त्यांचा मृत्यू हे तिला इथं येण्यासाठी इतकंही महत्त्वाचं कारण होऊ शकलं नसतं. वयस्क नातेवाइकांची अंत्येष्टी, विमानाचं महागडं तिकीट घेऊन इथं येण्याइतकं महत्त्वाचं कारण ठरलं नसतं. ती इथून गेली, तेव्हा ती माझ्या उन्हाळ्याच्या सुट्टीत इथं येऊन माझ्याबरोबर एक पूर्ण महिना राहील असं तिनं मला दोनदा वचन दिलं होतं. एकदा आम्ही वाप्पांच्या फोटोखाली बसलो असताना आणि एकदा एअरपोर्टच्या कडक पहाऱ्यातील प्रवेशद्वाराजवळ आम्ही उभे असताना. पण एक आठवड्यापूर्वी तिचा फोन आला, तेव्हा ती म्हणाली की या वर्षीच्या उन्हाळ्यात ती घरी येऊ शकणार नाही. ती पुढच्या वर्षी इथं येईल आणि त्या वेळी एकाऐवजी दोन महिने माझ्याबरोबर राहील. त्या वेळी तिनं मला आणखी नवी वचनं दिली. ती म्हणाली की तुला जिथं जिथं जायचंय असं मला वाटतंय म्हणजे बीचला, प्लॅनेटोरियमला, शिवनच्या घरी- तिथं तिथं मी तुला घेऊन जाईन. स्टेडिअमच्या स्टॉपपासून ते घराजवळच्या बागेच्या स्टॉपपर्यंत आपण मेट्रोनं जाऊ. वर्तमानपत्र वाचल्यामुळे तिला मेट्रो

स्टेशन्सची नावं माहीत होती. ती असंही म्हणाली, की आपण आपल्या आधीच्या घराच्या खिडक्याही पाहू. पण हे सगळं होण्यासाठी मी धीरानं घेतलं पाहिजे. आणखी एक वर्ष वाट पाहायला हवी.

उम्मानं आपला आधीचा, ठरलेला बेत का बदलला हे मला माहीत नव्हतं, पण मी माझ्या कल्पनेच्या डोळ्यांनी पाहिलं की ती सलम अंकलबरोबर वाद घालतेय. रागाच्या भरात म्हणतेय की विग घालणाऱ्या माणसाच्या डोक्यावर केस नसतात आणि त्याच्या आवडीनिवडीही चांगल्या नसतात. मी पाहिलं, की छोटीला फरफटत ओढत नेऊन तिनं खोलीचं दार धाड्कन बंद केलं. आता त्या खोलीत छोटी आणि उम्मा दोघीच होत्या. तिनं आपल्या गुप्त जागेतून वाप्पांचा फोटो बाहेर काढला आणि त्याच्याकडे नेहमीपेक्षा जास्त वेळ पाहत राहिली.

... वाप्पुम्मा म्हणाली, की आपला आदर व्यक्त करण्यासाठी आपल्याला थंगलचाचांच्या मैयतचं दर्शन घ्यायला जायला पाहिजे. नाश्ता झाल्यावर आम्ही मोठाले गोंडे असणाऱ्या आणि मखमली छताच्या ऑटोरिक्षात बसून शहराच्या पश्चिम टोकाला असलेल्या थंगलचाचांच्या घरी निघालो. आमची रिक्षा ओल्या शहरातून चालली होती, त्या बाजूला समुद्र आहे हे लक्षात येताच माझ्या छातीत धडधड सुरू झाली. पण थंगलचाचांचं उघड्या विटा आणि काळपट कौलांचं घर सुकलेल्या आणि निलगिरीच्या वाळक्या पानांनी भरलेल्या एका कालव्यावर होतं आणि तिथून समुद्राचा आवाज ऐकू येतोय न येतोय, इतका कमी येत होता.

थंगलचाचांचं पार्थिव शरीर एका छोट्याशा हॉलमध्ये ठेवलं होतं. त्याच्या एका बाजूला एक स्वयंपाकघर आणि एक छोटीशी झोपायची खोली होती. मैयतजवळच्या एका बाकावर शिकाऊ देवदूतांचा समूह असल्याप्रमाणे, पांढरे झोळणे आणि पांढरे फेटे घातलेल्या मुलांचा एक गट बसलेला होता. ती मुलं किंचित पुढं-मागं होत कुराणाच्या ओळी वाचत होती. ती डोळ्यांच्या कोपऱ्यातून एकमेकांकडे पाहत दबक्या आवाजात हसत होती. कोपरांनी एकमेकांना ढोसत होती आणि पायांची बोटं, एकमेकांच्या पायांवर ठेवत काहीतरी खाणाखुणा करत होती. बळजबरीनं नाकातून वाचताना त्यांच्या स्वरात एकदमच काहीतरी वेगळं जाणवे. ते अर्थातच त्यांच्यात चाललेल्या विनोदाचीच खूण असणार... पण गळ्याभोवती चौकटी-चौकटींचा अरबी स्कार्फ घातलेले इमाम तिथं येताच, ती सगळी मुलं सावरून बसली. चेहरा गंभीर करून एका लयीत कुराण वाचू लागली.

इथले इमाम वेगळे होते. थंगलचाचा दुसऱ्या मशिदीच्या हद्दीत राहायचे. त्यांचं दफनही इथल्या मशिदीमागच्या कब्रस्तानामध्येच होणार होतं. हॉलच्या एका कोपऱ्यात त्यांची काठी उभी होती. कसंतरी सामान रचलेल्या शोकेसच्या

खालच्या खान्यात त्यांचा तो हिरवट रंगाचा गॉगल होता. थंगलचाचांची ती काठी तर पोरकी दिसत होती, पण त्यांचा गॉगल आपल्या मालकाच्या मृत्यूनं त्यांच्यासमोर बसणाऱ्या व्यक्तींना प्रतिबिंबित करायच्या त्याच्या जबाबदारीतून मोकळा झाल्यासारखा वाटत होता. मला आठवलं, की त्या गॉगलनं एकदा छोटीचा झोपलेला चेहरा आणि माझा आपल्या वेड्यावाकड्या चेहऱ्याकडे पाहणारा बावचळलेला चेहरा मला दाखवला होता.

खरंतर वापुम्माला मैयत दफनभूमीकडे जाईपर्यंत तिथं थांबायचं होतं, पण ठरलेली पस्तीस मिनिटं संपताच खूप जास्त सजवलेल्या आमच्या ऑटोचा हॉर्न जोरजोरात वाजायला लागला. आधी आम्ही तिकडं दुर्लक्ष केलं, पण शोक प्रकट करायला आलेल्या लोकांनी एकमेकांकडे पाहून नाराजी प्रकट केली. ते चवड्यांवर उभं राहून कंपाउंडकडे नजर टाकू लागले, तेव्हा आम्हाला नाइलाजानं तिथून निघावं लागलं. थंगलचाचांचा शेवटचा निरोप घेऊन आम्ही निघालो, तेव्हा बाकदार नाक आणि त्याखाली थोडं मिसरूड असलेली एक बाईही आमच्याबरोबर आमच्या रिक्षात चढली. पानं अंथरलेल्या त्या कालव्याजवळून आमची रिक्षा जात असताना आमच्या समोरून वेताचा हिरवा पेटारा घेतलेली चार माणसं गेली. सूर्याचा प्रकाश सैलपणे विणलेल्या त्या पेटाऱ्याच्या आरपार जात होता. आतली रिकामी जागा त्यात उठून दिसत होती. थंगलचाचांचं शव त्यात ठेवलं गेल्यावर सूर्यप्रकाश अडला गेला असता.

ऑटोची घरघर आणि त्याच्या छताला लावलेल्या लाउडस्पीकरमधून जोरजोरानं ऐकू येणाऱ्या गाण्यांच्या वर आवाज चढवत वाप्पुम्मा आणि ती बाई बोलू लागल्या. शोक प्रकट करणारे लोक बोलतात, त्याप्रमाणे त्यांचं बहुतेक सगळं बोलणं थंगलचाचा, त्यांच्या तीन विधवा बायका आणि त्यांच्या एकोणीस मुलांभोवती घोटाळत होतं.

"एकोणीस मुलं आहेत त्यांना?" वाप्पुम्मा संशय आल्याप्रमाणे ओरडली. फुलं असलेल्या एका कंपाउंडकडे पाहता पाहता मला हसूच फुटलं.

"हो, एकोणीस मुलं आहेत त्यांना." नाकाखाली मिसरूड असलेली ती बाई म्हणाली, " (तो हिरवा पेटारा) 'संतोख' घेऊन जाणाऱ्या चार माणसांमध्ये गोल टोपी घातलेला, टोकदार दाढी असलेला तो माणूस होता ना, तो थंगलचाचांचा सगळ्यात लहान मुलगा आहे आणि मागच्या अंगणात फेकून दिलेल्या जात्याच्या पाळ्यावर बसून डोळे गाळणारी ती लठ्ठ बाई थंगलचाचांची सर्वांत मोठी मुलगी आहे." या बाईनं वाप्पुम्माला माहिती पुरवली, "या दोघांच्या मधली त्यांची सतरा मुलं त्या घरात कमी-जास्त दुःखात बुडून इथं-तिथं बसलेली होती."

मला थंगलचाचांच्या वंशावळीत आणि त्यांच्या मुलांच्या मिळत्याजुळत्या

नावांमध्ये काहीच रस नव्हता. पण शहराच्या चौकातून आम्ही गचके खात जात असताना मी त्या बाईंच्या तोंडून उम्माचं नाव ऐकलं.

''उम्माची बाळंत होण्याची तारीख काय आहे हो?'' तिनं विचारलं.

''काय, ती गरोदर आहे?'' वाप्पुम्माला आश्चर्यापेक्षा मानसिक धक्का जास्त बसलेला दिसला.

''का बरं, तुम्हाला नव्हतं माहीत?''

वाप्पुम्मानं ओठांचा चंबू करून माझ्याकडे पाहिलं.

''फोनवर बोलत नाही ती तुमच्याबरोबर?''

''आपल्या मुलाबरोबर ती प्रत्येक शुक्रवारी बोलते.'' वाप्पुम्मा म्हणाली.

''ती गरोदर आहे की नाही, मलाही नक्की माहीत नाही,'' ती बाई घाईघाईनं म्हणाली, ''म्हणजे मला तसं वाटलं!''

एका लेव्हल क्रॉसिंगपाशी ती बाई रिक्षातून उतरली. तिनं वाप्पुम्माच्या हातात एक नोट ठेवली. वाप्पुम्मा, 'अहो कशाला, कशाला' म्हणेल, ती नोट घेणार नाही अशी तिची अपेक्षा होती. पण वाप्पुम्मानं काही न बोलता मुकाट्यानं ती नोट ठेवून घेतली. आपला अपेक्षाभंग लपवत, ओशाळलं स्मित करून ती बाई घाईघाईनं निघून गेली.

त्याच रात्री शुक्रवार नसतानाही उम्मानं मला फोन केला. तिचा आवाज अशक्त, दुरून आल्यासारखा वाटत होता. तिनं मला थंगलचाचा किंवा त्यांच्या नातेवाइकांपेक्षा जास्त, शोक प्रकट करायला आलेल्या माणसांबद्दल विचारलं. माझ्या कल्पनेत मी तिला भिंतीला रेललेल्या अवस्थेत, पोट फुगलेलं, चेहरा फिका, डोळे थकलेले असं पाहिलं. छोटीच्या जन्माआधी ती अगदी अशीच दिसायची. मी तिला आमच्याबरोबर रिक्षातून आलेल्या बाईबद्दल आणि तिनं नकळत आम्हाला सांगितलेल्या माहितीबद्दल जवळजवळ सांगणारच होतो. पण त्याऐवजी मी तिला बाहेर किती जोराचा पाऊस पडतोय, आभाळ उजळवणाऱ्या विजा कशा कडकडत आहेत, हे सांगितलं. अशाप्रकारे स्वर्ग आणि धरित्रीचं अटीतटीचं भांडण सुरू झाल्यावर ती फोनच्या जवळसुद्धा फिरकायची नाही, मग फोनवरून बोलणं तर दूरच राहिलं. तिनं मला ताबडतोब फोन बंद करायला सांगितलं. खरंतर बाहेर पावसाची रिमझिमही नव्हती.

मुसळधार पाऊस आणि कानठळ्या बसवणारा ढगांचा कडकडाट तर या महिन्यात नंतर झाला. विजांमुळे क्षणाक्षणाला खिडकीच्या काचा लकाकत होत्या. ढगांच्या कडकडाटामुळे चौकटीतील सैल काचांचा खडखड आवाज येत होता. विजेचा लोळ आणि ढगांचा कडकडाट यांच्यातील अंतर वाढत गेलं, तशी वाप्पुम्मानं खिडकी उघडून लोखंडाचा बत्ता बाहेर फेकला. ती म्हणाली, विजेपासून

रक्षण करण्याचा हा चांगला उपाय आहे. त्याबद्दल तिनं आपल्या लहानपणच्या काही गोष्टी सांगितल्या. ती म्हणाली, की सकाळ झाल्यावर ती वाळू आणि शेवग्याच्या पानांनी भरलेला तो बत्ता वाहत्या पाण्याखाली स्वच्छ करून घेईल आणि चुलीजवळच्या त्याच्या नेहमीच्या जागी ठेवून देईल.

पावसामुळे झोपायच्या खोलीत पडणारी भिंतीवरील सावल्यांची गर्दी कमी झाली होती. मुसळधार पावसाच्या माऱ्यानं डाळिंबाचं झाड वाकलं होतं. ते आता बागेतील दिव्याच्या मार्गातून दूर झालं होतं. त्यामुळे त्याच्या फांद्यांच्या, पानांच्या सावल्या भिंतीवर पडत नव्हत्या. आंब्याची फांदी भरभक्कम असल्यानं पाऊस तिला वाकवू शकला नव्हता. त्यामुळे भिंतीच्या एका कोपऱ्यात अजूनही त्याची पानं सावलीत डुलत होती. कोकिळेचं एक घड्याळ सोडल्यास बाकी भिंत आता कोरा कॅनव्हास झाली होती. एखादी गाडी झुकझुक करत शहराच्या बाहेर जायला लागली की भिंतीवर प्रकाशाचे चौकोन नाचायला लागत.

एका रात्री लांबलचक मालगाडीचा आवाज दूर निघून गेला आणि मला खोलीत एकदमच विचित्र शांतता पसरलीय असं वाटलं. क्षणांत मला स्पष्ट जाणवलं, की आवाजाप्रमाणेच या शांततेचाही कुठंतरी उगम आहे. काहीतरी कारण आहे. तो उगम, ते कारण शोधण्यासाठी मी सभोवार पाहिलं. कुशी बदलून वाप्पुम्माच्या शरीराकडं पाहिलं. ती शांतपणे झोपली होती. अजिबात घोरत नव्हती. गाडीचा खडखडाट येणं बंद झाल्यावर याच बदलानं मी विचलित झालो होतो, हे कळायला मला थोडा वेळ लागला. वाप्पुम्माचं घोरणं बंद झालं होतं. ही गोष्ट समुद्रानं एकदम गप्पगार होण्यासारखं होतं. मी पट्कन उठून दिवा लावला. तिचे डोळे उघडे होते. तसंच तोंडही उघडं होतं. तोंडाच्या कोपरातून लाळेची धार खाली पडली होती आणि तिच्या डोळ्यांतून एक थेंब गालावर ओघळला होता. अगदी त्याच संथपणानं.

मी अंधाऱ्या पॅसेजमधून, मोडक्या सोफ्याजवळून सुसाट पळत हॉलमध्ये आलो. समोरच्या दाराचे खटके झपाझप काढले. बागेत पाऊल टाकेपर्यंत बाहेर पाऊस पडतोय, हे माझ्या ध्यानातच आलं नव्हतं. तिथं येताच पावसाचे सुईसारखे टोकदार थेंब माझ्या चेहऱ्यावर पडले. माझ्या अंगावर शहारा आला. यास्मिनबुआच्या कंपाउंडमध्ये सहजासहजी जाता येऊ नये म्हणून बुआ आणि वाप्पुम्माच्या घरातील मोकळ्या जागेत एक लोखंडी कॉट तिरपी करून ठेवलेली होती. ती बोटांना फार जड आणि बुळबुळीत वाटली. पण मला जाणवलं, की माझ्यामागे वाप्पा उभे आहेत आणि ते ती जड कॉट हलवत आहेत. ते करताना ते किंचित कण्हत असल्याचा आवाजही मला ऐकू आला. माझ्या खांद्यांवर त्यांचा श्वास मला जाणवला. यास्मिनबुआच्या व्हरांड्याकडे घाईघाईनं धावताना, माझ्या पायानं एक

कुंडी पडली. एकाच वेळी मी बुआच्या दारावरची बेल वाजवत होतो आणि किंचाळतही होतो. माझं किंचाळणं, त्या भयंकर परिस्थितीत काहीतरी तातडीनं करायला पाहिजे या गोष्टीपेक्षा मी अंधारात एकटा उभा आहे, या जाणिवेपोटी होतं. रेल्वे लाइनच्या वळणावर लांब एके ठिकाणी सिग्नलचे लाल दिवे चमकत होते.

यास्मिनआत्याच्या घराची एक खिडकी सावधपणे उघडली गेली. तिथं इकबालचाचांचा चेहरा दिसला. मग आणखी एक खिडकी उघडली गेली, तिथं यास्मिनबुआचा चेहरा दिसला. "काय झालं रे?" यास्मिनबुआनं विचारलं.

"वाप्पुम्मा वारलीय."

समोरचं दार इतक्या झट्‌कन उघडलं गेलं की त्याला कुईकुई करायलाही वेळ मिळाला नाही. उघड्या दारातून यास्मिनबुआ धावत सुटली. पायऱ्यांवर येताच पानांवर ठिबकणाऱ्या पावसाकडे पाहून ती थिजल्याप्रमाणे तिथं थांबली. मग मोकळ्या केसांची गाठ मारून तिनं घराला वळसा घातला. तिच्या घशातूनही किंकाळी बाहेर पडू पाहत होती. इकबालचाचा हातात टॉर्च घेऊन माझ्यापुढे चालू लागले. कॉट एका बाजूला झालेली पाहून त्यांनी मला विचारलं, "ही कॉट कशी काय बाजूला केलीस तू? ती भिंतीला टेकून ठेवायला आम्हाला दोघांची मदत घ्यावी लागली होती."

वाप्पुम्मा वारली नव्हती. तिला कसलातरी आघात झाला होता आणि ती जवळजवळ गेल्यातच जमा झाली होती. काचेचं दार असलेल्या खोलीतून बाहेर आलेल्या डॉक्टरनी तसं इकबालचाचांना सांगितलं. हॉस्पिटलच्या लांबलचक कॉरिडॉरमध्ये आम्ही निळ्या खुर्च्यांवर बसलेलो होतो. आम्हाला सोडून कोणीही तिथं नव्हतं. आम्ही आईचं दूध पिणाऱ्या, वॅक्सिन दिलं जाणाऱ्या, वजनाच्या मशीनवर वजन घेतलं जाणाऱ्या मुलांच्या भिंतीवरील पिवळ्या पोस्टरकडे पाहत बसलो होतो. निळ्या पारदर्शक पडद्यांपलीकडील आकाशात सकाळचा उजेड दिसू लागला, तेव्हा काचेचं दार उघडलं गेलं. एका डॉक्टरनं बाहेर येऊन आम्हाला शांतपणे सांगितलं की वाप्पुम्मा अल्लाला प्यारी झाली आहे.

मधल्या तीन दिवसांत मी मनातल्या मनात तिनं लवकर अल्लामियाकडं जावं, यासाठी प्रार्थना करत होतो. हॉस्पिटलमधील जंतुनाशकाच्या वासानं माझं पोट घुसळलं जात होतं. वाप्पुम्माच्या अंत्येष्टीच्या दिवसात उम्मा घरी येईलच, याची मला खात्री होती.

वाप्पुम्माचं पार्थिव शरीर घेऊन आम्ही घरी आल्यानंतर काहीच मिनिटांत उम्माचा फोन आला. तिचे हुंदके ऐकून मला वाप्पांच्या मृत्यूनंतर तिचे रात्रीच्या अंधारात ऐकू येणारे हुंदके आणि वाप्पुम्मानं तिला धीर देण्यासाठी बोललेले सांत्वनाचे शब्द आठवले.

“केव्हा येतीयस तू?” मी विचारलं.

क्षणभर फोनवर शांतता पसरली. मला तिच्या घराजवळच्या रस्त्यावरच्या मोटरसायकलचा आवाज ऐकू आला. मग उम्मा हळुवार आवाजात म्हणाली, “बेटा, मला बरं नाहीय रे. मी आता प्रवास नाही करू शकत.”

“झालंय तरी काय तुला?” मी विचारलं.

माझ्या आवाजातील राग न ओळखता ती म्हणाली, “बेटा, मला डॉक्टरनी सात महिने पूर्ण विश्रांती घ्यायला सांगितलंय. मी प्रवास तर करूच शकत नाही, पण अपार्टमेंटमधील लॉबीत जायला लिफ्टही वापरू शकत नाहीय.”

मी धाड्‌कन फोन ठेवून दिला आणि पॅसेजमध्ये गेलो.

एव्हाना डायनिंग टेबल, मागच्या अंगणात गेलं होतं. त्या जागी एक सिंगल कॉट ठेवली गेली होती. तिचे पाय पाण्यानं भरलेल्या नारळाच्या वाट्यांमध्ये ठेवले होते. त्या कॉटवर वाप्पुम्माचं शरीर जिन्याकडे तोंड करून ठेवण्यात आलं होतं.

शोक प्रकट करायला लोक यायला लागले, तेव्हा मी काळविटाच्या मुंडक्याखाली पायऱ्यांवर बसलो. तो भिंतीवरील आपल्या जागेवरून काय पाहत असेल याचा विचार करू लागलो.

काय काय पाहिलं होतं बरं काळविटानं?

त्यानं एक लंबगोल खोली पाहिली. खोलीत सूर्यप्रकाशाच्या ठाणातून शिवले असल्याप्रमाणे जाड-जाड पडदे लावलेले होते. त्यानं पॅसेजमध्ये लांबत जाणाऱ्या सावल्या आणि कॉरिडॉरच्या खिडक्यांच्या सज्ज्यावर पडणारे पावसाचे अणकुचीदार थेंब पाहिले. शोक प्रकट करायला लोक येऊ लागले, तेव्हा त्यानं यास्मिनबुआला कॉरिडॉरमध्ये उन्हापावसापासून रक्षण करण्यासाठी लावलेले चटईचे पडदे वर गुंडाळून परत खाली थोड्या उंचीपर्यंत आणून ठेवलेले पाहिले. वाप्पुम्माच्या मैयतीच्या दर्शनासाठी बरेच लोक आले, पण वाप्पांच्या वेळी आले त्यापेक्षा ते कमी होते. गौमती अम्मुम्मा घाईघाईनं आल्या. बाहेर जाण्याआधी त्यांनी वाप्पुम्माच्या मैयतीकडे तक्रारवजा नजरेनं पाहिलं. दुपारच्या सुमारास टारझन आला. त्याच्या चालीत जरुरीपेक्षा जास्त विनम्रता होती. दोन्ही हात छातीजवळ नेऊन त्यानं वाप्पुम्माला नमस्कार केला. कुन्युमोन खोलीत आला, तेव्हा मी एका माणसामागं लपलो. कुन्युमोननंही काही वेळापूर्वी टारझननं केला तसाच नमस्कार केला. काळविटानं पाहिलं की बायकांनी हॉल बंद करून, वाप्पुम्माच्या कॉटमागं रांगेत उभं राहून प्रार्थना सुरू केली तेव्हा हॉल जास्तच अंधारला. काही वेळानं वाप्पुम्माचं शरीर कायमचं दृष्टिआड होताना तर काळविटानं अतीव दुःखानं आपले डोळे मिटलेले पाहिले मी.

खूप गल्ल्यांमधून चालत गेल्यावर दफनभूमी लागते. इतकं लांबवर चालण्यासाठी आम्ही तयार होत असताना मला अचानक आठवलं, की वाप्पांचं दफन झालं तेव्हाही असाच पाऊस पडला होता. मला आठवलं, की वाप्पा गेले, त्या दिवशी संध्याछाया विरत असताना एक तरुण विचारमग्न होऊन वाप्पुम्माच्या घराकडे पाहत होता. मला वाटलं होतं की वाप्पांच्या जीवनप्रवासातून, त्यांना लाभलेल्या बऱ्यापैकी यशातून प्रेरणा घेऊ इच्छिणारा तो एखादा छोट्या शहरातील होतकरू लेखक असावा. मला वाटलं, की कदाचित वाप्पुम्माच्या मृत्यूच्या दिवशीही तो तसाच परत येईल.

लोकांनी ती संतोख – तिरडीची पेटी आपल्या खांद्यांवर घेतली तेव्हा तिला खांदा द्यायला माझी उंची पुरेशी नाही हे माझ्या ध्यानात आलं. याझिनचाचांच्या अनुपस्थितीत इकबालचाचा आमच्या घरचे कर्ते पुरुष झाले होते. याझिनचाचा दूर बोटीवर असल्यानं त्यांच्यापर्यंत वाप्पुम्माच्या मृत्यूची बातमी पोहोचू शकली नव्हती. संतोखच्या समोरच्या खांबाभोवती हात लपेटून इकबालचाचा उभे होते. जनाजा–शवयात्रा पुढे नेण्याची जबाबदारी त्यांनी स्वीकारली होती. मी खूप लहान असल्यानं संतोखला खांदा देऊ शकत नाहीये, हे लक्षात आल्यावर त्यांनी माझा हात आपल्या हातात घेतला आणि आम्ही चालायला लागलो.

अशा तऱ्हेनं मिस्टर अनविन मी खऱ्या अर्थानं वाप्पुम्माला तिच्या थडग्याकडे नेलं.

समारोप

(पुस्तक संपल्यानंतर त्याबद्दल काही लिहिलं गेलं नाही तर ते चांगलं पुस्तक कसं ठरेल?)

उम्मा आणि छोटी रियादला गेल्यानंतर भिंतीवरून गायब झालेला वाप्पांचा अर्धस्मित करणारा फोटो वापुम्मा वारल्यानंतर काही दिवसांनी मिळाला. घराची साफसफाई करताना फरशा घासूनपुसून स्वच्छ करणं, उशा झटकून त्यातील धूळ काढून टाकणं, फर्निचरखालचा कचरा काढण्यासाठी ते भिंतीपासून दूर करणं वगैरे गोष्टी चाललेल्या होत्या. त्या वेळी वाप्पांचा फोटो यास्मिनबुआला मोडक्या सोफ्याचा एक पाय आणि भिंत यांच्यात अडकलेला दिसला. विशेष म्हणजे त्या स्थितीतही तो अगदी व्यवस्थित उभा होता. तिनं वाप्पांच्या उदास डोळ्यांतील अश्रू पुसत असल्याप्रमाणे फोटोच्या कोपऱ्यांवर जमलेली कोळिष्टकं हलक्या हातानं काढली. मग तिनं ओल्या स्पंजनं फोटोची काच पुसून काढली.

यास्मिनबुआनं तत्परतेनं सोफ्यावर चढून वाप्पांचा फोटो परत भिंतीवर लावला. ती सोफ्यावरून खाली उतरली, तेव्हा सोफ्याच्या स्प्रिंग्जनी कुईऽकुई करून सुटकेचा श्वास टाकला. आणखी एकदा आपलं वजन सोफ्यावर टाकून तिनं त्याला शिक्षा केली. या वेळी तिनं वाप्पांचा फोटो आणि फ्रेम केलेल्या काळ्या हंसाच्या फोटोमधील मोकळ्या जागेत आणखी एक खिळा ठोकला. तो काळा हंस तिनं तरुणपणी केलेल्या कशिद्याचा एक नमुना होता. खिळा ठोकल्यानं

दमून, धापा टाकत ती खाली उतरली आणि तिनं त्या नव्या खिळ्यावर मला वाप्पुम्माचा फोटो टांगायला सांगितला. त्या खिळ्यापर्यंत हात पोहोचायला मला सोफ्याच्या मागच्या उंच भागावर चढावं लागलं. त्या फोटोसकट मी खाली पडू नये म्हणून यास्मिनबुआनं माझे दोन्ही गुडघे भिंतीवर दाबून धरले.

अर्ध्या तासानं वाप्पांचा फोटो भिंतीवरून परत गायब झाला होता. आम्ही सोफ्याच्या मागं डोकावलं. तो तिथंच पडलेला होता. त्याचा थोडा दोष घराजवळून गेलेल्या ट्रेनला देता आला असता, पण खरंतर बेतानं ठोकल्या गेलेल्या खिळ्यामुळेच तो खाली पडला होता. मग आम्ही आणखी एकदा जोरात खिळा ठोकला आणि त्यावर तो फोटो लावला. नीट खात्री करून घ्यायला आम्ही नंतरची ट्रेन गेल्यावर काय होतंय हे पाहिलं. फोटो थोडासा थरथरला, पण बाकी काही झालं नाही.

रोज संध्याकाळी वाप्पुम्माच्या रिकाम्या घराला कुलूप लावून मी यास्मिनबुआच्या घरी झोपायला जाई. तिथं आता जुन्या वाटणाऱ्या बाइक्स आणि कधीच रिटायर झालेल्या क्रिकेटर्सच्या पोस्टर्सखालच्या तिच्या मृत मुलाच्या पलंगावर मी झोपत असे. वाप्पुम्माचं घर आतून राहतं आहे हे दाखवायला, तिच्या बागेतील दिवा मी नेहमी लावून ठेवी. मिस्टर अनविन, माझ्या या युक्तीमुळे वाप्पांच्या छोट्या शहरातील चोरांची फसगत झालेली दिसतेय. वाप्पुम्माचं घर चोराचिलटांपासून, घरफोड्यांपासून सुरक्षित राहिलं.

आता इकबालचाचा मला पाहिजे तितका वेळ चॅनल्स बदलू द्यायचे. कधीकधी ते हसून विचारायचे, "काय रे, तू जे काही शोधतोयंस, ते अजून मिळालं नाहीय का?" युरी का येरिलच्या शोचा शोध घेण्याची मला इतकी सवय झाली होती की त्याचा शोध घेणं मी अजून सोडलं नव्हतं. रविवारी दुपारी झोप झाल्यावर यास्मिनबुआ आणि इकबालचाचा न चुकता बीचवर जात. त्यांनी मला त्यांच्याबरोबर तिथं जाण्यासाठी विचारलं, तर मी प्रत्येक वेळी लगेच नकार देई.

"तुझ्या मनात समुद्राविरुद्ध एवढं काय आहे की!" दर वेळी चेहरा पाडून यास्मिनबुआ म्हणायची आणि मला विचारायची, "बरं, मग तुझ्यासाठी काय आणू बीचवरून?"

"खारे दाणे." माझं उत्तर तयार असे.

"फोन वाजतोय बघ." एका रविवारी इकबालचाचांच्या मागे त्यांच्या जुन्या बाइकवर बसता-बसता ती म्हणाली. इकबालचाचांनी मला वचन दिलं होतं की त्या बाइकवर बसण्याइतका मी मोठा होईन, तेव्हा ती बाइक ते मला भेट म्हणून देऊन टाकतील.

दार बंद करून मी पॅसेजच्या त्या टोकाला गेलो. मला खात्री होती, की तो उम्माचाच फोन असणार. आताशा ती मला आठवड्यातून दोनदा फोन करी.

कधीकधी तर तीनदाही. मी यास्मिनबुआकडे जाईन, हे माहीत असल्यामुळे ती मला साधारणपणे संध्याकाळीच फोन करी. फोन केल्यावर ती मला पुन्हा पुन्हा विचारी की बाहेर अंधार झालाय का, मी फोन बंद करू का वगैरे वगैरे. मग मी पडदा सारून पॅगोडाच्या आकाराचं छप्पर असलेल्या स्टेशनवरचं आकाश कितपत लाल आहे याचा अंदाज पुन्हा पुन्हा घेई. आता ते फिकं नारिंगी झालं होतं. मी सहजच तिला विचारलं, ''उम्मा, तुझ्या खिडकीबाहेरच्या आकाशाचा रंग कोणता आहे गं?'' यावर फोनवर बराच वेळ शांतता होती. आकाशाकडे पाहायला तिला लांबवरच्या बाल्कनीत चालत जावं लागणार होतं. थोड्या वेळानं थोडी निराश झाल्यासारखी ती म्हणाली, ''बेटा, इथल्या आकाशाला कोणताच रंग नाहीय.''

कधीकधी मी कल्पना करी की हॉलमधले फोटो माझं आणि फोनच्या त्या बाजूच्या लोकांचं बोलणं ऐकताहेत. मग त्यांना चकवण्यासाठी मी उगाचच हसे.

''थांब, निलोफरला बोलायचंय तुझ्याशी.'' पडदे घातलेल्या खिडक्यांच्या चौकटी अंधारू लागल्या, तेव्हा उम्मा म्हणाली. छोटी फोनवर आली आणि मला रियाद समजून काहीतरी बडबड करू लागली. ती आता बरीच बोलू लागली होती, पण ती आत्ता आत्ता शिकलेले शब्द मला माहीत नव्हते. उम्मानं तिच्या हातातून फोन काढून घेण्याआधी ती मार्शमेलोसारख्या मऊ आवाजात म्हणाली, ''भाई, ये ना. लवकर ये ना!''

त्यानंतर फोन शांत झाला आणि बागेत एकदम अंधारून आलं!